D1684914

தேர்ந்தெடுத்த சங்க இலக்கியப் பாடல்கள்

உள் அட்டையில் காணும் சிற்பக் காட்சியில், பகவான் புத்தரின் அன்னை மாயாதேவி கண்ட கனவின் பலனை மன்னர் சுத்தோதனருக்கு நிமித்திகர் மூவர் விளக்குகின்றனர். அவர்களுக்குக் கீழே அமர்ந்து அந்த விளக்கத்தை எழுதுகிறார் ஓர் எழுத்தர். எழுதும் கலையைச் சித்தரிக்கும் முதல் இந்தியச் சிற்பம் இதுவாகவே இருக்கலாம்.

நாகார்ஜுன மலைச்சிற்பம் கி.பி. இரண்டாம் நூற்றாண்டு. (பட உதவி: நேஷனல் மியூசியம், புது தில்லி)

தேர்ந்தெடுத்த சங்க இலக்கியப் பாடல்கள்

தொகுப்பாசிரியர்
இரா. மோகன்

சாகித்திய அகாதெமி

Thernthedutha Sanga Ilakkiya Padalgal - (*Anthology of Sanga Ilakkiya Padalgal*) - Compiled by Era. Mohan, Sahitya Akademi, New Delhi, 2017 Rs. 190/-

© சாகித்திய அகாதெமி

முதல் பதிப்பு: 2017

தலைமை அலுவலகம்:

சாகித்திய அகாதெமி, 'ரவீந்திர பவன்,' 35, பெரோஸ் ஷா சாலை, புது தில்லி - 110 001.

விற்பனை அலுவலகம்:

'ஸ்வாதி,' மந்திர் சாலை, புது தில்லி - 110 001.

மண்டல அலுவலகங்கள்:

மத்தியக் கல்லூரி வளாகம், பல்கலைக்கழக நூலகக் கட்டடம், டாக்டர் அம்பேத்கர் வீதி, பெங்களூரு - 560 001.

4, டி.எல். கான் சாலை, கொல்கத்தா - 700 025.

172, மும்பை மராத்தி கிரந்த சங்கிரகாலய சாலை, தாதர், மும்பை - 400 014.

சென்னை அலுவலகம்:

குணா பில்டிங்ஸ், 443, அண்ணா சாலை, தேனாம்பேட்டை, சென்னை - 600 018.

ISBN-978-81-260-5335-3

Rs. 190.00

Visit our Website at http://www.sahitya-akademi.gov.in

Laser Execution: **vsn - Image Digital,** *Chennai - 17.*

Design: PSS Rao - Spectrum Graphics Studio - Chennai - 17.

Printed at: Mani Offset, Chennai - 78.

பொருளடக்கம்

சங்க இலக்கியச் சால்பு 7

I. எட்டுத்தொகை

1. ஐங்குறுநூறு 35
2. குறுந்தொகை 58
3. நற்றிணை 72
4. அகநானூறு 86
5. கலித்தொகை 106
6. புறநானூறு 133
7. பதிற்றுப்பத்து 155
8. பரிபாடல் 169

II. பத்துப்பாட்டு

1. திருமுருகாற்றுப்படை 185
2. பொருநர் ஆற்றுப்படை 193
3. சிறுபாண் ஆற்றுப்படை 205
4. பெரும்பாண் ஆற்றுப்படை 213
5. முல்லைப் பாட்டு 224
6. மதுரைக் காஞ்சி 229

7.	நெடுநல் வாடை	244
8.	குறிஞ்சிப் பாட்டு	250
9.	பட்டினப் பாலை	259
10.	மலைபடு கடாம்	267
	பின்னிணைப்பு 1	281
	பின்னிணைப்பு 2	284

சங்க இலக்கியச் சால்பு

"ஒரு சிறுசொல்லேனும் வறிதே விரவாமல் உய்த்துணருந் தோறும் 'நவில்தொறும் நூல் நயம் போலும்' என்னும் முதுமொழிக்கிணங்க, இன்பஞ் செய்வன சங்கப் பாடல்களே யாகும்."

-பண்டிதமணி*

'சங்க இலக்கியம்' என்று கூறப்படுவன எட்டுத்தொகையும் பத்துப்பாட்டுமே ஆகும். இது அறிஞர் பலர் ஒப்பிய முடிபு. நற்றிணை, நல்ல குறுந்தொகை, ஐங்குறுநூறு, ஒத்த பதிற்றுப் பத்து, ஓங்கு பரிபாடல், கற்றறிந்தோர் ஏத்தும் கலித்தொகை, அகநானூறு, புறநானூறு ஆகியவை எட்டுத்தொகை நூல்கள்; இவைத் தனித்தனிப் பாடல்களால் இயன்ற தொகை நூல்கள். திருமுருகாற்றுப்படை, பொருநராற்றுப்படை, சிறுபாணாற்றுப்படை, பெரும்பாணாற்றுப்படை, முல்லைப்பாட்டு, மதுரைக் காஞ்சி, நெடுநல்வாடை, குறிஞ்சிப்பாட்டு, பட்டினப்பாலை, மலைபடுகடாம் ஆகியவை பத்துப்பாட்டு நூல்கள்; இவை நீண்ட பாடல்களாய் அமைந்த தொகை நூல்கள். இவற்றைப் 'பாட்டு,' 'தொகை' என்றே பண்டைய உரையாசிரியர்கள் குறிப்பிட்டுள்ளனர்.

சங்க இலக்கியத்துள் அமைந்த பாடல்களைப் பாடிய பெருமக்கள் காலத்தால் மிகவும் முற்பட்டவர்கள். இவர்களைப் பற்றித் 'தமிழ் விடு தூது' ஆசிரியர், 'மூத்தோர்கள் பாடியருள் பத்துப்பாட்டும் எட்டுத்தொகையும்' எனக் குறிப்பிடுவது கவனிக்கத் தகும். மூத்தோர்கள் பாடியருளிய இச்சங்க இலக்கியம் தமிழின் மூத்த இலக்கியம், மிக முற்பட்டுத் தோன்றிய இலக்கியம், நமக்கு இன்று கிடைத்த வரையில் முதல் இலக்கியம், கட்டுக்கோப்பு, பீடுநடை, சொல்லினிமை, கருத்துச்செறிவு, பொருள்நுட்பம் முதலிய வளம் பலவற்றைத் தன்னகத்தே கொண்ட இலக்கியம் என்பதிலே எவருக்கும் ஐயமில்லை.

1. அகம், புறம் பாகுபாடு

சங்க இலக்கியப் பாடல்களில் காணப்படும் தொன்மை யான மரபுகள் பல உண்டு. அவற்றுள் முதன்மையானது -

---

* உரைநடைக் கோவை: இரண்டாம் பகுதி, ப. 96.

அடிப்படையானது - **அகம்**, புறம் என்னும் பாகுபாடு ஆகும். காதலைப் பற்றிய கற்பனை அகம்; வீரம், கொடை, புகழ் முதலான வாழ்க்கைத் துறைகளைப் பாடுவது **புறம்**. கற்பனைத் தலைவன் தலைவியின் காதலைச் சுட்டி ஒருவர்ப் பெயர் கொளப் பெறாமல் பாடுவது அகப்பாடல்; நாட்டை ஆளும் தலைவனுடைய சிறந்த வீரச் செயல்களையும் கொடைப் பண்பினையும் குடிமக்களுள் சிறந்தவர்களின் அருஞ்செயல்களையும் பிறவற்றையும் பாடுவது புறப்பாடல். இங்ஙனம், அகம், புறம், என்னும் இருதிணை வடிவில் அமைந்த பொருள் இலக்கியம் இன்றும் அறிவுலகிற்குப் புதியது என்றும், தமிழ்மொழி ஒன்றின் கண்ணேதான் காணப்படுவது என்றும் பன்மொழியறிஞர்கள் விதந்து கூறுவர்.

"நம் பிறப்போடு ஒட்டியது, உலகப் பிறப்பை அருளுவது, யாண்டும் பரந்தது, உணர்ச்சியுள் வலியது, ஐம்புலவின்பமும் ஒருங்கு தருவது, எண்ணம் சொல் செயலெல்லாம் இனிப்பது எது? காதல், காதல், காதல். இக் காதலே - இயல்பான பாலுணர்ச்சியே - அகத்திணையிலக்கியத்தின் பாடற்பொருளாம். உலகியலில் வாழ்வியலைக் கண்ட தமிழினத்தின் தனியிலக்கியத்துக்கு வேறு எவ்வுணர்ச்சி பாடுபொருளாக இருக்க முடியும்? இவ் வுணர்ச்சிக்குத் திணையும் துறையும் வகுத்துத் தனியிலக்கியம் காணும் எண்ணம் வேறு எவ்வினத்துக்குத் தோன்ற முடியும்? காதலுக்கு அடுத்த உலகப் பேருணர்ச்சி மறம் ஆதலின், அதற்கும் புறத்திணையென ஒரு தனியிலக்கியம் தமிழர் காண்பாராயினர். காமமும் வீரமும் அல்லது சிறந்த வாழ்க்கையுணர்ச்சிகள் வேறில்லை. இவ்விரண்டிற்கும் இரண்டு இலக்கியங்கள் கண்ட தமிழ்மொழியின் முழுத்திறம் நமக்குப் பெருமிதம் தருவதாகும்" என்னும் மூதறிஞர் **வ.சுப.மாணிக்கத்**தின் கூற்று ஈண்டு மனங்கொளத்தக்கதாகும் (தமிழ்க் காதல், பக்.114-115).

2. அகப்பாடல்களின் அமைப்பும் சிறப்பும்

சங்க அகப்பாடல்கள் **முதற்பொருள்**, **கருப்பொருள்**, **உரிப் பொருள்** என்னும் முப்பொருள் அடிப்படையில் அமைந்துள்ளன. புணர்தல் (குறிஞ்சி), இருத்தல் (முல்லை), ஊடல் (மருதம்), இரங்கல் (நெய்தல்), பிரிதல் (பாலை) என்னும் அடிப்படையான உணர்வு களால் இயன்ற காதல் வாழ்வே அகப்பாடல்களில் **'உரிப்பொருள்'** என்று போற்றப்பட்டது. அந்த வாழ்வை எடுத்துக் காட்டும் பொருள்களாக உள்ள மரம், விலங்கு, பறவை, தொழில் முதலியவை

'கருப்பொருள்கள்' எனப்பட்டன. அந்த வாழ்வுக்குப் பின்னணியாக விளங்கிய நிலமும் பொழுதும் **'முதற் பொருள்'** எனப்பட்டன.

சங்க இலக்கியத்துள் இடம்பெற்றுள்ள அகப்பாடல்கள் அனைத்தும் தலைவன், தலைவி, தோழி, தாய், பாங்கன் முதலானவர்களுள் யாரேனும் ஒருவர் கூற்றாக நாடகப் போக்கில் அமைந்துள்ளன. **'ஒருகூற்று நாடகம்'** (Dramatic monologue) என்ற வகையிலேயே ஒவ்வோர் அகப்பாட்டின் அமைப்பும் உள்ளது. அங்கே கற்பனை மாந்தரின் பேச்சையே கேட்க முடியும்; பாடும் புலவரைக் காணமுடியாது. புலவர் படைத்த நாடக மாந்தர் பேசுதல் உண்டே தவிர, அவர் பேசுவதில்லை.

சங்கப் பாடல்களின் தொகை 2381. அதனுள், அகத்திணை பற்றி அமைந்தவை 1862. சங்கப்புலவர் தொகை 473. அதனுள், அகம் பாடிய சான்றோர் 378 பேர். இப் புள்ளி விவரம், சங்க இலக்கியத்துள் அகத்திணை பேரிடம் பெறுவதைப் புலப்படுத்து வதாகும். பாடல் எண்ணிக்கையால் மட்டுமன்றி, பாடும் முறையாலும் சங்க இலக்கிய அகத்திணைப் பாடல்கள் - காதல் பாடல்கள் - சிறந்து விளங்குகின்றன; நயத்தக்க நாகரிகத்துடன் காணப்படுகின்றன. 'மலரினும் மெல்லிது காமம் சிலர் அதன், செவ்வி தலைப்படுவார்' (குறள் 1289) என்னும் வான்புகழ் வள்ளுவரின் வாய்மொழிக்கு இணங்க, சங்கப் புலவர்கள் மலரினும் மெல்லிய காதல் உணர்வின் செவ்விய நிலைகளை மிகத் திறம்படச் சித்திரித்துக் காட்டியுள்ளனர். "காதலைப் பற்றிப் பாடிய பழந்தமிழ்ப் பாட்டுகளில் பெண்களின் உடல் வருணனை மிகுதியாக இல்லை. காமச் சேர்க்கையைப் பற்றிய குறிப்புகளும் மிகுதியாக இல்லை. காதலரின் உள்ளத்து உணர்வு பற்றிய பாட்டுகளே மிகுதியாக உள்ளன" எனப் பேராசிரியர் **மு.வரதராசனார்** தம் 'தமிழ் இலக்கிய வரலா'ற்றில் (ப.32) சங்க இலக்கியக் காதல் பாடல்களின் நலத்தினைப் போற்றிக் கூறுவது இங்கே மனங்கொளத்தக்கதாகும். அறிஞர் மு.வ.வின் இக்கூற்றுக்கு இலக்கியமாக விளங்க வல்ல சங்க காலக் காதல் ஓவியங்கள் ஒரு சிலவற்றைக் குறித்து இங்கே காண்போம்.

'நல்ல குறுந்தொகை'யில் பயில்வார் நெஞ்சை அள்ளும் ஒரு பாடல். காதல் உணர்வு மீதூர ஒரு தலைவன் தலைவியிடம் பேசுகிறான்: 'என்னுடைய தாயும் உன்னுடைய தாயும் ஒருவருக்கு ஒருவர் எத்தகைய உறவின் முறையினர் ஆவர்? என் தந்தையும்

உன் தந்தையும் எந்த முறையில் உறவினர்? இப்பொழுது ஈருடல் ஒருயிராய் இணைந்திருக்கும் யானும் நீயும் ஒருவரை ஒருவர் எவ்வாறு முன்பு அறிந்தோம்? இம் மூன்றும் இல்லையாகவும், செம்மண் நிலத்திலே பெய்த மழைநீர் அம் மண்ணோடு கலந்து அதன் நிறத்தையும் சுவையையும் பெற்று ஒன்றுபடுவது போல், அன்புடைய நம் நெஞ்சம் இரண்டும், ஒன்றோடொன்று கலந்து தாமாகாவே ஒன்றுபட்டுவிட்டனவே!'

"யாயும் ஞாயும் யாரா கியரோ?
எந்தையும் நுந்தையும் எம்முறைக் கேளிர்?
யானும் நீயும் எவ்வழி அறிதும்?
செம்புலப் பெயல்நீர் போல
அன்புடை நெஞ்சம் தாம்கலந் தனவே"

(குறுந்தொகை, 40)

இப்பாடலை இயற்றிய புலவரின் இயற்பெயர் என்ன வென்று தெரியாது; எனினும், காதலரின் நெஞ்சு கலந்தமைக்குச் செம்புலப்பெயல் நீரை உவமை கூறிய சிறப்பால் இப்பாடலின் ஆசிரியர் '**செம்புலப் பெயல் நீரார்**' என்னும் சிறப்புப் பெயரினைப் பெற்றார். இங்ஙனம் பாடலில் இடம்பெற்ற தொடரால் பெயர் பெற்றவர்களாக 27 பேர் சங்க இலக்கியத்துள் இடம் பெற்றுள்ளனர் (எஸ். வையாபுரிப்பிள்ளை (தொகுப்பும் பதிப்பும்), சங்க இலக்கியம் - இரண்டாம் பகுதி, ப. 1427). அழகிய இக் குறுந்தொகைப் பாடலே இந்நூற்றாண்டில் கவிஞர் **கண்ணதாசன்** 'நேற்று வரை நீ யாரோ? நான் யாரோ?, இன்று முதல் நீ வேறோ? நான் வேறோ' என்ற புகழ்பெற்ற திரையிசைப் பாடலை உருவாக்குவதற்குக் காரணமாக அமைந்தது எனலாம்.

தலைவனுக்கும் தலைவிக்கும் இடையே நிலவும் காதல் உடம்புக்கும் உயிர்க்கும் உள்ள தொடர்பு போன்றதாம். உயிர் உடம்பில் வாழ்தல் போன்றது காதல். உயிர் உடம்பை விட்டுப் பிரியும் சாதல் போன்றது பிரிவு.

"யாக்கைக்கு
உயிர்இயைந் தன்ன நட்பின் அவ்வுயிர்
வாழ்தல் அன்ன காதல்,
சாதல் அன்ன பிரிவரி யோளே." (அகநானூறு,339)

இந்தக் கருத்தினை அடியொற்றியே திருவள்ளுவர் காமத்துப் பாலில்,

"உடம்பொடு உயிரிடை என்னமற்று அன்ன
மடந்தையொடு எம்மிடை நட்பு"

என்னும் குறட்பாவினை (1122) யாத்துள்ளார்.

மேலும், இருபதாம் நூற்றாண்டின் பெரும்புலவராகிய பாரதியாரும் தம் 'குயில் பாட்டு' என்னும் நூலில்,

"காதல் காதல் காதல்
காதல் போயின் காதல் போயின்
சாதல் சாதல் சாதல்"

(பாரதியார் கவிதைகள், ப.243)

என்று பாடியிருப்பதும் மேற்குறித்த சங்கக் கருத்தின் எதிரொலியே ஆகும்.

உலகமே உறங்கிக் கிடக்கும் நள்ளிரவில் தலைவன் தலைவியைச் சந்திக்க வருகிறான். அவன் வரும் வழியோ யானையும் புலியும் பாம்பும் நடமாடுவது; தடம் குறுக்கலும் வழுக்கலும் கொண்டது; மழை இடி மின்னலோடு கூட்டணி அமைத்துக் கொட்டுவது; மரப்பொந்தும் செடித்தூறும் கொடிப்பிணக்கமும் உடையது. இவ்வழியே நடுயாமம் எனக் காலம் பாராதும், உயர்ந்து சரிந்த, சிறிய இட்டிடை என இடம் பாராதும், காதல் வலியே வலியாகத் தலைவன் தலைவியைச் சந்திக்க வந்து கொண்டிருக்கிறான். நெருக்கடியான இந்நிலையில் தலைவியின் நெஞ்சம் எப்படிச் செயற்படுகின்றது தெரியுமா? 'செங்குத்தான, யானை போலும் ஓங்கலின் மேல், கயிறு போலும் ஒற்றைச் சிறுதடத்து இருளில் தலைவர் வருகின்றாரே; ஈரம் வழுக்கிப் படுகுழியில் அவர் விழுதலும் கூடுமே; அருகிருந்து அவரது தளர்ந்த அடி தாங்கி அணைத்தற்கு ஆள் வேண்டுமே!' என்று நீடு நினைந்த அந்தத் தலைவியின் நெஞ்சம் அவளையும் கேளாது - ஆருயிர்த் தோழியிடமும் ஒரு வார்த்தை சொல்லாது - உடனே புறப்பட்டு விடுகின்றதாம்!'

"நன்னர் நெஞ்சம்
என்னொடும் நின்னொடும் சூழாது கைம்மிக்கு...
கான நாடன் வரூஉம் யானைக்
கயிற்றுப் புறத்தன்ன கன்மிசைச் சிறுநெறி...
இருளிடை மிதிப்புழி நோக்கி, அவர்
தளரடி தாங்கிய சென்றது இன்றே!"

(அகநானூறு, 128)

'குறிஞ்சித்திணை வல்லுந'ரான கபிலரின் கைவண்ணத்தில் உருவான கவினுறு காதல் ஓவியம் இது!

"முட்டாச் சிறப்பின் பட்டினம் பெறினும்
வாரிருங் கூந்தல் வயங்கிழை ஒழிய
வாரேன் வாழிய நெஞ்சே!"

(பட்டினப்பாலை, அடி 218 - 220)

எனத் தன் நெஞ்சிற்கு முடிந்த முடிபாகக் கூறும் ஒரு தலைவனைப் பட்டினப்பாலையில் சந்திக்கிறோம். இத்தலைவனுக்கு இணையாக அழுத்தமும் ஆழமும் மிக்க காதலுணர்வு கொண்ட ஓர் ஏழைத் தலைவியைக் கலித்தொகை காட்டுகின்றது.

"ஒன்றன் கூறாடை உடுப்பவரே ஆயினும்
ஒன்றினார் வாழ்க்கையே வாழ்க்கை"

(கலித்தொகை,18)

'இருவரும் ஓர் ஆடையைக் கூறு செய்து உடுத்துவோம். பொருள் இல்லாவிடில் என்ன கெட்டுப்போயிற்று? ஒருவரை ஒருவர் பிரியாது ஒன்றி வாழும் வாழ்க்கையே வாழ்க்கை' என்பது இத்தலைவியின் திட்டவட்டமான - தீர்க்கமான - முடிபு.

தலைவனுடன் சேர்த்துத் தலைவியை வெளியூர்க்கு அனுப்பி வைக்கும் நிலையில், நற்றிணைத் தோழி ஒருத்தி தலைவனிடம் விடுக்கும் வேண்டுகோள் போற்றத்தக்கது. தலைவன் எக்காரணத்தாலும் - அழகின் கவர்ச்சி முற்றிலும் மாறிவிட்ட போதிலும் - தலைவியைக் கைவிடல் கூடாது என்று தலைவனுக்குத் தகைசான்ற ஓர் அறிவுரையினை வழங்குகிறாள் தோழி:

"அண்ணாந்து ஏந்திய வனமுலை தளரினும்
பொன்னேர் மேனி மணியின் தாழ்ந்த
நன்னெடுங் கூந்தல் நரையொடு முடிப்பினும்
நீத்தல் ஓம்புமதி பூக்கேழ்ஊர...நின்
பிழையா நன்மொழி தேறிய இவட்கே"

(நற்றிணை, 10)

இங்ஙனம் காதலரின் உள்ளத்து உணர்வு நிலைகளை அழகாகவும் அழுத்தமாகவும் ஆழமாகவும் ஆற்றலோடும் சித்திரிக்கும் பாடல்களே சங்க இலக்கிய அகப்பாடல்களில் மிகுதியாக உள்ளன.

3. இயற்கைச் சித்திரிப்பு

சங்க இலக்கியத்தின் மையம் மானிட வாழ்வே; இயற்கை அதற்கு உறுதுணையாய் இரண்டாம் இடமே பெறுகின்றது. இன்னொரு வகையாகக் கூறினால், மனிதனின் காதலைப் பாடுவதே சங்க இலக்கியத்தின் முதன்மையான நோக்கம். அந்தக் காதல் கற்பனைக்குப் பின்னணியாகவும் துணையாகவுமே சங்க இலக்கியத்தில் இயற்கை வருணனை அமைகிறது. "இயற்கையை அதற்காகவே வருணித்தல் - கலையழகுடன் தனிச் சொல்லோ வியங்களாக வருணித்தல் - சங்க இலக்கியத்தில் இல்லை எனலாம்" என்ற நுண்மாண் கருத்தினை முதற்கண் கண்டு எழுதியவர் பேராசிரியர் **மு.வரதராசனார்**. 'பழந்தமிழ் இலக்கியத்தில் இயற்கை' என்ற அவரது அறிஞர் பட்டத்திற்கான ஆய்வு நூலில் இக்கருத்தின் விளக்கத்தினைக் காணலாம் (ப.603).

சங்க இலக்கியம் ஏறத்தாழ ஈராயிரத்து நானூறு பாடல் கொண்டது; எல்லாம் தனிப்பாடல்களே. எனினும், இயற்கை யைத் தனிப்பொருளாக - பாடற் பொருளாகக் கொண்டு சங்க இலக்கியத்தில் ஒரு பாடல் கூட இல்லை; சங்க இலக்கியம் தனியாக இயற்கையைப் புனைந்ததில்லை. சங்கப் புலவர்கள் ஏறத்தாழ ஐந்நூறு பேர் உள்ளனர்; அவருள் ஆங்கில இலக்கியத்தில் உள்ளது போல் தனி இயற்கைப் புலவராக யாரும் இலர். '**பாலை பாடிய பெருங்கடுங்கோ**' எனின், பாலைத்திணையின் உரிப்பொருள் பாடிய புலவர் என்பதுவே கருத்தாம்; பாலையின் முதற்பொருளையும் கருப் பொருளையும் பாடியவர் என்பது கருத்தன்று. இவ்விளக்கம் '**மருதன் இளநாகன்**,' '**குறிஞ்சிக் கபிலன்**' என்பவற்றிற்கும் பொருந்தும். "தமிழர்கள் இயற்கையை இயற்கைக்காக இயற்கையாகக் காதலித்தார் அல்லர்; வேறொன்றும் நோக்காது அழகு நோக்கியே அதன் பூப்பிலும் பொலிவிலும் வனப்பிலும் ஈடுபட்டு அகமகிழ்ந்தார் அல்லர். தமிழர் இயற்கையின் பாவை அல்லர். இயற்கை தமிழரின் எண்ணப் பாவை, வாழ்க்கைக் கருவி. மலையையும் மானையும் கடலையும் மீனையும் காரையும் பொழுதையும் செடியையும் கொடியையும் ஒரு பயன் நோக்கியே பார்வை செலுத்தினர்" எனச் சங்க இலக்கியத்தில் இயற்கை பெறும் இடம் குறித்து விளக்குவர் மூதறிஞர் **வ.சுப. மாணிக்கம்** (தமிழ்க் காதல், ப. 190).

இரண்டாம் இடம் - துணை இடம் - என்பது கொண்டு, சங்க இலக்கியத்தில் இயற்கை பெறும் இடம் சாதாரணமானது- மேலோட்டமானது - என்ற முடிவுக்கு யாரும் வந்துவிடக் கூடாது சங்கத் தமிழர்கள் இயற்கையோடு இயைந்த வாழ்வு நடத்தியவர்கள்; சங்கச் சான்றோர்கள் இயற்கையைத் தம் பாடல்களில் நுணுக்கமாகப் பாடியவர்கள். சுருங்கக் கூறின், பண்டைத் தமிழினத்தின் காதல் உள்ளத்தோடு கலந்த ஓர் அக உறுப்பாகவே புற இயற்கை விளங்கிற்று. ஓர் உதாரணத்தால் இக் கருத்தினை விளக்கலாம்.

வினைவயிற் சென்ற ஐங்குறுநூற்றுத் தலைமகன் ஒருவன் தான் மிக விரைந்து வந்ததற்கான காரணத்தைத் தன் காதலியிடம் பின்வருமாறு அறிவிக்கின்றான்:

"நின்னே போலும் மஞ்ஞை ஆல, நின்
நன்னுதல் நாறும் முல்லை மலர,
நின்னே போல மாமருண்டு நோக்க,
நின்னே யுள்ளி வந்தனென்
நன்னுதல் அரிவை காரினும் விரைந்தே"

(ஐங்குறுநூறு, 492)

'மயிலசைவில் உன் சாயலை அறிந்தேன்; முல்லை மலரில் உன் கூந்தல் மணத்தை நுகர்ந்தேன்; மானின் பார்வையில் உன் மருட்சியைக் கண்டேன். மயிலும் முல்லையும் மானும் எனக்கு அவையாகத் தோன்றவில்லை. நீயாகத் தோன்றின. உன்னையே எனக்குக் காட்டின. வழியிடை இயற்கையெல்லாம் உன் உணர்வை எனக்கு மிகுவித்தன; எனவே, வேறொன்றையும் நினையாது உன்னையே நினைத்து ஓடி வந்தேன்' என்கின்றான் காதலன். ஈண்டு, 'மயிலின் சாயல் போலும் உன் சாயலையும், முல்லை போலும் உன் கூந்தல் மணத்தையும், மானின் மருட்சி போலும் உன் கண் நோக்கத்தையும் கண்டேன்' என்ற நடையில் தலைவன் கூறினானல்லன்; 'நின்னே போலும் மஞ்ஞை' என அவற்றுக்கு அவளை உவமைப்படுத்துகின்றான். இதனால் தலைவன் தன் காதல் உள்ளத்தை இயற்கைபால் ஏற்றிக் காண் கின்றான் என்பது பெறப்படும்.

சங்கத் தமிழரின் இயற்கை ஈடுபாட்டினைப் பிறிதொரு நற்றிணைப் பாடல் வாயிலாகவும் உணரலாம். தலைவியின் தாய் சிறுமியாக இருந்த போது தன் தோழியருடன் புன்னை விதைகளை வைத்து மணல் விளையாட்டு விளையாடினாள். அப்போது அவள்

விளையாட்டாக மணலிலே புன்னை விதை ஒன்றைப் புதைத்தாள். அது மெல்ல முளைவிட்டுச் செடியாயிற்று. அவள் அதனிடத்துப் பற்றும் பாசமும் கொண்டு தன் தாய் தனக்குக் கொடுக்கும் தேனும் பாலும் வார்த்து அருமையாகப் பேணி வளர்த்தாள். அந்தப் புன்னையும் வளர்ந்தது. நாளடைவில் அதனிடத்து அவளுக்குத் தாய்மைப் பரிவே பிறந்துவிட்டது. பின்னர் அவளும் வளர்ந்து தாய் ஆனாள். தன் மகளுக்குத் தான் பேணி வளர்த்த புன்னை மரத்தினைக் காட்டி 'உன்னைப் போல் இது குறும்பு எதுவும் செய்யாது; இது உனக்கு மூத்த தமக்கை, என் குழந்தை' என்று அறிமுகம் செய்து வைத்தாள். பிறந்த மகளுக்கும் தன் புன்னைத் தமக்கையிடம் ஒருவகை அன்பு மலர்ந்தது. காலப்போக்கில் குழந்தை வளர்ந்து பெரியவள் ஆனாள். தன் மனத்திற்கு உகந்த ஒரு தலைவனை அடைந்து தலைவியும் ஆனாள். தலைவன் அவளை அடிக்கடி அந்தப் புன்னையின் நிழலிலே கண்டு அளவளாவத் தொடங்கினான். களவு தொடர்ந்தது; வரைவு நீட்டித்தது. இந்நிலையில் தோழிக்குத் தலைவனின் உள்ளத்தில் வரைவு பற்றிய எண்ணத்தைத் தோற்றுவித்து, விரைவில் அவன் தலைவியைத் திருமணம் முடிக்கத் தூண்டும் பெரும்பொறுப்பு எழுந்தது. தலைவனின் மனம் புண்படாத வண்ணம் - அதே நேரத்தில் அவனுக்குக் குறிப்பாக உண்மையை உணர்த்தும் வகையில் - 'தன் தாயால் வளர்க்கப்பட்ட தமக்கையின் முன்னிலையில் உன்னோடு காதல் விளையாட்டில் ஈடுபடத் தலைவி நாணுகிறாள்' என்று கூறினாள் தோழி:

"விளையாடு ஆயமொடு வெண்மணல் அழுத்தி
மறந்தனம் துறந்த காழ்முளை அகைய
நெய்பெய் தீம்பால் பெய்துஇனிது வளர்ப்ப
'நும்மினும் சிறந்தது நுவ்வை ஆகும்' என்று
அன்னை கூறினள் புன்னையது சிறப்பே!
அம்ம! நாணுதும் நும்மொடு நகையே" (நற்றிணை, 172)

இப்பாடலில் புன்னை மரம் ஏதோ ஓர் அஃறிணைப் பொருள் போலவா இடம் பெற்றுள்ளது? நாடி நரம்புகளும் உணர்வும் அறிவும் கொண்டு, பாசமும் பரிவும் பெற்று, நம் நெஞ்சோடு ஒன்றிக் கலந்து உறவாடும் உயர்திணை நிலையில் அல்லவா 'புன்னைத் தமக்கை' காட்சியளிக்கிறாள்!

காளிதாசனின் சகுந்தலை, கண்ணுவ முனிவரை விட்டுப் பிரியும்போது முனிவரின் ஆசிரமத்தில் தான் நீருற்றி வளர்த்த

செடிகளோடு எல்லாம் உறவு கொண்டாடுவாள்; **சர் வில்லியம் ஜோன்ஸ்** என்னும் அறிஞர் சகுந்தலையின் இப்பண்பினைப் பெரிதும் பாராட்டி, இயற்கை அனைத்தையும் உறவாகக் கொள்ளுகிற இந்தியரின் பேருள்ளத்தை எண்ணி எண்ணி வியப்பார். அவர் மேற்குறித்த நற்றிணைப் பாடலைப் படிக்க நேர்ந்திருப்பின், உண்மையில் அத்தகைய பேருள்ளம் தமிழ்ப் பேருள்ளமே ஆகும் என்ற முடிவுக்கு எளிதில் வந்திருப்பார். சகுந்தலை நீரூற்றி மட்டுமே வளர்த்தாள்; நற்றிணைப் பாடலில் வரும் தமிழ்மகளோ பாலூற்றி வளர்க்கிறாள்; இயற்கையுடனான உறவைத் தான் மட்டுமன்றித் தன் மகளும் கொண்டாடுமாறு செய்கிறாள்.

இயற்கையோடு தமக்கை உறவு கொண்டாடி மகிழும் தலைவியை நற்றிணைப் பாடல் காட்ட, இணையாக இருக்கும் இயற்கை உறவுக்கு ஊறு நேர்ந்துவிடக்கூடாது என எண்ணும் பண்பட்ட தலைவனை அகநானூறு காட்டுகின்றது. ‘செய்வினை முடித்த செம்மல் உள்ள’த்தோடு ஒரு தலைவன் கார் காலத்தே மீள்கின்றான். அவன் உள்ளத்திலே வினையை வெற்றியாக முடித்ததால் நிறைவு இருக்கிறது; அந்த நிறைவோடு தலைவியை நினைந்த கனிவும் இருக்கிறது. அந்தக் கனிவு அருளாய் வளர்கிறது. அவன் வரும் வழியிலே தத்தம் துணையொடு மான்களும் வண்டுகளும் மகிழ்வோடு வதிவதைக் காண்கின்றான். தேரொலி கேட்டால் துணையொடு சேர்ந்திருக்கும் மான் அஞ்சுமே என அருளோடு கருதி, ஒலி இன்றி அமைதியாக மெல்லச் செலுத்துமாறு தேர்ப் பாகனிடம் தலைவன் கூறுகின்றான் (அகநானூறு, 134). தம் துணையொடு சேர்ந்து திளைத்துப் பறந்து மலர்களில் தேன் உண்ணும் வண்டுகள் பதறாமல் இருக்க வேண்டும் என்பதற்காகத் தன் தேரிலிருந்து இறங்கி, மணிகளின் நாவைப் பிணித்து ஒலியெழாமல் செய்து, பிறகு தேரைச் செலுத்துகிறான் தலைவன்.

> “பூத்த பொங்கர்த் துணையொடு வதிந்த
> தாதுண் பறவை பேதுறல் அஞ்சி
> மணிநா ஆர்த்த மாண்வினைத் தேரன்” (அகநானூறு, 4)

என அத் தலைவனைச் சிறப்பித்துப் பேசுகின்றது அகநானூற்றுப் பாடல்.

“இயற்கையைத் தானும், தமிழ்ப் புலவர் கையாண்ட முறையில், வேறு எம்மொழிப் புலவரும் கையாண்டிலர். தமிழரின் இயற்கை ஈடுபாட்டைப் பற்றி ஆராயுந்தொறும், எந்நாளும் புதிய

கருத்துக்களையும், வியத்தற்குரிய உண்மைகளையும் கண்டு வருகின்றேன்" என்னும் அறிஞர் **தனிநாயக அடிகளாரின்** (தமிழ்த் தூது, ப.45) கூற்று இங்கே நினைவு கூரத்தக்கதாகும்.

4. புலவர் – அரசர் உறவு

சங்க காலத்தில் நாநய மிக்க புலவர்களுக்கும் நாடாளும் அரசர்களுக்கும் இடையே உயர்ந்த - உணர்ச்சி ஒத்த - நட்பு நிலவியது. 'சொல்லேருழவர்க'ளாம் புலவர்கள் கொடிய வறுமையில் வாடிய நிலையிலும் கொடை உள்ளம் வாய்ந்தவர்களாக விளங்கினர்; அவர்கள் மானமே பெரிதென எண்ணிப் பெருமிதத்துடன் வாழ்ந்தனர். 'வில்லேருழவர்க'ளாம் வேந்தர்களோ கவியுள்ளம் பெற்றவர்களாகவும் விளங்கினர்; அவர்கள் புலவர்களால் பாடப் பெறுவதையே மிகப் பெரும்பேறாக மதித்தனர். இக் கருத்தினை மெய்ப்பிக்கும் வகையில் சங்கப் பாடல்களிலிருந்து ஒரு சில சான்று களைக் காண்போம்.

> **"வாழ்தல் வேண்டிப்**
> **பொய்கூறேன், மெய்கூறுவல்"** (புறநானூறு, 139)

எனச் செம்மாந்த நடையில் முழங்குகின்றார் **மருதனிளநாகனார்**.

> **"பீடில் மன்னர்ப் புகழ்ச்சி வேண்டிச்**
> **செய்யா கூறிக் கிளத்தல்**
> **எய்யா தாகின்றுஎஞ் சிறுசெந் நாவே"** (புறநானூறு,148)

என்பது வாழ்க்கை முழுவதும் வாய்மையறம் பேணி வாழ்ந்து வந்த **வன்பரணர்** என்னும் புலவரின் கூற்று. 'எம் நா' எனக் கூறியதில் ஒரு நயம் உள்ளது. பொய் கூறி வாழ்வு பெறாத காரணத்தால் தாம் வருந்தவில்லை என்பதை அவர் **'எம் நா'** என்ற வகையால் புலப்படுத்துகின்றார்; வாய்மை பேசுவதில் தாம் என்றும் மகிழ்ச்சியே அடைவதைப் புலப்படுத்தத் தமது நாவைச் **'செவ்விய நா'** என்றும் சுட்டுகின்றார். மக்கள் எல்லோருக்கும் உள்ள அளவுதான் தம் நாவும் இருக்கிறது என்பதையும், யாவரும் வாய்மையே பேச முயன்றால் அம்முயற்சி கைகூடும் என்பதையும் காட்டுவார் போல, 'எனது நா மிகப்பெரியதொன்றன்று, சிறியதே' எனக்கூறுபவராய், **'எஞ்சிறு நா'** எனப் புலவர் சொல்லியிருப்பதைக் காணுந்தோறும் மகிழ்ச்சி உண்டாகிறது. 'பெரிய ஓதினும் சிறிய உணராப், பீடு இன்று பெருகிய திருவின், பாடுஇல் மன்னரைப் பாடன்மார் எமரே' (புறநானூறு, 375) என்னும் **உறையூர் ஏணிச்சேரி முடமோசியாரின்** கூற்றும் இங்கே ஒப்புநோக்கத்தக்கதாகும்.

பழந்தமிழ்ப் புலவர்கள் **'செல்வம் என்பது சிந்தையின் நிறைவே'** என்ற கொள்கையின் அடிப்படையில் மன நிறைவுடன் வாழ்ந்தனர் என்பதையும் புறப்பாடல்களால் அறிய முடிகின்றது. வள்ளல் குமணனைப் பாடிப் பரிசில் பெற்று வந்த **பெருஞ்சித்திரனார்** என்னும் புலவர்.

> **"இன்னோர்க்கு என்னாது, என்னொடும் சூழாது,**
> **வல்லாங்கு வாழ்தும் என்னாது, நீயும்**
> **எல்லோர்க்கும் கொடுமதி மனைகிழ வோயே!"**

(புறநானூறு, 163)

என்று தம் மனைவியிடம் கூறுவது கொண்டு, 'பெற்றது மகிழ்ந்து சுற்றம் அருந்தி, ஓம்பாது உண்டு கூம்பாது வீசி' வாழ்ந்தவர் அவர் என்பதை உணர முடிகின்றது. மேலும், 'காணாது ஈத்த இப்பொருட்கு யான்ஓர், வாணிகப் பரிசிலன் அல்லென்' (புறநானூறு, 208) என்று கூறும் நெஞ்சுரம் கொண்டவர்களாகவும் சங்கச் சான்றோர்கள் வாழ்ந்துள்ளனர்.

அஞ்சாமைப் பண்பிலும் அக்காலப் புலவர்கள் சிறந்து விளங்கினர். அதியமான் நெடுமான் அஞ்சிக்காகப் பெண்பாற் புலவரான **ஔவையார்**, தொண்டைமான் என்ற பகைவேந்தனிடம் தூது சென்ற நிகழ்ச்சி (புறநானூறு, 95) இவ்வகையில் சிறப்பாகக் குறிப்பிடத்தக்கதாகும். ஔவையாரை உள்ளிட்ட பெண்பாற் புலவர்கள் முப்பதின்மர் சங்க காலத்தில் இருந்து பாடல் இயற்றினர் என்பது நாம் எண்ணி எண்ணி இறும்பூது கொள்ளத்தக்க செய்தியாகும் (எஸ்.வையாபுரிப் பிள்ளை (தொகுப்பும் பதிப்பும்), சங்க இலக்கியம் - இரண்டாம் பகுதி, ப.1430).

புரவலர்களின் தனிவாழ்வில் அவ்வப்போது ஏற்படும் சிக்கல்களிலும் துன்பங்களிலும் கூடப் பழந்தமிழ்ப் புலவர்கள் அக்கறையுடனும் ஆர்வத்துடனும் பங்கு கொண்டனர். வள்ளல் பேகனின் அக வாழ்க்கையில் சிக்கல் எழுந்தபோது, அவனுடைய மனைவிக்காகப் பரிந்து, **கபிலர்**, **பரணர்**, **அரிசில்கிழார்**, **பெருங்குன்றூர்கிழார்** என்னும் நான்கு புலவரும் பேகனிடம் வேண்டிப் பாடிய உருக்கமான பாடல்கள் புறநானூற்றில் (143-147) உள்ளன. இதே போல், கோப்பெருஞ்சோழனுக்கும் அவனுடைய மக்களுக்கும் பகைமை மூண்டபோது, அது போராக மூளாதபடி தடுத்தாட் கொண்டவர் **புல்லாற்றூர் எயிற்றியனார்** என்னும் புலவர். அந்தச் சோழ மன்னனுக்கு உயிர் நண்பராக விளங்கியவர்

பாண்டிய நாட்டுப் புலவர் **பிசிராந்தையார்**. ஒருவரை ஒருவர் காணாத போதும் அவர்களுக்கு இடையே உள்ளார்ந்த - ஆழமான நட்பு நிலவியது. புலவர் **பொத்தியார்** இந்நட்பின் பெருமையை,

"வருவன் என்ற கோனது பெருமையும்,
அதுபழுது இன்றி வந்தவன் அறிவும்
வியத்தொறும் வியத்தொறும் வியப்பு இறந்தன்றே"

(புறநானூறு, 217)

என விதந்து போற்றியுள்ளார்.

வள்ளல் பாரியின் வாழ்வோடு தம் வாழ்வைப் பிணைத்துக் கொண்டவர் **கபிலர்** என்ற பெரும்புலவர். அந்த வள்ளல் மாண்ட பிறகு அவனுடைய பெண் மக்களுக்கு உதவியாகச் சிலகாலம் வாழ்ந்து (புறநானூறு, 105-120; 200-202) முடிவில் கபிலரும் தம் வாழ்வை முடித்துக் கொண்டது பொன்னெழுத்துக்களால் பொறிக்கத்தக்க ஓர் அவல வரலாறு.

சோழர் குடும்பத்தைச் சார்ந்த நலங்கிள்ளிக்கும் நெடுங் கிள்ளிக்கும் பகை மூண்டபோது (புறநானூறு, 45) - மலைய மானின் மக்களைக் கொல்லச் சோழன் குளமுற்றத்துத் துஞ்சிய கிள்ளிவளவன் முனைந்தபோது (புறநானூறு, 46) - இளந்தத்தன் என்னும் புலவரைப் பகைவரின் ஒற்றனாக வந்தவர் எனத் தவறாகக் கருதிச் சோழன் காரியாற்றுத் துஞ்சிய நெடுங்கிள்ளி அவரைக் கொல்லத் துணிந்தபோது (புறநானூறு, 47) என இவை போன்ற பற்பல நெருக்கடியான சூழல்களில் புலவர் **கோவூர்கிழார்** பாடி யுள்ள புறப்பாடல்கள் பயில்வார் உள்ளத்தை உருக்கும் உணர்ச்சி வாய்ந்தவை.

இதுவரை, பழந்தமிழ்ப் புலவர்களின் சிறப்பியல்புகள் சிலவறைப் பார்த்தோம். இனி, பந்தமிழ்ப் புரவலர்களின் சிறப்பில்புகளைக் குறித்துக் காண்போம்.

"சிறுசொல் சொல்லிய சினம்கெழு வேந்தரை
அருஞ்சமம் சிதையத் தாக்கி, முரசமொடு
ஒருங்கு அகப்படேஎன் ஆயின்...
ஓங்கிய சிறப்பின் உயர்ந்த கேள்வி
மாங்குடி மருதன் தலைவன் ஆக,
உலகமொடு நிலைஇய பலர்புகழ் சிறப்பின்
புலவர் பாடாது வரைக என் நிலவரை"

(புறநானூறு, 72)

என்னும் **பாண்டியன் தலையாலங்கானத்துச் செருவென்ற நெடுஞ் செழியனின்** புறப்பாட்டு, பழந்தமிழ் வேந்தர்களின் நெஞ்சில் புலவர்கள் பெற்றிருந்த பேரிடத்தையும், அவர்கள் புலவர்களின் வாக்கிற்குத் தந்த பெருமதிப்பையும் புலப்படுத்தும்.

'மன்பதை காக்கும் நன்குடிப் பிறத்தல், துன்ப மல்லது தொழுதகவு இல்' *(சிலப்பதிகாரம், காட்சிக் காதை, வரி, 103-104)* என்னும் சேரன் செங்குட்டுவனின் கூற்று, அரச வாழ்க்கையில் உள்ள பெரும்பொறுப்பையும் துன்பத்தையும் உணர்த்தும். இத்தகைய நெருக்கடியும் சிக்கலும் மிக்க அரச வாழ்வில் இருந்துகொண்டே, அருமையான பாடல்கள் பலவற்றை இயற்றியோரைச் சங்க காலத்தில் காண முடிகின்றது.

"இடைப்படக்
குறுகுறு நடந்து, சிறுகை நீட்டி,
இட்டும், தொட்டும், கவ்வியும், துழந்தும்
நெய்யுடை அடிசில் மெய்பட விதிர்த்தும்,
மயக்குறு மக்களை"

(புறநானூறு, 188)

நம் மனக்கண் முன்னே கொண்டுவந்து நிறுத்தும் கவி வலவர் யார் தெரியுமா? **பாண்டியன் அறிவுடை நம்பி** என்னும் மன்னர். நாடாளும் பெரும்பொறுப்பில் உள்ள ஒருவர் - நாளும் பலப்பல பிரச்சினைகளை எதிர்கொள்ளும் நிலையில் உள்ள ஒருவர் - சின்னஞ்சிறு மழலைகளின் செயற்பாடுகளைச் சொல்லோவியமாக்கி இருக்கும் பாங்கு பயில்வார் நெஞ்சை அள்ளுவதாகும்.

"உற்றுழி உதவியும், உறுபொருள் கொடுத்தும்,
பிற்றைநிலை முனியாது கற்றல் நன்றே;
வேற்றுமை தெரிந்த நாற்பா லுள்ளும்
கீழ்ப்பால் ஒருவன் கற்பின்,
மேற்பால் ஒருவனும் அவன்கண் படுமே"

(புறநானூறு, 183)

எனக் கல்விக்கு மிகுந்த ஏற்றம் தந்து பாடியிருக்கும் கவிஞர் யார் தெரியுமா? **பாண்டியன் ஆரியப்படை கடந்த நெடுஞ்செழியன்** என்ற அரசர். 'திருவேறு, தெள்ளியர் ஆதலும் வேறு' என்னும் வள்ளுவர் வாக்கு (374) 'பொய்யாகிப் போன இடம் இது! திருவுடையோராகவும் தெள்ளியராகவும் பாண்டியன் நெடுஞ் செழியன் ஒருங்கே திகழ்வதை இப்புறப் பாடலால் உய்த்துணரலாம்.

"உண்டால் அம்ம, இவ் உலகம்...
தமக்கு என முயலா நோன்தாள்
பிறர்க்கு என முயலுநர் உண்மையானே"

(புறநானூறு, 182)

என இந்த உலகம் இன்னும் நிலைபெற்றிருப்பதற்கான காரணத்தை எடுத்துக்கூறியிருப்பவர் **கடலுள் மாய்ந்த இளம்பெருவழுதி** என்னும் வேந்தர் ஆவார்.

இங்ஙனம் அரசர்களாக, அரச குடும்பத்தைச் சார்ந்தவர்களாக இருந்து புலமை பெற்றுப் பாடியவர்கள் **முப்பத்தொருவர்** ஆவர் (எஸ். வையாபுரிப் பிள்ளை (தொகுப்பும் பதிப்பும்), சங்க இலக்கியம் - இரண்டாம் பகுதி, பக். 1430-31). அவர்கள் பழந்தமிழ் இலக்கியத்தில் இடம்பெறும் அளவிற்குப் புலமைச் செல்வமும் பெற்றிருந்தமை போற்றத்தக்கதாகும். சங்க கால அரசப் புலவர்களின் வரிசையில் **ஆரிய அரசன் யாழ்ப் பிரமதத்தனும்** இடம்பெற்றிருந்தது இங்கே சிறப்பாகக் குறிப்பிடத்தக்க ஒரு செய்தியாகும்.

5. ஒருலக மனப்பான்மை

வெண்டல் வில்கி என்ற அமெரிக்க அரசியல் அறிஞர் எழுதி வெளியிட்ட '**ஒரே உலகம்**' (One World) என்னும் நூல் மக்களால் பெரிதும் வரவேற்கப்பட்டது. அந்நூலில் அவர், '**வருங்காலத்தில் நம் சிந்தனை உலகளாவிய முறையில் பரந்திருத்தல் வேண்டும்**' (In future our thinking must be world - wide) எனக் குறிந்திருந்த கருத்து, இருபதாம் நூற்றாண்டு அறிவுலகிற்குப் பெருமகிழ்ச்சியினை அளித்தது. ஆயின், இக்கருத்தினைப் படிக்கும் தமிழராகிய நம் முகத்தில் குமிண் சிரிப்பு அரும்பி நிற்கின்றது. ஏன் தெரியுமா? இருபது நூற்றாண்டுகளுக்கு முன்னமேயே தமிழ்ச் சான்றோர் இக் கருத்தினை நன்கு உணர்ந்திருந்தனர்; உணர்ந்ததோடு மட்டுமன்றி, அதனை உயர்ந்த இலக்கிய வடிவில் உரைத்தும் இருந்தனர்.

'யாதும் ஊரே; யாவரும் கேளிர்!' (புறநானூறு, 192)

'எத்திசைச் செலினும் அத்திசைச் சோறே!' (புறநானூறு, 306)

'பெரிதே உலகம்; பேணுநர் பலரே!' (புறநானூறு, 207)

என வரும் புறநானூற்றுப் பாடல் வரிகள், பண்டைத் தமிழரின் உலகளாவிய பார்வையினைப் புலப்படுத்தவல்லனவாகும். "சங்க இலக்கியச் சிறப்பியல்புகளுள், நம் கருத்தைக் கவரும் சிறந்த பண்பு 'ஒன்றே உலகம்' என்ற உயரிய மனப்பான்மையாம்" என்னும் அறிஞர் **தனிநாயக அடிகளாரின்** கருத்து ஈண்டு மனங்கொளத்தக்கதாகும் (தமிழ்த் தூது, ப.30)

6. இக்காலத் தன்மை

எத்துணைப் பழமை வாய்ந்ததாக இருப்பினும், எக்காலத்திற்கும், எந்நாட்டவர்க்கும் இலக்கியச் சுவை நல்க வல்ல சிறப்பியல்பு சங்க இலக்கியத்திற்கு உண்டு. பண்டைய உரையாசிரியர்கள், **'முக்காலத்தினும் ஒத்தியல் தன்மை'** என்னும் தொடரால் இப் பண்பினைக் குறிப்பர். நாம் இக்காலத்திற்கு ஏற்ப, அதனை **'இக்காலத்தன்மை'** (Modernity) என்ற சொல்லால் சுட்டலாம். இங்ஙனம் 'முன்னைப் பழமை'யும் 'பின்னைப் புதுமை'யும் கைகோர்த்துச் செல்லும் இடங்கள் சங்க இலக்கியத்துள் பற்பல உண்டு. சான்றாக, அவற்றுள் ஒரு சிலவற்றை இங்கே காணலாம்.

ஒவ்வொரு சொல்லிலும் தொடரிலும் ஆழ்ந்த கருத்தின் திட்பமும் வாழ்க்கை அனுபவத் தெளிவும் விளங்கக் கணியன் பூங்குன்றனார் பாடியுள்ள புகழ்பெற்ற புறப்பாடல் இதோ:

"யாதும் ஊரே; யாவரும் கேளிர்;
தீதும் நன்றும் பிறந்தர வாரா;
நோதலும் தணிதலும் அவற்றோ ரன்ன;
சாதலும் புதுவது அன்றே; வாழ்தல்
இனிதுஎன மகிழ்ந்தன்றும் இலமே; முனிவின்
இன்னாது என்றலும் இலமே...
நீர்வழிப் படூஉம் புணைபோல் 'ஆருயிர்
முறைவழிப் படூஉம்' என்பது திறவோர்
காட்சியின் தெளிந்தனம் ஆதலின் மாட்சியின்
பெரியோரை வியத்தலும் இலமே;
சிறியோரை இகழ்தல் அதனினும் இலமே!"

(புறநானூறு, 192)

பூங்குன்றனார் தம் வாழ்க்கையிலே பெற்ற உயர்ந்த தெளிவை இனிதே உணர்த்தும் பாட்டு இது; தத்துவ ஞானிகள் கண்ட சிறந்த முடிவை எளிய முறையில் தெளிவுற உணர்த்தும் பாட்டு இது. உயர்ந்த உணர்வுக்கு அழகிய, நிலையான வடிவம் தருவது பாட்டு என்றால், இப்பாடலும் அத்தகைய இலக்கியச் செல்வம் ஆகும்.

"இன்னாது அம்ம, இவ் உலகம்;
இனிய காண்க, இதன் இயல்பு உணர்ந்தோரே"

(புறநானூறு, 194)

என்பது பக்குடுக்கை நன்கணியார் கற்றுத்தரும் வாழ்க்கைப் பாடம். உலகை அல்லது வாழ்க்கையை நம்பிக்கையோடு பார்க்கும் இந்நூற்றாண்டுப் பார்வையுடன் (Optimism) இப் புறநானூற்றுப் பாடற் கருத்து ஒத்துச் செல்வது குறிப்பிடத் தக்கது.

> "நல்லது செய்தல் ஆற்றீர் ஆயினும்,
> அல்லது செய்தல் ஓம்புமின்!"   (புறநானூறு, 195)

என்பது நரிவெரூஉத்தலையாரின் நயமான அறிவுரை. உலக மக்கள் அனைவரது உள்ளங்களிலும் கல்வெட்டாய்ப் பொறிக்கப்பட வேண்டிய அனுபவ மொழி இது.

> "வழிபடு போரை வல்அறி தீயே;
> பிறர்பழி கூறுவோர் மொழி தேறலையே;
> நீமெய் கண்ட தீமை காணின்,
> ஒப்ப நாடி, அத்தக ஒறுத்தி;
> வந்து,அடி பொருந்தி, முந்தை நிற்பின்,
> தண்டமும் தணிதி!"   (புறநானூறு,10)

என்பது சோழன் நெய்தலங்கானல் இளஞ்சேட் சென்னிக்கு ஊன் பொதி பசுங்குடையார் சூட்டியுள்ள புகழாரம். இது இந்த நூற்றாண்டிற்கும் - இன்றைய அலுவலர், ஆட்சியாளர் அனைவர்க்கும் - பொருந்தி வருகின்ற ஒரு கருத்துரை ஆகும்.

> "ஒருவனை ஒருவன் அடுதலும் தொலைதலும்
> புதுவது அன்று; இவ் உலகத்து இயற்கை"
>   (புறநானூறு, 76)

என இடைக்குன்றூர்கிழார் தம் புறப்பாடலில் அன்று பாடிய கருத்து, இன்றைக்கும் ஏற்புடைய ஒன்றாகும்

7. உவமை நயம்

சங்க இலக்கியங்களில் பெரும்பாலும் அமைந்த அணிகள் தன்மை நவிற்சியும் உவமையுமாம். இவ்விரண்டினுள், பொருள்களைத் தெளிவுறுத்துவது உவமையாகும். 'உவமையின் நயம் சங்க நூல்களிற் போலப் பிற்கால நூல்களிற் காணல் இயலாது' என்பர் 'பதிப்பு வேந்தர்' உ.வே. சாமிநாதையர் (குறுந்தொகை மூலமும் உரையும், 'நூலாராய்ச்சி,' ப.90). 'சங்கப்புலவர் காணும் உவமைகள், பொருளோடு ஒத்த தன்மையால் நெருக்கம் உடையனவாய் நின்று, உணர்வுக்கு இன்பஞ் செய்வனவாம்' என்பர் **பண்டிதமணி மு. கதிரேசச் செட்டியார்** (உரைநடைக் கோவை: இரண்டாம் பகுதி,

ப. 101) இவ்விரு அறிஞர்களின் கருத்துக்களை மெய்ப்பிக்கும் வகையில் இங்கே நயமும் நுட்பமும் பொருத்தமும் பொலிவும் வாய்ந்த சங்க இலக்கிய உவமைகள் ஒருசிலவற்றைக் காண்போம்.

கதிரவன் கடுமையாகக் காய்ந்து கொண்டிருக்கும் நேரம். ஒரு வெம்மையான பாறை. பாறையின் மேல் வெண்ணெய் வைக்கப்பட்டிருக்கிறது. அவ்வெண்ணெயைப் பாதுகாத்துக் கொண்டிருப்பவன் கையில்லாத ஓர் ஊமையன்; அவன் தன் கண்ணினாலே பாதுகாக்க முயலுகின்றான். வெயில் ஏற ஏற, வெண்ணெய் உருகத் தொடங்குகிறது. அவ்வெண்ணெய் உருகாமல் காக்க நினைக்கிறான் ஊமையன். அதனை எடுத்துப் பிறிதோர் இடத்தில் வைத்துப் பார்க்கலாம் என்றால், அவனுக்குக் கைகள் இல்லை; பிறரைக் கூவி அழைத்துப் பாதுகாக்கச் செய்யலாம் என்றால், அவனோ பேச இயலாத ஊமை. இந்நிலையில், பாவம் அவன் என்னதான் செய்வான்? இந்த ஊமையனின் நிலையில் தான் காதல் நோயின் தாக்குதலுக்கு ஆளான தலைவனும் இருக்கிறான். காதல் நோயை அடக்கிப் பார்ப்பதற்கு உரிய ஆற்றலும் பொறுமையும் அவனிடம் இல்லை; பிறரிடம் வெளியிடுவதற்கு உரிய நிலையினையும் அவன் பெறவில்லை. 'சொன்னாலும் வெட்கம்; சொல்லாவிட்டால் துக்கம்'. இந்நிலையில் காதல் நோய் நெஞ்சில் அவனையும் மீறி மெல்ல மெல்லப் பரவுகின்றது; அவனுக்குப் பொறுத்தற்கு அரிய துன்பத்தினைத் தருகின்றது.

> "ஞாயிறு காயும் வெவ்வறை மருங்கில்
> கையில் ஊமன் கண்ணின் காக்கும்
> வெண்ணெய் உணங்கல் போலப்
> பரந்தன்று இந்நோய் நோன்றுகொளற்கு அரிதே"
>
> (குறுந்தொகை, 58)

என்பது தன் காதல் நெஞ்சை நிலைநிறுத்த இயலாமல் கலங்கும் ஒரு தலைவனின் பட்டறிவில் பிறக்கும் அழகிய உவமை. இங்கே காதல் உருக்கத்திற்கு வெண்ணெய் உருகுவதை உவமை காட்டியிருப்பது ஒரு நயம்; சிறப்பு.

உயர்ந்த பண்பாளரின் உறவு எப்பொழுதும் உயர்வுடையதாகவே இருக்கும். இவ்வுறவு, தாமரையின் குளிர்ந்த தாது ஊதி, மலையுச்சியில் உள்ள சந்தன மரத்தில் கட்டிய இனிய தேன் போல் மிக்க உயர்வு உடையது என நற்றிணை முதற் பாடலில் உவமை கூறுகிறார் கபிலர்:

> "தாமரைத் தண்தாது ஊதி மீமிசைச்
> சாந்தின் தொடுத்த தீந்தேன் போலப்
> புரைய மன்ற புரையோர் கேண்மை"   (நற்றிணை, 1)

மலர்களில் உயர்ந்தது தாமரை. மரங்களில் உயர்ந்தது சந்தனம். தாமரை, நீர்வளம் மிக்க பொய்கையில் வளர்வது. சந்தனம், வளமான மலையின் உச்சியில் வளர்வது. பிறப்பிடம், சூழ்நிலை, சேருமிடம், விளங்கும் தன்மை இவற்றால் சிறப்புப் பெற்றதோடு மட்டும் அல்லாமல், இனிமையும் நிறைந்தது இவ்வாறு தொடுக்கப்பட்ட தேன். ஆதலின் உயர்ந்த காதலரின் சிறந்த பண்புக்கு எல்லா வகையாலும் பொருத்தமான உவமையாகும் இது.

மனத்தினாலேயே சிந்தித்து உணரத்தக்க மிக உயர்ந்த உவமைகளையும் சங்கப் பாடல்களில் காண முடிகின்றது. நற்றிணைத் தலைவன் ஒருவன் தன் காதலியின் இனிய பண்புகளுக்குக் கூறும் உவமை இவ்வகையில் நினைவுகூரத்தக்கது.

> "உள்ளிய வினைமுடித் தன்ன இனியோள்"   (நற்றிணை, 3)

'காதலியின் கூட்டுறவில் கிடைக்கும் இன்பம், கருதிய கடமையைச் செய்து முடிக்கும்போது கிடைக்கும் இன்பத்திற்கு இணையானது' என்பது மனத்தால் அறியப்பட வேண்டிய உவமையாகும்.

பிற்காலத்து இலக்கியங்களில் வரும் உவமைகள் பலவும் சங்கப் பாடல்களுக்குக் கடன்பட்டவை எனலாம். சங்க இலக்கியங்களில் அந்த உவமைகள் இயல்பாக அமைந்து காணப்படுகின்றன. ஓர் எடுத்துக்காட்டு: பிற்காலத்து இலக்கியங்களில் மகளிர் கண்களுக்கு மாவடுவை உவமிக்கக் காண்கின்றோம். ஆயின், சங்க இலக்கிய ஆட்சியிலே ஒரு வேற்றுமை உண்டு; அவ்வேற்றுமையோடு விளங்கும் உவமையே பொருந்துவதாக உள்ளது. மாவடுவையே உவமை கூறுவது பின்னை மரபு; இரும்புக் கத்தியால் நடுவே அரியப் பெற்று இரண்டு துண்டு ஆக்கப்பெற்ற மாவடுவை உவமை கூறுவது சங்க இலக்கிய மரபு. இவ்வாறு இரண்டு துண்டு ஆக்கப்படும்போதுதான், கண்ணின் கருவிழிக்கும் மற்ற வடிவ அமைப்புக்கும் ஏற்ற உவமைப் பொருத்தம் பொலிகின்றது:

> "எஃகுற்று
> இருவேறு ஆகிய தெரிதரு வனப்பின்
> மாவின் நறுவடி போலக் காண்தொறும்
> மேவல் தண்டா மகிழ்நோக்கு உண்கண்"   (அகநானூறு, 29)

இங்ஙனம் சங்கச் சான்றோரின் உவமைகள் பல வியக்கத் தக்கனவாக விளங்குகின்றன. பேராசிரியர் ரா.சீனிவாசனின் 'சங்க இலக்கியத்தில் உவமைகள்' என்னும் ஆய்வு நூல் ஈண்டுக் குறிப்பிடத் தக்கதாகும்.

8. உள்ளுறையும் இறைச்சியும்

சிறந்த இலக்கியங்கள் என்னும் தகுதியைப் பெறுவதற்குக் குறிப்புப் பொருள் ஆட்சி மிகவும் இன்றியமையாதது; குறிப்புப் பொருள் இல்லாதவை இலக்கிய அரங்கிலே இடம் பெறுவதற்கு உரிமை உடையன ஆகமாட்டா. வேறு வகையாகக் கூறினால், சிறந்த இலக்கியங்கள் எனத் தக்கவை 'வெள்ளை'யாக அமையாமல், பயில்தொறும் பண்புடைமை காணக்கூடிய சான்றோரது தொடர்பு போல் நவில்தொறும் நயம் காட்டி நிற்கும்; சொல்லுக்கு உரிய நேர்பொருள் அளவிலே கட்டுப்பட்டு வறிதே நின்றுவிடாமல், உட்பொருள் பொதிய அமையும். இவ்வகையில் நோக்கும் போது, சங்க இலக்கியம் குறிப்புப் பொருள் கொண்டதாகவும், பயில்கின்றவனும் பாவலனின் படைப்புணர்வோடு பங்குகொண்டு பகிர்ந்துகொள்ள இடம் நல்குவதாகவும் அமைந்திருப்பதை உணர முடிகின்றது. "உய்த்துணர இடம் வகுத்துக் குறிப்புப் பொருள் என்னும் தத்துவத்துக்கே பெருமை தருவனவாகிய உள்ளுறையும் இறைச்சியும் சங்க இலக்கியத்தின் சிறப்பியல்புகளாகும்" என்று பேராசிரியர் மரா.போ. குருசாமி இக்கருத்தினை விளக்குவர் (தமிழ் நூல்களில் குறிப்புப் பொருள், ப.115).

'ஒல்காப் பெரும்புகழ்த் தொல்காப்பியர்' பொருள் இலக்கணத்தில் வகுத்துக் காட்டிய குறிப்புப் பொருள் உத்திகள் பலவற்றுள்ளும் **உள்ளுறையும் இறைச்சியுமே** தனிப்பெருஞ் சிறப்புடையன. சங்கத்துச் சான்றோரும் இவ்விரண்டு உத்திகளையே மிகச் சிறப்பாகக் கையாண்டுள்ளனர். இனி, உள்ளுறை, இறைச்சி பற்றிய தொல்காப்பியரின் கருத்துக்களையும், அவை சங்கப் பாடல் களில் அமைந்திருக்கும் பாங்கினையும் குறித்துக் காண்போம்.

திணையுணர்வதற்கு உதவுவன இரண்டு; ஒன்று, உள்ளுறை யுவமம்; இன்னொன்று, ஏனையுவமம். இவற்றுள், உள்ளுறை என்பது கருப்பொருள்களுள் 'தெய்வம்' தவிரப் பிறவற்றை நிலைக்களமாகக் கொண்டு அமைக்கப் பெறும். கவிஞன் தான் மனத்துட் கொண்ட கருத்தினை வெளிப்படையாகச் சொல்ல விரும்பாமல், குறிப்பாகப் புலப்படுத்த நினைக்கும்போது உள்ளுறையுவமம் என்ற உத்தியைக்

கையாளுவான். 'யான் சுட்டும் கருத்துக்கு ஒத்த வகையில் இதன் பொருள் அமைவதாக' என மனத்துட் கொண்டு, கருப்பொருள் வருணனையிலே தான் கருதியதை உட்பொதிந்து பாடுவது உள்ளுறையுவமமாகும். இக்கருத்துக்களைப் புலப்படுத்தும் தொல்காப்பிய நூற்பாக்கள் வருமாறு:

"உள்ளுறை உவமம் ஏனை உவமமெனத்
தள்ளா தாகும் திணையுணர் வகையே."

"உள்ளுறை தெய்வம் ஒழிந்ததை நிலன் எனக்
கொள்ளும் என்ப குறியறிந் தோரே."

"உள்ளுறுத்து இதனோடு ஒத்துப்பொருள் முடிகஎன
உள்ளுறுத்து இறுவதை உள்ளுறை யுவமம்."

(அகத்திணையியல், நூ. 46 - 48)

காட்டாக, சங்க இலக்கியத்தில் இவ்வுள்ளுறை உவமம் நன்கு அமைந்த ஓர் அகநானூற்றுப் பாடலைக் காண்போம். வாழையும் பலாவும் செழிப்பாக விளைகின்ற மலைநாட்டுத் தலைவன் ஒருவன் தலைவியைத் திருமணம் செய்துகொள்ளும் எண்ணம் இல்லாமல் களவொழுக்கத்திலேயே நாள் கடத்திக் கொண்டிருக்கிறான்; அவனுக்கு வரைவெண்ணத்தை ஊட்ட விரும்புகிறாள் தோழி. அப்பொழுது குறிஞ்சி நிலத்தின் கருப்பொருளான குரங்கு அவளது நினைவிற்கு வருகின்றது. உடனே தலைவனின் நாட்டையும் கருப்பொருளையும் கூறுவது போல் அவனுடைய இயல்பைக் குறிப்பாகச் சுட்டிக்காட்டி வரைவு கடாவுகிறாள் தோழி. "முதிர்ந்த வாழைக் கனிகளையும் இனிய பலாவையும் உண்டு, சுனையில் உண்டாகிய தேனைத் தேனென்றே அறியாமல் உண்ட ஓர் ஆண்குரங்கு, மிளகுக்கொடி படர்ந்த சந்தன மரத்தில் ஏற மாட்டாது, பூக்களால் ஆகிய படுக்கையில் களிப்புற்று உறங்கும். இத்தகைய எதிர்பாராத இன்பத்தை உன் மலையில் உள்ள பல்வேறு விலங்குகளும் எளிதில் அடையும் நாடனே; நீ குறித்து முயன்றால் இத்தகைய இன்பங்கள் உனக்குக் கிடைப்பது அரிதோ?" என்பது தலைவனிடம் அவள் தொடுக்கும் வினா:

"கோழிலை வாழைக் கோள்முதிர் பெருங்குலை
ஊழுறு தீங்கனி உண்ணுநர்த் தடுத்த
சாரற் பலவின் சுளையொடு ஊழ்படு
பாறை நெடுஞ்சுனை விளைந்த தேறல்

அறியாது உண்ட கடுவன் அயலது
கறிவளர் சாந்தம் ஏறல் செல்லாது
நறுவீ அடுக்கத்து மகிழ்ந்துகண் படுக்கும்
குறியா இன்பம் எளிதின் நின்மலைப்
பல்வேறு விலங்கும் எய்தும் நாட!
குறித்த இன்பம் நினக்குஎவன் அரிய?" *(அகநானூறு, 2)*

தேனினை உண்டு ஆண்குரங்கு மயங்கியது போல் தலைவன் களவில் மயங்கினான் என்பதும், சந்தன மரத்தில் ஏற மாட்டாது பூக்களால் ஆகிய படுக்கையில் மயங்கிக் கிடக்கிறது குரங்கு என்பதால், வரைவு என்னும் உயர்செயலில் விருப்பமின்றிக் களவு ஒழுக்கத்திலேயே காலம் கடத்துகிறான் தலைவன் என்பதும் தோழியினால் இங்குக் குறிப்பாகச் சுட்டப்படுகின்றன. 'குறியா இன்பம்' என்பது 'களவின்பம்' எனவும், 'குறித்த இன்பம்' என்பது 'வரைவின்பம்' எனவும் பொருள் கொள்ளும் வகையில் இங்கே தோழி கூறியுள்ளமையும் கருதத்தக்கதாகும். நாட்டின் வளத்தைப் புலப்படுத்துவதன் வாயிலாக, உள்ளுறையாக வரைவின் இன்றியமையாமை எடுத்துரைக்கப்படுதலை ஈண்டு உணரலாம்.

இனி, இறைச்சி பற்றிய கருத்துக்களுக்கு வருவோம்.

இறைச்சி என்னும் சொல்லுக்குக் 'கருப்பொருள்' என்ற பொருள் உண்டு. சொல்லால் பெறப்படும் பொருளுக்குப் புறத்தே குறிப்புப் பொருள் அமைய வருவது இறைச்சி ஆகும். 'மணியடித்தால் மணியோசையின் பின் நுட்பமாகியதோர் ஓசை உண்டாதல் போலச் சொற்பொருட்குப் புறத்தே பின்னும் ஒரு பொருள் தோன்றும்' என இதனை நுண்ணிதின் விளக்குவர் அறிஞர். ஆழ்ந்திருக்கும் கவியுளம் காணவல்லார்க்கு இறைச்சி வாயிலாகவும் குறிப்புப் பொருள் புலப்படும். பிரிவாற்றாது வருத்திய காலத்து, அன்பு கொள்ளத்தக்க கருத்துக்களைக் கருப்பொருள்களின் உட்கருத்து வகையால் குறித்தலும் உண்டு. இக்கருத்துக்களுக்கு உரிய தொல்காப்பிய நூற்பாக்கள் வருமாறு:

"இறைச்சி தானே பொருட்புறத் ததுவே."

"இறைச்சியிற் பிறக்கும் பொருளுமா ருளவே
திறத்தியல் மருங்கின் தெரியு மோர்க்கே."

"அன்புறு தகுந இறைச்சியுட் சுட்டலும்
வன்புறை யாகும் வருந்திய பொழுதே."

(பொருளியல், நூ.35 - 37)

சான்றாக, இறைச்சிப் பொருள் அமைந்த பாலை பாடிய பெருங்கடுங்கோவின் குறுந்தொகைப் பாடல் ஒன்றினைக் காண்போம். அதில் வரும் தோழி, 'தலைவர் மிக்க அன்புடையவர்; அவர் சென்ற பாலை நிலத்தில் களிறு தன் பிடியை அன்போடு பாதுகாத்து நிற்கும் காட்சியைக் கண்டு நின்னைப் பாதுகாக்கும் தன் கடமையை எண்ணி விரைவில் மீள்வர்' என்று கூறித் தலைவனின் பிரிவினை ஆற்றாது வருந்தி நிற்கும் தலைவியை ஆற்றுவிக்கின்றாள்.

"நசைபெரிது உடையர் நல்கலும் நல்குவர்
பிடிபசி களைஇய பெருங்கை வேழம்
மென்சினை யாஅம் பொளிக்கும்
அன்பின தோழி அவர் சென்ற ஆறே" (குறுந்தொகை, 37)

என்பது தோழி கூற்று. இங்கே பெண் யானையின் பசியைப் போக்குவதற்காகக் களிறு யா மரத்தின் பட்டையை உரித்துக் கொடுக்கும் அன்புக் காட்சியைக் காட்டுகிறார் பெருங்கடுங்கோ. இக்காட்சி தலைவனுக்குத் தலைவியின் பேரன்பினை நினைவூட்டி, விரைவில் தலைவன் மீண்டு வருவதற்குத் தூண்டுதலாய் அமையும் என்ற குறிப்புப் பொருள் பயப்பதே இறைச்சி எனப்படும். 'உச்சிமேற் புலவர்கொள் நச்சினார்க்கினிய'ரும் தம் தொல்காப்பியப் பொருளியல் உரையில் இக்குறுந்தொகைப் பாடலில் இறைச்சிப் பொருள் இடம்பெற்றுள்ளதாகவே குறிப்பிட்டுள்ளார்.

இங்ஙனம் சங்க இலக்கியக் களஞ்சியத்துள் குறிப்புப் பொருள் செறிவாக அமைந்த மணிகளையும் மாலைகளையும் நிரம்பக் காணலாம்.

9. உளவியற் புலமை

சங்கப் புலவர்கள் இயற்கையை ஆழ்ந்து ஆராய்ந்து அழகுறப் பாடியிருப்பதுடன், மக்கள் உள்ளத்தையும் மிக நுண்ணிதாக அய்ந்து, உளவியற் பயிற்சியும் புலமையும் மிக்கவராய் மிளிர் கின்றனர். அகத்திணைத் துறைகளுள் பெரும்பாலானவை மனித உள்ளத்தின் இயல்பை நுட்பமாகப் புலப்படுத்துவனவாகும். "சங்க இலக்கியத்திற்குப் பிறிதொரு பெயர் சூட்டுக என்று கேட்டால், தயங்காமல் **'உளவியல் இலக்கியம்'** எனக் குறிப்பிடலாம். அகத்திணைப் பாடல்கள் நூற்றுக்கு நூறும் புறத்திணைப் பாடல்கள் நூற்றுக்கு எழுபத்தைந்தும் 'உளவியல்' பற்றியனவே ஆகும். ஏதேனும் ஒரு மனநிலையை மட்டுமே அல்லது அம் மனநிலை விளைவுக்குரிய சூழலை மட்டுமே அவை பாடுபொருளாய்க் கொண்டவை" (சங்க

இலக்கிய ஒப்பீடு - இலக்கியக் கொள்கைகள், ப.212) எனச் சங்கப் பாடல்களில் அடிப்படையாக அமைந்துள்ள உளவியற் பாங்கினைச் சுட்டிக் காட்டுவர் பேராசிரியர் **தமிழண்ணல்**. அவரது கருத்தின் ஒளியில், படுமரத்து மோசீகிரனார் என்னும் புலவர் பாடியுள்ள குறுந்தொகைப் பாடல் ஒன்றின் நயத்தினையும் நுட்பத்தினையும் ஈண்டுக் காண்போம்.

குறுந்தொகைத் தலைவி ஒருத்தி, பிரிந்து சென்ற தன் தலைவன் வருவான், வருவான் என்று எதிர்பார்த்து, வழி மேல் விழி வைத்து, ஆர்வத்தோடும் ஏக்கத்தோடும் காத்திருக்கிறாள். பலமுறை தலைவன் வருவது போல் தேரொலி கேட்டும், செய்தி கேள்விப் பட்டும் உண்மையில் அவன் வராமல் போகவே, அவள் ஏமாந்து ஏங்கி வருந்த நேரிடுகின்றது. இந்நிலையில் ஒருநாள் பாணன் வேகமாக ஓடிவந்து 'தலைவன் வருகிறான்' என்ற செய்தியைத் தலைவியிடம் கூறுகிறான். தலைவியால் நம்பவும் முடியவில்லை; நம்பாமல் இருக்கவும் முடியவில்லை; சுருங்கக் கூறின், அவளுக்குக் கையும் ஓடவில்லை, காலும் ஓடவில்லை. கரை கடந்த மகிழ்ச்சி வெள்ளம் அவளது உள்ளத்தில் பொங்கிப் பெருக்கெடுக்கின்றது. அதே நேரத்தில் தலைவன் வருவது உண்மை தானா என்பதை உறுதிப்படுத்திக் கொள்ளவும் அவளது உள்ளம் விழைகின்றது. ஆர்வ மிகுதியால் உந்தப்பட்டுப் பாணனிடம் பன்னிப் பன்னிப் பேசித் தன் மட்டற்ற மகிழ்ச்சியை வெளிப்படுத்துகிறாள் அவள்: 'நீயே நேரில் பார்த்தாயா? அல்லது யாரும் பார்த்தவர்கள் கூறக் கேட்டாயா? இதில் எது உண்மை என்பதைத் தெளிய விரும்புகிறேன், பதில் சொல். யார் மூலம் காதலர் வரவைக் கேள்விப்பட்டாய்? அங்ஙனம் நற்செய்தியைக் கூறியவர் யாராயினும், யானைகள் படிந்து நீராடும் சோணையாற்றங்கரையிலே இருக்கின்ற, செல்வ வளம் மிக்க பாடலிபுத்திரத்தையே பரிசிலாகப் பெறுவாராக!"

"நீகண் டனையோ? கண்டார்க் கேட்டனையோ?
ஒன்று தெளிய நசையினம் மொழிமோ!
வெண்கோட்டு யானை சோணை படியும்
பொன்மலி பாடலி பெறீஇயர்!
யார்வாய்க் கேட்டனை காதலர் வரவே?"

(குறுந்தொகை, 75)

நமக்கு ஒன்று கிடைக்காதா - நம் வாழ்வில் ஒன்று நடக்காதா - என்று நாம் ஏக்கத்தோடு காத்திருக்கும்போது, அது கிடைக்கும்படியான- நடக்கும்படியான - சூழல் ஓரளவு தெரிந்தாலும் போதும்

- அது உண்மை தானா என்று உறுதிப்படுத்திக் கொள்ளவே நம் மனம் முந்தும். அப்படிக் கிடைத்தற்கரிய ஒன்று நமக்குக் கிடைக்கப் போவதாக - நாம் நீண்ட நெடுங்காலம் எதிர்பார்த்துக் காத்திருந்த ஒன்று நம் வாழ்வில் நடக்கப் போவதாக - ஒருவர் வந்து செய்தி சொன்னால், நல்ல செய்தியைச் சொன்ன அவருக்கு எதை வேண்டுமானாலும் பரிசிலாக அள்ளித் தரலாம் என்றே நம் மனம் விரும்பும்; செய்தி பொய்யான ஒன்றாக இருந்துவிடக் கூடாது என்றே நம் மனம் மீண்டும் அலைபாயும். இத்தகைய **'உளவியல் அடிப்படைப் பாடல்கள்'** சங்க இலக்கியத்துள் நிரம்பக் காணப்படுகின்றன.

'பெண்ணின் இயல்பை **ஷேக்ஸ்பியரைத்** தவிர வேறு எவரேனும் அறிவர் எனக் கூறுவாரெனின், அவர் அறிவிலர்; அன்றேல் பேரறிஞர்' என்பர் அறிஞர். பெண் உள்ளத்தை- இயல்பை - நன்கு ஆராய்ந்து அதனை நுட்பமாகப் படைத்துக் காட்டுவதிலும் நம் சங்கச் சான்றோர்கள் சிறந்து விளங்குகின்றனர்; பேரறிஞர்களாகத் திகழ்கின்றனர். ஓர் எடுத்துக்காட்டு:

> "முளிதயிர் பிசைந்த காந்தள் மெல்விரல்
> கழுவுறு கலிங்கம் கழாஅது உடீஇக்
> குவளை உண்கண் குய்ப்புகை கமழத்
> தான்துழந்து அட்ட தீம்புளிப் பாகர்
> இனிதுஎனக் கணவன் உண்டலின்
> நுண்ணிதின் மகிழ்ந்தன்று ஒண்ணுதல் முகனே"

(குறுந்தொகை, 167)

தான் அரிதின் முயன்று பெரிதும் பாடுபட்டுச் சமைத்த ஓர் உணவு வகையினை உண்டு 'இனிது' எனக் கணவன் பாராட்டிக் கூறும்போது, மனைவி அடையும் மகிழ்ச்சியே தனி; கூடலூர் கிழார் இரண்டாயிரம் ஆண்டுகளுக்கு முன்பு பாடியுள்ள இக்குறுந் தொகைப் பாடற் பொருள், இன்றைய கணிப்பொறிக் காலத்திற்கும் நூற்றுக்கு நூறு பொருந்தி வருவதாகும். மேலை நாட்டுப் பத்திரிகை ஒன்று 'ஒரு பெண்ணுக்கு அவளது கணவனின் எந்தப் பேச்சு மிகுந்த மகிழ்ச்சியைக் கொடுக்கும்?' என்ற வினாவினைக் கேட்டு, அதற்கான விடையினைப் பல்லாயிரக்கணக்கான வாசகர்களிடமிருந்தே திரட்டி வெளியிட்டது. பத்திரிகையின் பெரும்பாலான வாசகர்கள் அளித்திருந்த விடை இதுதான்: 'கணவன் தன் சமையலைப் பாராட்டிக் கூறும்போதுதான் ஒரு பெண் மிகுந்த மகிழ்ச்சி அடைவாள்!' இங்ஙனம் ஆண், பெண்

இருபாலாரின் நுண்ணியல்களை எல்லாம் உளவியல் பாங்கோடும் பண்போடும் வெளிப்படுத்தும் பாடல்களைச் சங்க இலக்கியத்துள் பரக்கக் காணலாம். "சங்கவிலக்கியம் 1862 அகப்பாடல் உடைய காதலிலக்கியம். ஒவ்வொரு பாடலிலும் ஆண் பெண் உள்ளங்கள் உள்ளன. இப்பாடல்களைக் கற்பவர் 3724 காதல் உள்ளங்களைப் பற்றிய அறிவு பெறுவர்" (தமிழ்க் காதல், ப.469) என்னும் மூதறிஞர் **வ.சுப.மாணிக்கனாரின்** கருத்து இங்கே நினைவுகூரத்தக்கதாகும்.

10. சங்க இலக்கிய மாண்பு

பண்டிதமணி மு. கதிரேசனார் சென்னையில் கூடிய குறுந்தொகை மாநாட்டில் நிகழ்த்திய தலைமையுரையில் குறிப்பிட்டிருப்பது போல், "மொழி வளமும், பொருள்களின் இயற்கையை உள்ளபடி எடுத்து விளக்கும் ஆற்றலும், உவமையழகும், ஊன்றிப் படிப்பார்க்கு உணர்ச்சியின்பம் ததும்பச் செய்யும் இயல்பும் ஒருங்கமைந்து விளங்குவன சங்க இலக்கியங்களேயாகும்" (உரைநடைக் கோவை: இரண்டாம் பாகம், ப.95). முத்தாய்ப்பாகச் சங்க மொழியிலேயே கூற வேண்டுமாயின், சங்க இலக்கியத்தின் மாண்பு 'நிலத்தினும் பெரிது; வானினும் உயர்ந்தது; கடலினும் ஆழம் மிக்கது' எனலாம்.

இத்தொகுப்பு

'சங்க இலக்கிய இன்கவித் திரட்டு' என்னும் தொகை நூல் திருநெல்வேலி, தென்னிந்திய சைவ சித்தாந்த நூற்பதிப்புக் கழகத்தின் சார்பில் 1940-ஆம் ஆண்டில் வெளிவந்தது. அதில் இயற்கை நிலை, ஆடவர் இயல்பு, மகளிர் இயல்பு, இல்லறம், அரசியல்பு, சான்றாண்மை, வீரம், காதல், வாழ்க்கை முறை, அறிவின்பம் என்னும் பத்து பாகுபாடுகளில் நூறு பாடல்கள் தெரிவு செய்யப் பெற்றிருந்தன. கழகத் தமிழ்ப் புலவர் திரு. **தி.சு.பாலசுந்தரம் பிள்ளை (இளவழகனார்)** எழுதிய அரிய விளக்கங்கள் அந்நூலுக்குப் பீடும் பெருமையும் சேர்த்தன. "சங்க இலக்கியங்கள், தூய சான்றோர்களின் திருவுள்ளப் பிழிவுகளாகும். அவை வாழ்வின் ஊற்றுக்கள்; வைப்பின் நிதியங்கள்; மிக்க பெருந்தன்மை வாய்ந்தவை; வஞ்சியாமலும் அஞ்சாமலும் அறமே உரைப்பவை.... கருத்து நுணுக்கங்களுக்குச் சங்க இலக்கியங்களையே கொள்கலம் என்னலாம். 'தமிழ்க் கடல்' என்று சொன்னால், அவற்றிற்கு அது தகும்" (சங்க இலக்கிய இன்கவித் திரட்டு, பக்.4-5) என்னும் பதிப்புரைக் குறிப்பு இங்கே மனங்கொளத் தக்கது.

'சங்க இலக்கிய இன்கவித் திரட்டுக்குப் பிறகு, சங்க இலக்கியம் பற்றிய குறிப்பிடத்தக்க தொகை நூல் (Anthology) எதுவும் வெளி வரவில்லை. அன்னைத் தமிழுக்குச் செம்மொழித் தகுதியைத் தேடித் தந்ததில் சங்க இலக்கியங்கள் மோனையைப் போல முன்னே நிற்பவை. இத்தகு சீரும் சிறப்பும் வாய்ந்த சங்க இலக்கியங்களில் இருந்து தெரிந்தெடுத்த பாடல்களின் தொகுப்பு இந்திய இலக்கியப் பேரவையான சாகித்திய அகாதெமியின் சார்பில் வெளிவருவது என்பது காலத்தின் தேவை; கட்டாயமும் கூட. அரிதினும் அரிதான அந்தப் பொறுப்பினை என்னிடம் ஒப்படைத்த சாகித்திய அகாதெமி யினருக்கு என் நெஞ்சார்ந்த நன்றி என்றென்றும் உரியதாகும்.

இத்தொகுப்பைப் பொறுத்த வரையில் பின்பற்றப்பட்டுள்ள நெறிமுறைகள் வருமாறு:

1. அடி வரையறையைக் கருத்தில் கொண்டு எட்டுத் தொகை நூல்களில் இருந்து சிறந்த பாடல்கள் தொகுக்கப் பெற்றுள்ளன. முதலில் குறுகிய அடிவரையறையில் அமைந்த **ஐங்குறுநூறு**, அடுத்து, சற்றே நீண்ட அடிவரையறையுடன் கூடிய **குறுந்தொகை**, தொடர்ந்து இடைப்பட்ட அடிவரையறையைக் கொண்ட **நற்றிணை**, பிறகு நீண்ட அடி வரையறையால் ஆன **அகநானூறு** (நெடுந்தொகை), முத்தாய்ப்பாக மிக நீண்ட அடிவரையறையைப் பெற்ற **கலித்தொகை** என்னும் வரிசையில் இத்தொகுப்பில் பாடல்கள் சேர்க்கப் பெற்றுள்ளன. ஓர் அடிக்கருத்து, அடிவரையறையின் அடிப்படையில் எப்படி எல்லாம் பரிணாமமும் பரிமாணமும் பெறுகின்றது என்பதை அறிவதற்கு இவ் வைப்பு முறை பெரிதும் உதவும்.

2. புறப்பொருண்மையில் முதலில் பொதுநிலையில் அமைந்த புறநானூறு, அடுத்து, சிறப்பு நிலையில் சேர மன்னர்களைப் பற்றிய பதிற்றுப்பத்து என்னும் முறையில் பாடல்கள் இந்நூலில் சேர்க்கப் பெற்றுள்ளன.

3. பத்துப்பாட்டைப் பொறுத்த வரையில்,

"முருகு, பொருநாறு, பாண் இரண்டு, முல்லை,
பெருகு வள மதுரைக் காஞ்சி, மருவினிய
கோல நெடுநல்வாடை, கோல் குறிஞ்சி, பட்டினப்
பாலை, கடாத்தொடும் பத்து"

என்னும் பழம்பாடலின் அடிப்படையில் பாடல்கள் அமைக்கப் பெற்றுள்ளன.

4. பத்துப்பாட்டில் செம்பாதி இடத்தைப் பெறுபவை ஆற்றுப் படைகள். அவையாவன: திருமுருகு ஆற்றுப்படை, பொருநர் ஆற்றுப் படை, சிறுபாண் ஆற்றுப்படை, பெரும்பாண் ஆற்றுப்படை, மலைபடு கடாம் (கூத்தர் ஆற்றுப்படை). இவ்வரிசையிலேயே இத் தொகுப்பில் ஐந்து ஆற்றுப்படை நூல்களும் இடம்பெற்றுள்ளன. ஆற்றுப்படையின் அமைப்பையும் அழகையும் அறிந்து இன்புறு வதற்கு ஏதுவாகப் **பொருநராற்றுப்படை** இத்தொகுப்பில் முழுமை யாகச் சேர்க்கப் பெற்றுள்ளது.

5. பத்துப்பாட்டுள் மிகச் சிறியது முல்லைப்பாட்டு; இது 103 அடிகளால் ஆனது. நோக்கு நெறி நின்று பத்துப்பாட்டுள் ஒரு பாட்டின் அமைப்பையும் அழகையும் நுணுகிக் கற்பதற்கு ஏதுவாக, **முல்லைப்பாட்டு** முழுவடிவில் இத்தொகுப்பில் சேர்க்கப் பெற்றுள்ளது.

6. முதல் வாசிப்பில் படிப்பதற்கு அரிதாகத் தோன்றும் சங்க இலக்கியம், சற்றே முறையான பயிற்சியும் முயற்சியும் மேற்கொண்டு அணுகும்போது வாசகருக்கு வசப்படும். **பண்டிதமணி மு.கதிரேசனார்** வழிகாட்டுவது போல், "சங்க இலக்கியங்களுள் ஒரு சிலவற்றைத் தெளிவாகப் பொருள் உணர்ந்து படித்து அடிக்கடி பழகி வருவோமாயின் அந்நடையும் நமக்கு எளிமையாக அமையும்" (உரைநடைக் கோவை: இரண்டாம் பகுதி, ப.96).

"பத்துப்பாட் டாதிமனம் பற்றினார் பற்றுவரோ
எத்திசையும் பொருட்கிசையா இலக்கணமில் கற்பனையே"

என்று சங்க நூல்களின் தனிப்பெருமையைப் போற்றுவார் மனோன் மணிய ஆசிரியர் **சுந்தரனார்**.

'தமிழ் விடு தூது' ஆசிரியர், '**மூத்தோர்கள் பாடியருள் பாட்டும் தொகையும்**' என்று சங்க இலக்கியங்களுக்குச் சூட்டும் புகழாரமும் இங்கே மனங்கொளத்தக்கதாகும்.

இங்ஙனம் **தொன்மை, தூய்மை, தனித்தன்மை, வளமை** முதலான செவ்வியல் பண்புகளைத் தன்னகத்தே கொண்ட சங்க இலக்கியங்களை நோக்கி இன்றைய கணினி யுகத்து வாசகர்களை ஆற்றுப்படுத்துமாயின், இதுவே இத்தொகை நூலுக்குக் கிடைக்கும் மாபெரும் வெற்றி ஆகும்.

இத்தொகை நூலின் உருவாக்கத்தில் உற்றுழி உதவிய அனைத்து நல்ல உள்ளங்களுக்கும் இத்தருணத்தில் என் நன்றியறிதலைக் காணிக்கை ஆக்குகின்றேன். தமிழ் கூறு நல்லுலகம் இம் முயற்சியை வரவேற்றுப் போற்றும் என எதிர்நோக்குகின்றேன்.

1. எட்டுத் தொகை

I

ஐங்குறுநூறு

ஐங்குறுநூறு மூன்று அடிச் சிற்றெல்லை முதல் ஆறு அடிப் பேரெல்லை வரையுள்ள பாடல்களைக் கொண்டது. **பத்துக்களாகப் பாடிய முறை** இந்நூலுக்கு அமைந்த தனித் தன்மையாகும். ஐங்குறுநூறு, ஒரு திணைக்கு நூறு பாடல்களைக் கொண்டு, ஐந்நூறு குறும்பாடல்களின் தொகை நூலாகத் திகழ்கிறது. இதில் மருத நூறு பாடியவர் ஓரம்போகியார்; நெய்தல் நூறு அம்மூவனாராலும் குறிஞ்சி நூறு கபிலராலும் பாலை நூறு ஓதலாந்தையாராலும் முல்லை நூறு பேயனாராலும் பாடப் பெற்றுள்ளன. இந்நூலைத் தொகுத்தவர் **புலத்துறை முற்றிய கூடலூர்கிழார்**; தொகுப்பித்தவன் **யானைக்கட்சேய் மாந்தரஞ்சேரல் இரும்பொறை.**

ஒவ்வொரு நூறும் பத்துப் பத்துப் பாடல்கள் கொண்ட பத்துப் பகுதிகளாக உள்ளது. இவற்றுள் ஒவ்வொன்றும் 'பத்து' என்று குறிக்கப்படுகின்றது. ஒவ்வொரு பத்தும் தனித்தனியான கட்டுக்கோப்பு உடையது. இது பொருள் அமைப்பினாலோ, இதனுள் அமைந்த பத்துப் பாடல்களிலும் இடம்பெறும் ஏதேனும் ஒரு சொல்லினாலோ பெயர் இடப்பட்டிருக்கின்றது.

இந்நூலுக்குப் பழைய உரை ஒன்று உள்ளது; இவ்வுரை நூல் முழுமைக்கும் கிடைக்காமல் போனது ஒரு பெருங்குறையே.

பேராசிரியர் சோ.ந.கந்தசாமியின் ஐங்குறுநூறு ஆராய்ச்சித் தெளிவுரை பிப்ரவரி, 2014-இல் வெளிவந்திருப்பது குறிப்பிடத் தக்கது.

1. மருதம்
ஆசிரியர்: ஓரம்போகியார்
வேட்கைப் பத்து

'வேட்கை' என்றால் விருப்பம்; 'வேட்டேம்' என்றால் 'விரும்பினோம்' என்று பொருள். இப்பகுதியில் வரும் பத்துப் பாடல்களும் 'விரும்பி வாழ்த்தினோம்' என்ற பொருளில் 'வேட்டேம்' என்று முடிவதால் இது 'வேட்கைப் பத்து' எனப் பெயர் பெற்றது.

தோழி கூற்று

'வாழி ஆதன், வாழி அவினி!
நெல்பல பொலிக! பொன்பெரிது சிறக்க!'
எனவேட் டோளே, யாயே; யாமே,
'நனைய காஞ்சிச் சினைய சிறுமீன்
யாணர் ஊரன் வாழ்க!
பாணனும் வாழ்க!' எனவேட் டேமே.   (1)

புறத்தொழுக்கத்திலே நெடுநாள் ஒழுகி, 'இது தகாது எனத் தெளிந்த மனத்தனாய், மீண்டு தலைவியோடு கூடி ஒழுகாநின்ற தலைமகன் தோழியோடு சொல்லாடி, 'யான் அவ்வாறு ஒழுக, நீயிர் நினைத்த திறம் யாது?' என்றாற்கு அவள் சொல்லியது. (புறத் தொழுக்கம் - பரத்தையரோடு கூடி வாழும் ஒழுகலாறு).

அருஞ்சொற்பொருள்:

ஆதன் - சேர மன்னர் குரப்பெயர். அவினி- அக் குடியில் பிறந்த மன்னன். வேட்டோள்- விரும்பினாள், நனைய - அரும்புகளை உடைய. சினைய - சினைகளை உடைய. ஊரன் - மருத நிலத் தலைவன்.

'வாழி ஆதன், வாழி அவினி!
விளைக வயலே! வருக இரவலர்!'
எனவேட் டோளே, யாயே; யாமே,
'பல்இதழ் நீலமொடு நெய்தல் நிகர்க்கும்
தண்துறை ஊரன் கேண்மை
வழிவழிச் சிறக்க!' எனவேட் டேமே.   (2)

இதுவும் அது.

அருஞ்சொற்பொருள்:

நீலம் - கருங்குவளை. நிகர்க்கும் - போலே மலரும். கேண்மை - காதல் தொடர்பு.

'வாழி ஆதன், வாழி அவினி!
பால்பல ஊறுக! பகடுபல சிறக்க!'
எனவேட் டோளே, யாயே; யாமே,
'வித்திய உழவர் நெல்லொடு பெயரும்
பூக்கஞல் ஊரன் தன்மனை
வாழ்க்கை பொலிக!' என வேட்டேமே. (3)

இதுவும் அது.

அருஞ்சொற்பொருள்:

பகடு - எருமை, வித்திய - விதைத்த. பூக்கஞல் - பூக்கள் நிரம்பிய.

'வாழி ஆதன், வாழி அவினி!
பகைவர் புல்ஆர்க! பார்ப்பார் ஓதுக!'
எனவேட் டோளே, யாயே; யாமே,
'பூத்த கரும்பின், காய்த்த நெல்லின்
கழனி ஊரன் மார்பு
பழனம் ஆகற்க!' எனவேட் டேமே. (4)

இதுவும் அது.

அருஞ்சொற்பொருள்:

புல் - புல்லரிசிச் சோறு. கழனி - வயல். பழனம் - ஊர்ப் பொதுநிலம்.

உள்ளுறை உவமம்

1. பூத்துப் பயன்படாத கரும்பு, ஈன்று பயன்படாப் பொதுப் பெண்டிர்
2. காய்த்துப் பயன்படும் நெல் - மகப்பயந்து பயன்படும் குலமகளிர்
3. கழனி - தலைவன்

சிறப்புக் குறிப்பு

தலைவனின் கழனியில் கரும்பும் நெல்லும் ஒருங்கே இருத்தல் போல, இவன் பொதுமகளிரையும் குல மகளிரையும் ஒப்ப நினைப்பவன் என்ற உள்ளுறைப் பொருளைப் பழைய உரையாசிரியர் குறித்துள்ளார். ஆனால், அவனுடைய மார்பு எல்லார்க்கும் பயன்படும் பொது நிலம் போல் ஆகிவிடக் கூடாது என்பது தோழியின் வேணவா ஆகும். அவன் மார்பு தனக்குரிமை பூண்ட குலமகளிரைத் தவிரப் பொதுப் பெண்டிரால் தழுவப் பெறுதல் கூடாது என்பது கருத்து (சோ.ந.கந்தசாமி, ஐங்குறுநூறு: ஆராய்ச்சித் தெளிவுரை, ப4).

'வாழி ஆதன், வாழி அவினி!
பசிஇல் லாகுக! பிணிசேண் நீங்குக!'
எனவேட் டோளே, யாயே; யாமே,
'முதலைப் போத்து முழுமீன் ஆரும்
தண்துறை ஊரன் தேர்எம்
முன்கடை நிற்க' எனவேட் டேமே. *(5)*

இதுவும் அது.

அருஞ்சொற்பொருள்:

சேண் - நெடுந்தொலைவு. போத்து - இளமுதலை. முழுமீன் - வளர்ந்து முதிர்ந்த மீன், ஆரும் - தின்னும். முன்கடை - வீட்டு வாயில் முன்.

'வாழி ஆதன், வாழி அவினி!
வேந்துபகை தணிக! ஆண்டுபல நந்துக!'
எனவேட் டோளே, யாயே; யாமே,
'மலர்ந்த பொய்கை, முகைந்த தாமரைத்
தண்துறை ஊரன் வரைக!
எந்தையும் கொடுக்க!' எனவேட் டேமே! *(6)*

களவினில் பல நாள் ஒழுகி வந்து, வரைந்து கொண்ட தலைமகன் தோழியோடு சொல்லாடி, 'யான் வரையாது ஒழுகுகின்ற நாள் நீயிர் இங்கு இழைத்திருந்த திறம் யாது?" என்றாற்கு அவள் சொல்லியது.

அருஞ்சொற்பொருள்:

நந்துக - வளர்க. யாண்டு - ஆண்டு. பொய்கை - நீர்நிலை. முகைந்த - மொக்கு அவிழ்ந்த.

'வாழி ஆதன், வாழி அவினி!
அறம்நனி சிறக்க! அல்லது கெடுக!'
எனவேட் டோளே, யாயே; யாமே,
'உளைப்பூ மருதத்துக் கிளைக்குருகு இருக்கும்
தண்துறை ஊரன் தன்ஊர்க்
கொண்டனன் செல்க!' எனவேட் டேமே. *(7)*

இதுவும் அது.

அருஞ்சொற்பொருள்:

உளை - பஞ்சு. மருதம் - மருத மரம். கிளை - சுற்றம். குருகு - நீர் வாழ் பறவை.

சிறப்புக் குறிப்பு

தலைவன் தலைவியைத் தன்னூர்க்குக் கொண்டு செல்லுதல் என்பது திருமணம் செய்து கொண்டு போதலை உணர்த்திற்று.

இறைச்சிப் பொருள்

மருதத்துக் கிளையில் பறவைகள் தங்குதல் போல், தலைவன் மணம் முடித்துக் கொண்டு இல்லறம் புரியும் பொழுது உறவினரும் விருந்தினரும் தங்குவர் என்பது இறைச்சிப் பொருள் (ஐங்குறுநூறு: ஆராய்ச்சித் தெளிவுரை, ப.16).

'வாழி ஆதன், வாழி அவினி!
அரசுமுறை செய்க! களவுஇல் லாகுக!'
எனவேட் டோளே, யாயே; யாமே,
'அலங்குசினை மாஅத்து அணிமயில் இருக்கும்
பூக்கஞல் ஊரன் சூள்இவண்
வாய்ப்ப தாக!' எனவேட் டேமே. *(8)*

இதுவும் அது.

அருஞ்சொற்பொருள்:

அலங்கு சினை - அசைகின்ற தளிர். மாஅத்து - மாமரத்தின் மீது. அணி - அழகான.

'வாழி ஆதன், வாழி அவினி!
நன்றுபெரிது சிறக்க! தீதுஇல் லாகுக!'
எனவேட் டோளே, யாயே; யாமே,
கயல்ஆர் நாரை போர்வில் சேக்கும்

தண்துறை ஊரன் கேண்மை
அம்பல் ஆகற்க!' எனவேட் டேமே.   (9)

இதுவும் அது.

அருஞ்சொற்பொருள்:

கயல் ஆர் நாரை - கயல் மீனைத் தின்னும் நாரை. போர் - வைக்கோல் போர். சேக்கும் - தங்கும், அம்பல் - ஊரார் வாய்க்குள் முணுமுணுத்துப் பரப்பும் பழிமொழி.

'வாழி ஆதன், வாழி அவினி!
மாரி வாய்க்க! வளம்நனி சிறக்க!
எனவேட் டோளே, யாயே; யாமே,
'பூத்த மாஅத்துப் புலால்அம் சிறுமீன்
தண்துறை ஊரன் தன்னொடு
கொண்டனன் செல்க!' எனவேட் டேமே.   (10)

இதுவும் அது.

அருஞ்சொற்பொருள்:

மாரி - மழை. புலால் - கவிச்சி.

2. நெய்தல்

ஆசிரியர்: அம்மூவனார்

வெள்ளாங்குருகுப் பத்து

வெள்ளாங்குருகு என்பது நீர்ப்பறவை இனத்துள் ஒன்று. இதனை 'உள்ளாங்குருவி' என்றும் அழைப்பர். இப்பகுதியில் வரும் பத்துப் பாடல்களும் வெள்ளாங்குருகின் செய்தியைப் பெற்று வருவதால் இப்பகுதி 'வெள்ளாங்குருகுப் பத்து' என்று பெயரிடப் பெற்றது.

1

தலைவி கூற்று

வெள்ளாங் குருகின் பிள்ளை செத்தெனக்
காணிய சென்ற மடநடை நாரை
மிதிப்ப, நக்க கண்போல் நெய்தல்

கள்கமழ்பு ஆனாத் துறைவற்கு
நெக்க நெஞ்சம் நேர்கல் லேனே.   (151)

வாயில் வேண்டிய தோழிக்குத் தலைவி வாயில் மறுப்பாள் சொல்லியது.

சிறப்புக் குறிப்பு

'செத்தென' என்ற சொல் கருதியது என்று பொருள்படும்.

அருஞ்சொற்பொருள்:

காணிய - காண்பதற்காக. மட - இளமையான. நக்க - இதழ் விரிந்த. கள் - தேன். கமழ்பு - மணம். ஆனா - குறையாத. நெக்க - உருகி உடைந்து போன.

2

தலைவி கூற்று

வெள்ளாங் குருகின் பிள்ளை செத்தெனக்
காணிய சென்ற மடநடை நாரை
கையறுபு இரற்றும் கானலம் புலம்பத்
துறைவன் வரையும் என்ப;
அறவன் போலும்; அருளுமார் அதுவே.   (152)

தலைமகள் வாயில் மறுத்துழி, 'இவன் நின்மேல் தொடர்ச்சியில் குறைவிலன்; அருளும் உடையன்; ஆதலால், நீ இவனோடு புலத்தல் தகாது' என நெருங்கி, வாயில் நேர்விக்கும் தோழிக்கு அவள் சொல்லியது.

அருஞ்சொற்பொருள்:

கையறுபு - செயலற்று. இரற்றும் - ஒலிக்கும் கானலம் - கடற்கரைப் பகுதி, வரையும் - திருமணம் செய்யும். அறவன் - அறமுடையவன்.

3

தோழி கூற்று

வெள்ளாங் குருகின் பிள்ளை செத்தெனக்
காணிய சென்ற மடநடை நாரை
உளர, ஒழிந்த தூவி குவவுமணல்
போர்வில் பெறூஉம் துறைவன் கேண்மை
நன்னெடுங் கூந்தல் நாடுமோ மற்றே?   (153)

பரத்தையிற் பிரிந்து வாயில் வேண்டிய தலைமகன் கேட்கு மாற்றால் வாயிலாய்ப் புகுந்தாற்குத் தோழி கூறியது.

அருஞ்சொற்பொருள்:

உளர - அலகால் கோதி அலைக்க. ஒழிந்த - உதிர்ந்த. தூவி - சிறகு. குவவு - திரண்ட, குவிந்த. போர்வு - மணல் மேடு.

4

தலைவி கூற்று

வெள்ளாங்குருகின் பிள்ளை செத்தெனக்
காணிய சென்ற மடநடை நாரை
கானல் சேக்கும் துறைவனோடு
யான்எவன் செய்கோ? பொய்க்கும்இவ் வூரே. *(154)*

தோழி வாயில் வேண்டி நெருங்கிய வழி, வாயில் மறுக்கும் தலைமகள் சொல்லியது.

அருஞ்சொற்பொருள்:

கானல் - கடற்கரை. சேக்கும் - தங்கும்.

5

தலைவி கூற்று

வெள்ளாங் குருகின் பிள்ளை செத்தெனக்
காணிய சென்ற மடநடை நாரை
பதைப்பத் ததைந்த நெய்தல் கழிய
ஓதமொடு பெயரும் துறைவற்குப்
பைஞ்சாய்ப் பாவை ஈன்றனென் யானே! *(155)*

பல வழியானும் வாயில் நேராளாகிய தலைமகள், 'மகப்பேற்றிற்கு உரித்தாகிய காலம் கழிய ஒழுகுகின்றாய்' என நெருங்கிய தோழிக்குச் சொல்லியது.

அருஞ்சொற்பொருள்:

ததைந்த - நெருங்கிய. ஓதம் - கடல் அலை. பெயரும் - நீங்கும். பைஞ்சாய் - தண்டாங்கோரை என்னும் புல்வகை. பாவை - விளையாட்டுப் பொம்மை.

6
தோழி கூற்று

வெள்ளாங் குருகின் பிள்ளை செத்தெனக்
காணிய சென்ற மடநடை நாரை
பதைப்ப ஒழிந்த செம்மறுத் தூவி
தெண்கழிப் பரக்கும் துறைவன்
எனக்கோ காதலன்; அனைக்கோ வேறே!   (156)

பரத்தையிடத்து வாயில் விட்டு ஒழுகுகின்ற தலைமகனது வாயிலாய் வந்தார்க்குத் தோழி வாயில் மறுத்தது.

அருஞ்சொற்பொருள்:

செம்மறுத் தூவி - சிவந்த வரிகளை உடைய சிறிய இறகு. தெண்கழி - தெளிந்த நீரினை உடைய கழி. பரக்கும் - பரவும். அனைக்கு - அன்னைக்கு; தலைவிக்கு.

7
தலைவி கூற்று

வெள்ளாங் குருகின் பிள்ளை செத்தெனக்
காணிய சென்ற மடநடை நாரை
காலை இருந்து மாலைச் சேக்கும்
தெண்கடல் சேர்ப்பனொடு வாரான்,
தான்வந் தனன்எம் காத லோனே!   (157)

பரத்தையிற் பிரிந்து, வாயில் வேண்டி ஒழுகுகின்ற தலைமகன், புதல்வன் வாயிலாக வரும் எனக் கேட்டு அஞ்சிய தலைமகள், புதல்வன் விளையாடித் தனித்து வந்துழிச் சொல்லியது.

உள்ளுறை உவமம்

கருப்பொருள்	உள்ளுறை
1. நாரை	தலைவன்
2. வெள்ளாங்குருகு	பரத்தை

3. காலை முதல் மாலையிலும் வெள்ளாங்குருகுடன் தங்குதல் பகுவிலும் இரவிலும் பரத்தையருடன் தங்குதல்.

அருஞ்சொற்பொருள்:

சேர்ப்பன் - கடல் நிலத் தலைவன்.

8

தோழி கூற்று

வெள்ளாங் குருகின் பிள்ளை செத்தெனக்
காணிய சென்ற மடநடை நாரை
கானலம் பெருந்துறைத் துணையொடு கொட்கும்
தண்ணம் துறைவ! கண்டிகும்
அம்மா மேனிஎம் தோழியது துயரே. *(158)*

பரத்தை புலந்துழிப் புலவி நீக்குவானாய், அஃது இடமாக வந்தமை அறிந்த தோழி தலைமகற்கு வாயில் மறுத்தது.

அருஞ்சொற்பொருள்:

கொட்டும் - உலவித் திரியும். அம் - அழகிய. மா - மாந்தளிர் போன்ற.

9

வெள்ளாங் குருகின் பிள்ளை செத்தெனக்
காணிய சென்ற மட நடை நாரை
பசிதின அல்கும் பனிநீர்ச் சேர்ப்ப!
நின்ஒன்று இரக்குவென் அல்லேன்;
தந்தனை சென்மோ கொண்ட இவள்நலனே! *(159)*

மறாமற் பொருட்டு உண்டிக் காலத்து வாயில் வேண்டி வந்த தலைமகற்குத் தோழி கூறியது.

அருஞ்சொற்பொருள்:

அல்கும் - தங்கும். பனி - குளிர்ந்த. செல்மோ - செல்க.

10

வெள்ளாங்குருகின் பிள்ளை செத்தெனக்
காணிய சென்ற மடநடை நாரை
நொந்ததன் தலையும் நோய்மிகும் துறைவ!
பண்டையின் மிகப்பெரிது இனைஇ
முயங்குமதி பெரும! மயங்கினள் பெரிதே! *(160)*

புலந்த காதற்பரத்தை புலவி தீராது தலைமகன் வாயில் வேண்டி வந்தான் என்றது அறிந்த தலைமகள் வாயில் மறுத்தது.

அருஞ்சொற்பொருள்:

இனைகி - வருந்தி. முயங்குமதி - கூடுவாயாக.

3. குறிஞ்சி

ஆசிரியர்: கபிலர்

அன்னாய் வாழிப் பத்து

இப்பகுதியில் வருகிற பத்துப் பாடல்களும் '**அன்னாய் வாழி**' என்ற தொடராலேயே தொடங்குவதால், இப்பகுதி 'அன்னாய் வாழிப் பத்து' என்று பெயர் பெற்றது.

1

தலைவி கூற்று

அன்னாய், வாழி! வேண்டு, அன்னை! என்னை
தானும் மலைந்தான்; எமக்கும் தழைஆயின;
பொன்வீ மணிஅரும் பினவே -
என்ன மரம்கொல், அவர்சார லவ்வே! *(201)*

நொதுமலர் வரைவின்கண் செவிலி கேட்குமாற்றால் தலைமகள் தோழிக்கு அறத்தொடு நிலை குறித்து உரைத்தது.

சிறப்புக் குறிப்பு

"தோழியைத் தலைவியும், தலைவியைத் தோழியும் அன்னை எனக் கூறுதல் மரபு (தொல்.பொருள். 246). இன்றைக்கும் ஒரு பெண்ணை 'அம்மா' எனக் கூறும் மரபு உள்ளது" (ஐங்குறுநூறு: ஆராய்ச்சித் தெளிவுரை, ப.167).

அருஞ்சொற்பொருள்:

என்னை - என் தலைவன். மலைந்தான் - அணிந்து கொண்டான். வீ - பூ. மணி - நீல மணி.

2

தோழி கூற்று

அன்னாய், வாழி! வேண்டு, அன்னை! நம்ஊர்ப்
பார்ப்பனக் குறுமகப் போலத் தாமும்
குடுமித் தலைய மன்ற -
நெடுமலை நாடன் ஊர்ந்த மாவே. *(202)*

தலைமகன் வரைதல் வேண்டித் தானே வருகின்றமை கண்ட தோழி உவந்த உள்ளத்தளாய்த் தலைமகட்குக் காட்டிச் சொல்லியது.

அருஞ்சொற்பொருள்:

குறுமக - பார்ப்பனச் சிறுவர், மா - குதிரை.

3

தலைவி கூற்று

அன்னாய், வாழி! வேண்டு, அன்னை! நம் படப்பைத்
தேன்மயங்கு பாலினும் இனிய - அவர்நாட்டு
உவலைக் கூவல் கீழ
மான்உண்டு எஞ்சிய கலுழி நீரே.   (203)

உடன்போய் மீண்ட தலைமகள், 'நீ சென்ற நாட்டு நீர் இனிய அல்ல; நீ எங்ஙனம் நுகர்ந்தாய்?' எனக் கேட்ட தோழிக்குக் கூறியது.

அருஞ்சொற்பொருள்:

படப்பை - வீட்டுத் தோட்டம். மயங்கு - கலந்த. அவர் - தலைவன். உவலைக் கூவல் - பள்ளம். கலுழிநீர் - எஞ்சிய கலங்கல் நீர்.

சிறப்புக் குறிப்பு

"இப்பாடல் மூவகைப் பொருளாலும் குறிஞ்சி... இனிமை, பொருளில் இல்லை, உள்ளத்தில் இருப்பது என்பதற்குத் தலைவியின் சொற்கள் எடுத்துக்காட்டு. தலைவனுடன் கூடி அன்புடன் வாழும் வாழ்க்கை வசதி குறைந்துள்ளதேனும் மகிழ்ச்சி அளிப்பது என்ற உயரிய கருத்தினைக் கபிலர் இப்பாடலில் குறித்துள்ளார்" (ஐங்குறுநூறு: ஆராய்ச்சித் தெளிவுரை, ப.169).

4

தலைவி கூற்று

அன்னாய், வாழி! வேண்டு, அன்னை! அஃது எவன்கொல்?
வரையர மகளிரின் நிரையுடன் குழீஇப்
பெயர்வுழிப் பெயர்வுழித் தவிராது நோக்கி
நல்லள் நல்லள் என்ப;
தீயேன் தில்ல, மலைகிழ வோற்கே!   (204)

வரையாது வந்தொழுகும் தலைமகன் சிறைப்புறத்தானாகத் தலைமகள் தோழிக்குச் சொல்லியது.

அருஞ்சொற்பொருள்:

வரை - மலை. அரமகளிர் - தெய்வப் பெண்கள். நிரை - கூட்டம்.

5

தோழி கூற்று

அன்னாய், வாழி! வேண்டு, அன்னை! என்தோழி
நனிநாண் உடையள்; நின்னும் அஞ்சும்;
ஒலிவெள் அருவி ஓங்குமலை நாடன்
மலர்ந்த மார்பின் பாயல்
துஞ்சிய வெய்யள்; நோகோ யானே. *(205)*

நொதுமலர் வரைவு வேண்டி விட்டுழித் தலைமகட்கு உளதாகிய வருத்தம் நோக்கி 'இவள் இவ்வாறாவதற்குக் காரணம் என்னை?' என்று வினவிய செவிலிக்குத் தோழி அறத்தொடு நின்றது.

அருஞ்சொற்பொருள்:

பாயல் - உறக்கம். துஞ்சிய - உறங்கிய. வெய்யன் - விருப்பமுடையவன். நோகோ - வருந்துகிறேன்.

6

தோழி கூற்று

அன்னாய், வாழி! வேண்டு, அன்னை! உவக்காண் -
மாரிக் குன்றத்துக் காப்பாடன அன்னன்;
தூவலின் நனைந்த தொடலை ஒள்வாள்,
பாசி சூழ்ந்த பெருங்கழல்
தண்பனி வைகிய வரிக்கச் சினனே! *(206)*

இரவுக்குறிக்கண் தலைமகன் வந்து குறியிடத்து நின்றமை அறிந்த தோழி தலைமகட்குச் சொல்லியது.

அருஞ்சொற்பொருள்:

காப்பான் - காவலன். தூவல் - மழைத்துளி. கச்சு - கச்சை ஆடை.

7

தோழி கூற்று

அன்னாய், வாழி! வேண்டு, அன்னை! நன்றும்
உணங்குவ கொல்லோ, நின்தினையே? உவக்காண் -
நிணம்பொதி வழுக்கின் தோன்றும்
மழைதலை வைத்துஅவர் மணிநெடுங் குன்றே. (207)

'மழையின்மையால், தினை உணங்கும்; விளைய மாட்டா; புனங்காப்பச் சென்று அவரை எதிர்ப்படலாம் என்று எண்ணி யிருந்த இது கூடாதாயிற்று' என வெறுத்திருந்த தலைமகட்குத் தோழி சொல்லியது.

அருஞ்சொற்பொருள்:

உணல்குதல் - காய்தல். மழை - மழை மேகம்.

8

தோழி கூற்று

அன்னாய், வாழி! வேண்டு, அன்னை! கானவர்
கிழங்குஅகழ் நெடுங்குழி மல்க வேங்கைப்
பொன்மலி புதுவீத் தாஅம் அவர்நாட்டு
மணிநிற மால்வரை மறைதொறு இவள்
அணிமலர் நெடுங்கண் ஆர்ந்தன பனியே. (208)

செவிலிக்கு அறத்தொடு நின்ற தோழி, அவளால் வரைவு மாட்சிமைப்பட்ட பின்பு, 'இவள் இவ்வாறு பட்ட வருத்தம் எல்லாம் நின்னின் தீர்ந்தது' என்பது குறிப்பின் தோன்ற அவட்குச் சொல்லியது.

அருஞ்சொற்பொருள்:

கானவர் - குறிஞ்சி நில மக்கள். தாசும் - தாவும். பனி ஆர்ந்தன - கண்ணீர் சொரிந்தன.

9

தலைவி கூற்று

அன்னாய், வாழி! வேண்டு, அன்னை! நீ மற்று
யான்அவர் மறத்தல் வேண்டுதி ஆயின்,
கொண்டல் அவரைப் பூவின் அன்ன

வெண்தலை மாமழை சூடித்
தோன்றல் ஆனாதுஅவர் மணிநெடுங் குன்றே. (209)

வரைவிடை வைத்துப் பிரிவின்கண் அவனை நினைவு விடாது ஆற்றாள் ஆகிய வழி, 'சிறிது மறந்து ஆற்ற வேண்டும்' என்ற தோழிக்குத் தலைமகள் கூறியது.

அருஞ்சொற்பொருள்:

கொண்டல் - கிழக்கில் இருநது வீசும் காற்று. தலை - உச்சி. ஆனாது - மறையாது.

10

தோழி கூற்று

அன்னாய், வாழி! வேண்டு, அன்னை! நம் படப்பைப்
புலவுச்சேர் துறுகல் ஏறி, அவர்நாட்டுப்
பூக்கெழு குன்றம் நோக்கி நின்று
மணிபுரை வயங்குஇழை நிலைபெறத்
தணிதற்கும் உரித்துஅவள் உற்ற நோயே. (210)

காப்பு மிகுதிக்கண் தலைமகள் மெலிவு கண்டு, 'தெய்வத்தினான் ஆயிற்று' என்று வெறி எடுப்புழித் தோழி செவிலிக்கு அறத்தொடு நின்றது.

அருஞ்சொற்பொருள்:

புலவு - புலால் மணம். துறுகல் - சொரசொரப்பான கல். புரை - போன்ற.

4. பாலை

ஆசிரியர்: ஓதலாந்தையார்

மகட்போக்கியவழித் தாய் இரங்கு பத்து

உடன்போக்கின்போது தலைவனுடன் தலைவி சென்று விட்டாள். மகளைப் போகவிட்ட தாய் அவள் பிரிவு தாங்காமல் இரங்கிக் கூறும் பத்துப் பாடல்களின் தொகுதி இது. எனவே 'மகட்போக்கிய வழித் தாய் இரங்கு பத்து' எனப்பட்டது. தாயில் இருவகை உண்டு. ஒருத்தி ஈன்றவள்; **நற்றாய்**. இன்னொரு தாய் **செவிலி**; வளர்த்தவள். ஒன்பது பாடல்கள் நற்றாய் பேசுவன. ஒரு பாடல் செவிலி பேசுவது.

371

நற்றாய் கூற்று

மள்ளர் கொட்டின் மஞ்ஞை ஆலும்
உயர்நெடுங் குன்றம் படுமழை தலைஇச்
சுரம்நனி இனிய ஆகுக தில்ல -
'அறநெறி இது'எனத் தெளிந்தஎன்
பிறைநுதல் குறுமகள் போகிய சுரனே! (1)

தலைமகள் புணர்ந்து உடன்போகிய வழி நற்றாய் 'உடன்போக்கு அறநெறி' என்று மகிழ்ந்து கூறி அங்ஙனம் கூட்டிய நல்வினையைத் தன் நெஞ்சிற்கு விளக்கிப் புலம்பியது.

அருஞ்சொற்பொருள்:

மள்ளர் - பாலை நிலத்தில் வாழும் மறவர். கொட்டு - பறை முழக்கம். மஞ்ஞை - மயில். ஆலும் - ஆடும். அரன் - பாலை வழி.

சிறப்புக் குறிப்பு

"அறநெறி - தலைவனுடன் தலைவி இணைந்து செல்லுதலாகிய அறவழி. உடன்போக்கின்பின் இருவரும் மணந்து கொள்ளுதல் மரபு. அறன் எனப்பட்டதே இல்வாழ்க்கை என்பதால், இதற்குரிய வழி அறநெறி எனப்பட்டது. கலித்தொகையில் 'சிறந்தானை வழிபடீஇச் சென்றனள், அறம் தலைப் பிரியா ஆறு மற்றதுவே' (9.23-24) என்ற பகுதி காண்க" (ஐங்குறுநூறு: ஆராய்ச்சித் தெளிவுரை, ப.304).

372

நற்றாய் கூற்று

என்றும் உள்ளினள் கொல்லோ? தன்னை
நெஞ்சுஉணத் தேற்றிய வஞ்சினக் காளையொடு,
அழுங்கல் மூதூர் அலர்எழச்
செழும்பல் குன்றம் இறந்தஎன் மகளே. (2)

தலைமகள் உடன்போகியவழி நற்றாய் தன் ஒழுக்கத்தால் ஊர் அலரெடுத்து உரைத்தலை நினையாது சென்றவள் 'என்னையும் உள்ளினள் கொல்லோ?' எனக் கவன்று உரைத்தது.

அருஞ்சொற்பொருள்:

உள்ளுதல் - நினைத்தல். வஞ்சினம் - சூளுரை; உறுதிமொழி. காளை - தலைவன், அழுங்கல் - வருந்துதல். மூதூர் - பழைய ஊர்.

செழும் - செழுமையான.

373

நற்றாய் கூற்று

நினைத்தொறும் கலிழும் இடும்பை எய்துக -
புலிகோள் பிழைத்த கவைக்கோட்டு முதுகலை
மான்பிணை அணைதர, ஆண்குரல் விளிக்கும்
வெஞ்சுரம் என்மகள் உய்த்த
வம்புஅமை வல்வில் விடலை தாயே! *(3)*

தலைமகளைத் தலைமகன் கொண்டு கழிந்த கொடுமை நினைந்து நற்றாய் சொல்லியது.

அருஞ்சொற்பொருள்:

கலிழும் - அழும். இடும்பை - துயரம். பிழைத்த - தப்பிய. கலை - ஆண்மான். பிணை - பெண்மான். விளிக்கும் - கூப்பிடும். வம்பு - புதுமை. விடலை - பாலை நிலத் தலைவன்.

374

நற்றாய் கூற்று

பல்ஊழ் நினைப்பினும், நல்லென் ஊழ -
மீளி முன்பின் காளை காப்ப,
முடிஅகம் புகாஅக் கூந்தலள்
கடுவனும் அறியாக் காடுஇறந் தோளே. *(4)*

தலைமகள் உடன்போய வழி, அவள் இளமை நினைந்து இரங்கித் தாய் கூறியது.

அருஞ்சொற்பொருள்:

மீளி - கூற்று; யமன். முன்பு - வலிமை. கடுவன் - ஆண் குரங்கு.

சிறப்புக் குறிப்பு

“நாட்டின் ஒவ்வொரு பகுதியையும் குரங்கு அறியும். அத்தகைய குரங்கினாலும் அறிய முடியாத அளவுக்கு அடர்ந்த காடு என்று பாலையில் உள்ள காட்டினைப் புலவர் ஓதலாந்தையார் புனைந்துரைத்தனர்” (ஐங்குறுநூறு: ஆராய்ச்சித் தெளிவுரை, ப.306).

375

நற்றாய் கூற்று

'இதுஎன் பாவைக்கு இனியநன் பாவை;
இதுஎன் பைங்கிளி எடுத்த பைங்கிளி;
இதுஎன் பூவைக்கு இனியசொற் பூவை'என்று
அலமரு நோக்கின் நலம்வரு சுடர்நுதல்
காண்தொறும் காண்தொறும் கலங்க,
நீங்கினளோ? என்பூங் கணோளே.   (5)

சேரியும் அயலும் தேடிக் காணாது வந்தாரைக் கண்டு தலைமகள் தாய் சொல்லியது.

அருஞ்சொற்பொருள்:

அலமரு - சுழலுகின்ற. நோக்கு - பார்வை. எடுத்த - வளர்த்த.

சிறப்புக் குறிப்பு

"முதலடியில் வரும் பாவை என்ற சொல் பாவை போன்ற மகளைக் குறித்தது. அடுத்து வரும் பாவை என்ற சொல் அவளு டைய விளையாட்டுப் பாவையினை (பொம்மையினை) குறித்தது. மூன்றாம் அடியில் முதலில் வரும் பைங்கிளி என்ற சொல் பைங்கிளியைப் போன்ற மகளைக் குறித்தது. அடுத்து வரும் பைங்கிளி அவள் வளர்க்கும் செல்லப் பறவையாகிய பைங்கிளியைக் குறித்தது" (ஐங்குறுநூறு: ஆராய்ச்சித் தெளிவுரை, ப.307).

376

நற்றாய் கூற்று

நாள்தொறும் கலிழும் என்னினும் இடைநின்று
காடுபடு தீயின் கனலியர் மாதோ -
நல்வினை நெடுநகர் கல்லெனக் கலங்கப்
பூப்புரை உண்கண் மடமகள்
போக்கிய புணர்த்த அறன்இல் பாலே.   (6)

தலைமகள் போயவழி, நற்றாய் விதியை வெகுண்டு சொல்லியது.

அருஞ்சொற்பொருள்:

இடை - நடுவழி. கனலியர் - வெந்து அழியுமாக. புரை - போன்ற. புணர்த்த - சேர்த்த. அறனில் பால் - அறமற்ற தீவினை.

377

நற்றாய் கூற்று

நீர்நசைக்கு ஊக்கிய உயவல் யானை
இயம்புணர் தூம்பின் உயிர்க்கும் அத்தம்
சென்றனள் மன்றஎன் மகளே -
பந்தும் பாவையும் கழங்கும்எமக்கு ஒழித்தே. (7)

தலைமகள் உடன்போயவழி, அவள் பந்து முதலாகிய கண்ட நற்றாய் கலங்கிச் சொல்லியது.

அருஞ்சொற்பொருள்:

நசை - தாகம். ஊக்கிய - மிகுந்த. உயவல் - வருத்தம். புணர் - தூம்பு; கருவி.

378

நற்றாய் கூற்று

செல்லிய முயலிப் பாஅய சிறகர்
வாவல் உகக்கும் மாலை, யாம் புலம்பப்
போகிய அவட்கோ நோவேன்; தேமொழித்
துணைஇலள் கலிழும் நெஞ்சின்
இணைஏர் உண்கண் இவட்குநோ வதுவே. (8)

தலைமகள் உடன்போயவழி, அவள் தோழி ஆற்றாமை கண்ட நற்றாய் சொல்லியது.

அருஞ்சொற்பொருள்:

முயலி - முயன்று. பாஅய - பரப்பிய. சிறகர் - சிறகு. வாவல் - வெளவால். உகக்கும் - விரும்பும்.

379

நற்றாய் கூற்று

தன்அமர் ஆயமொடு நன்மண நுகர்ச்சியின்
இனிதுஆம் கொல்லோ தனக்கே - பனிவரை
இனக்களிறு வழங்கும் சோலை
வயக்குறு வெள்வே லவற்புணர்ந்து செலவே. (9)

புணர்ந்துடன் போகிய வழித் தோழி அறத்தொடு நிற்பக் கேட்ட நற்றாய், 'அதனை முன்னே அறிவித்து நாம் மணம் புணர்த்த ஒழுகாது போயினள்' என நொந்து சொல்லியது.

அருஞ்சொற்பொருள்:

ஆயம் - தோழிலர் கூட்டம்.

செவிலித்தாய் கூற்று

அத்த நீள்இடை அவனொடு போகிய
முத்துஏர் வெண்பல் முகிழ்நகை மடவரல்
தாயர் என்னும் பெயரே வல்லாறு
எடுத்தேன் மன்ற, யானே;
கொடுத்தோர் மன்ற, அவள் ஆயத் தோரே. *(10)*

தலைமகள் உடன்போகிய வழித் தெருட்டுவார்க்குச் செவிலித் தாய் சொல்லியது.

அருஞ்சொற்பொருள்:

அத்த நீளிடை - நீண்ட காட்டு வழி. முகிழ் நகை - மலர்ந்த சிரிப்பு.

5. முல்லை

ஆசிரியர்: பேயனார்

401

செவிலி கூற்றுப் பத்து

மறிஇடைப் படுத்த மான்பிணை போலப்
புதல்வன் நடுவணன் ஆக, நன்றும்
இனிதுமன்ற அவர் கிடக்கை; முனிவுஇன்றி
நீல்நிற வியலகம் கவைஇய
ஈனும், உம்பரும் பெறலருங் குரைத்தே. *(11)*

கடிமனைச் சென்றுவந்த செவிலி உவந்த உள்ளத்தளாய் நற்றாய்க்குச் சொல்லியது.

அருஞ்சொற்பொருள்:

மறி - மான்கன்று. பிணை - பெண் மான். கலை - ஆண்மான். நடுவணன் - நடுவிலே இருப்பவன். கிடக்கை - படுத்துக் கிடப்பது. முனிவு - இடையீடு. வியலகம் - அகன்ற வானம். கவைஇய - சூழ்ந்த. ஈன் - இந்த மண்ணுலகம். உம்பர் - மேல் உலகம். பெறல் அருங்குரைத்த - பெற முடியாது.

இனி வருகின்ற பாட்டு ஒன்பதனுள் முதல் எட்டினுக்கும் இஃது ஒக்கும்.

402

புதல்வற் கவைஇய தாய், புறம் முயங்கி
நசையினள் வதிந்த கிடக்கை, பாணர்
நரம்புஉளர் முரற்கை போல,
இனிதால் அம்ம! பண்புமார் உடைத்தே. (2)

அருஞ்சொற்பொருள்:

கவைஇய - தழுவிக் கிடந்த. முயல்கி - தழுவி, நசை - விருப்பம். முரற்கை - முரறுகை; இசை.

403

புணர்ந்த காதலியின் புதல்வன் தலையும்
அமர்ந்த உள்ளம் பெரிது ஆகின்றே -
அகன்பெருஞ் சிறப்பின் தந்தை பெயரன்
முறுவலில் இன்நகை பயிற்றிச்
சிறுதேர் உருட்டும் தளர்நடை கண்டே. (3)

அருஞ்சொற்பொருள்:

புணர்ந்த - கூடி மகிழ்ந்த. அமர்ந்த - விரும்பிய. பெயரன் - தாத்தாவின் பெயரை உடையவன். பயிற்றி - புரிந்து.

404

வாள்நுதல் அரிவை மகன்முலை ஊட்ட,
தான்அவள் சிறுபுறம் கவையினன் - நன்றும்
நறும்பூந் தண்புறவு அணிந்த,
குறும்பல் பொறைய நாடுகிழ வோனே. (4)

அருஞ்சொற்பொருள்:

வாள்நுதல் - ஒளி பொருந்திய நெற்றி. அரிவை - தலைவி. புறம் - முதுகு. கவையினன் - தழுவினான். புறவு - முல்லை நிலம். பொறைய - குன்றுகளை உடைய.

405

ஒண்சுடர்ப் பாண்டிற் செஞ்சுடர் போல
மனைக்குவிளக்கு ஆயினள் மன்ற - கனைப்பெயல்
பூப்பல அணிந்த வைப்பின்
புறவுஅணி நாடன் புதல்வன் தாயே. (5)

அருஞ்சொற்பொருள்:

ஒண்இடர் - இருளை நீக்கும் பேரொளி. பாண்டி - பெரிய விளக்கு ஒளி, பெயல் - மழை. வைப்பு - முல்லை நில ஊர்கள்.

மனைக்கு விளக்கு - பெண்ணினைக் குடும்ப விளக்கு எனக் கூறும் மரபு இன்று வரை நின்று நிலவுகிறது.

406

மாதர் உண்கண் மகன்விளை யாடக்
காதலித் தழீஇ இனிதுஇருந் தனனே -
தாதுஆர் பிரசம் ஊதும்
போதுஆர் புறவின் நாடுகிழ வோனே.   (6)

அருஞ்சொற்பொருள்:

மாதர் - அன்பு. உண்கண் - மை பூசிய கண். தாது - பூந்தாது. பிரசம் - தேன்.

சிறப்புக் குறிப்பு

"இங்ஙனம் இனிது இருத்தல் முல்லைக்குரிய உரிப்பொருளாகிய பல்வகை இருத்தல்களில் நனிசிறந்தது" (ஐங்குறுநூறு: ஆராய்ச்சித் தெளிவுரை, ப. 331.)

407

நயந்த காதலித் தழீஇப் பாணர்
நயம்படு முரற்கையின் யாத்த பயன்தெரிந்து,
இன்புறு புணர்ச்சி நுகரும் -
மென்புல வைப்பின் நாடுகிழ வோனே.   (7)

அருஞ்சொற்பொருள்:

மென்புலவைப்பு - முல்லை நிலம்.

408

பாணர் முல்லை பாடச் சுடர்இழை,
வாள்நுதல் அரிவை முல்லை மலைய,
இனிதுஇருந் தனனே, நெடுந்தகை -
துனிதீர் கொள்கைத்தன் புதல்வனொடு பொலிந்தே. (8)

அருஞ்சொற்பொருள்:

மலைய - சூடிக்கொள்ள. துனி - ஊடல்.

409

புதல்வற் கவைஇயினன் தந்தை; மென்மொழிப்
புதல்வன் தாயோ இருவரும் கவைஇயினள்;
இனிதுமன்ற அவர் கிடக்கை;
நனிஇரும் பரப்பின்இவ் வுலகுடன் உறுமே. *(9)*

அருஞ்சொற்பொருள்:

மென்மொழி - மழலை மொழி. நனியிரும் பரப்பு - மிகப் பெரும் பரப்பு.

சிறப்புக் குறிப்பு

"இல்லிருத்தல் முல்லைப் பாடலின் சிறந்த உரிப்பொருள் என்ற கருத்தினைப் பேயனார் தொடர்ந்து இனிய காட்சி ஓவியங்களால் புலப்படுத்தி வருகிறார்" (ஐங்குறுநூறு: ஆராய்ச்சித் தெளிவுரை, ப. 333).

410

மாலை முன்றில் குறுங்கால் கட்டில்
மனையோள் துணைவி ஆகப் புதல்வன்
மார்பின் ஊரும் மகிழ்நகை இன்பப்
பொழுதிற்கு ஒத்தன்று மன்னே;
மென்பிணித்து அம்ம பாணனது யாழே! *(10)*

கடிமனைச் சென்ற செவிலி, தலைமகனும் தலைமகளும் புதல்வனொடு பாடல் கேட்டிருந்தமை கண்டு, தன்னுள்ளே உவந்து சொல்லியது.

அருஞ்சொற்பொருள்:

முன்றில் - வீட்டின் முன். குறுங்கால் - குட்டைக் கால். ஊரும் - தவழும். பிணித்து - பிணிக்கும் தன்மையை உடையது.

2
குறுந்தொகை

எட்டுத்தொகை நூல்களின் பெயர்களைத் தொகுத்து உரைக்கும் வெண்பா இந்நூலை 'நல்ல குறுந்தொகை' என்று பாராட்டுகின்றது. குறுந்தொகைப் பாடல்களின் சிற்றெல்லை நான்கு அடி, பேரெல்லை எட்டு அடி. நீண்ட பாடல்கள் அடங்கிய அகநானூற்றை 'நெடுந் தொகை' என்று குறித்தல் போல, அகவற்பாவின் அமைப்பில் சுருங்கிய அடி வரையறையைக் கொண்ட பாடல் தொகுதி 'குறுந் தொகை' என்று பெயர் பெறுவதாயிற்று.

'இத்தொகை முடித்தான் பூரிக்கோ. இத்தொகை பாடிய கவிகள் இருநூற்றைவர்' என்பது பழங்குறிப்பு. இதனைத் தொகுப்பித்தவர் பெயர் தெரியவில்லை.

குறுந்தொகை நூலின் பாடல் எண்ணிக்கை கடவுள் வாழ்த்து நீங்கலாக 401. 'இந்நூலுள் இப்பொழுது தெரிந்த வரையில் 165 செய்யுட்களே பிற நூலுரைகளில் மேற்கோளாகக் காட்டப் பெறாதவை' (முகவுரை, குறுந்தொகை மூலமும் உரையும், p.xiii) என்பர் உ.வே.சாமிநாதையர்.

குறுந்தொகைக்குப் பேராசிரியரும் நச்சினார்க்கினியரும் எழுதிய பழைய உரை இன்று நமக்குக் கிடைக்கப்பெறவில்லை.

1. தோழி கூற்று

செங்களம் படக்கொன்று, அவுணர்த் தேய்த்த
செங்கோல் அம்பின், செங்கோட்டு யானைக்
கழல்தொடிச் சேஎய் குன்றம்
குருதிப் பூவின் குலைக்காந் தட்டே. (1)

குறிஞ்சி   திப்புத்தோளார்

தோழி கையுறை மறுத்தது (கையுறை - கையின் கண்ணே சேர்ப்பது).

அருஞ்சொற்பொருள்:

செங்களம் - போர்க் களம். அவுணர் - அசுரர். தொடி - வீர வளை. சேஎய் - முருகன். காந்தட்டு - காந்தளை உடையது.

2. தோழி கூற்று

கொங்குதேர் வாழ்க்கை அஞ்சிறைத் தும்பி!
காமம் செப்பாது, கண்டது மொழிமோ:
பயிலியது கெழீஇய நட்பின், மயில்இயல்,
செறிஎயிற்று அரிவை கூந்தலின்
நறியவும் உளவோ, நீ அறியும் பூவே? (2)

குறிஞ்சி இறையனார்

இயற்கைப் புணர்ச்சிக்கண் இடையீடுபட்டு நின்ற தலைமகன், தலைமகளின் நாணினை நீக்குதற்பொருட்டு, மெய்தொட்டுப் பயிறல் முதலாயின அவள்மாட்டு நிகழ்த்திக் கூடித் தனது அன்பு தோற்ற நலம் பாராட்டியது (இயற்கைப் புணர்ச்சி - ஊழ்வினையால் நேர்ந்த புணர்ச்சி).

அருஞ்சொற்பொருள்:

கொங்கு - பூந்தாது. கண்டது - அறிந்தது. எயிறு - பற்கள்.

3. தலைவி கூற்று

நிலத்தினும் பெரிதே; வானினும் உயர்ந்தன்று;
நீரினும் ஆர்அளவு இன்றே - சாரல்
கருங்கோல் குறிஞ்சிப்பூக் கொண்டு,
பெருந்தேன் இழைக்கும் நாடனொடு நட்பே. (3)

குறிஞ்சி தேவ குலத்தார்

தலைமகன் சிறைப்புறமாக, அவன் வரைந்து கொள்வது வேண்டி, தோழி இயற்பழித்தவழி, தலைமகள் இயற்பட மொழிந்தது. (சிறைப்புறம் - வேலிக்குப் புறம்பு. இயற்பழித்தல்- இயல்பை இழித்துக் கூறல்).

அருஞ்சொற்பொருள்:

நாடன் - குறிஞ்சி நிலத் தலைவன்.

4. தலைவி கூற்று

நள்ளென்று அன்றே, யாமம்; சொல்அவிந்து,
இனிதுஅடங் கினரே, மாக்கள்; முனிவுஇன்று
நனந்தலை உலகமும் துஞ்சும்;
ஓர்யான் மன்ற துஞ்சா தேனே.   (6)
நெய்தல்   பதுமனார்

வரைவிடை வைத்துப் பிரிந்த வழி ஆற்றாளாகிய தலைமகள் தோழியை நெருங்கிச் சொல்லியது (வரைவிடை வைத்துப் பிரிதல்- மணம் செய்து கொள்ளுதற்கு இடையே பொருள் ஈட்டுவதற்குத் தலைவன் பிரிதல்).

அருஞ்சொற்பொருள்:

யாமம் - இடை இரவு. மாக்கள் - ஐயறிவுடையோர். முனிவு - வெறுப்பு. நனந்தலை - அகன்ற இடத்தை உடைய.

5. காதற் பரத்தை கூற்று

கழனி மாஅத்து விளைந்துஉகு தீம்பழம்
பழன வாளை கதூஉம் ஊரன்
எம்இல் பெருமொழி கூறித் தம்இல்,
கையும் காலும் தூக்கத் தூக்கும்
ஆடிப் பாவை போல,
மேவன செய்யும்தன் புதல்வன் தாய்க்கே.   (8)
மருதம்   ஆலங்குடி வங்கனார்

கிழத்தி தன்னைப் புறனுரைத்தாள் எனக் கேட்ட காதற்பரத்தை அவட்குப் பாங்காயினார் கேட்பச் சொல்லியது (பாங்காயினார் - பக்கத்தில் உள்ள தோழி முதலியோர்).

அருஞ்சொற்பொருள்:

கழனி - வயல். பழனம் - பொய்கை. ஊரன் - மருத நிலத் தலைவன். மேவன - விரும்பியவற்றை.

6. தோழி கூற்று

வேரல் வேலி வேர்க்கோட் பலவின்
சாரல் நாட! செவ்வியை ஆகுமதி!
யார்அஃது அறிந்திசி னோரே? சாரல்
சிறுகோட்டுப் பெரும்பழம் தூங்கி யாங்கு, இவள்
உயிர்தவச் சிறிது; காமமோ பெரிதே!   (18)

குறிஞ்சி கபிலர்

இரவுக்குறி வந்து நீங்கும் தலைமகனைத் தோழி எதிர்ப்பட்டு வரைவு கடாயது.

அருஞ்சொற்பொருள்:

வேரல் - சிறுமூங்கில். வேர்க்கோட் பலவு - வேர்ப்பலா. செவ்வி - தலைவியை வரைந்து கொள்ளும் நிலை.

'பழம் மிகக் கனிந்து உகுவதன் முன் உரிய காலத்தே உரியார் கொள்வதைப் போல இவள் உயிர் நீப்பதற்குள் உரிய பருவத்தே இவளுக்கு உரியையாகிய நீ வரைந்து கொள்வாயாக என்பது குறிப்பு' என்பர் 'பதிப்பு வேந்தர்' **உ.வே.சா**. *(குறுந்தொகை மூலமும் உரையும், ப.45).*

7. தலைவி கூற்று

அருளும் அன்பும் நீக்கித் துணை துறந்து,
பொருள்வயின் பிரிவோர் உரவோர் ஆயின்
உரவோர் உரவோர் ஆக!
மடவம் ஆக மடந்தை நாமே. *(20)*

பாலை கோப்பெருஞ்சோழன்

செலவுணர்த்திய தோழிக்குக் கிழத்தி உரைத்தது (செலவு-தலைவன் பொருள்வயிற் பிரிதலை).

அருஞ்சொற்பொருள்:

உரவோர் - அறிவுடையோர். மடவம் - அறிவில்லேம்.

8. தலைவி கூற்று

வண்டுபடத் ததைந்த கொடிஇணர் இடையிடுபு,
பொன்செய் புனைஇழை கட்டிய மகளிர்
கதுப்பின் தோன்றும் புதுப்பூங் கொன்றைக்
கானம், 'கார்'எனக் கூறினும்
யானோ தேறேன்; அவர் பொய் வழங் கலரே. *(21)*

முல்லை ஓதலாந்தையார்

பருவம் வருந்துணையும் ஆற்றுவித்த தோழி, 'அவர் வரக் குறித்த பருவ வரவின்கண் இனி ஆற்றுவிக்குமாறு எவ்வாறு?" என்று தன்னுள்ளே கவன்றாட்கு, அவளது குறிப்பு அறிந்த தலைமகள், 'கானம் அவர் வரும் காலத்தைக் காட்டிற்றாயினும் யான் இது

கார்காலம் என்று தேறேன், அவர் பொய் கூறாராகலின்' எனத் தான் 'ஆற்றுவல்' என்பதுபடச் சொல்லியது (பருவம் - தலைவன் வருவேன் என்று கூறிச் சென்ற காலம்).

அருஞ்சொற்பொருள்:

ததைந்த - மலர்ந்த. கதுப்பு - கூந்தல். தேறேன் - தெளியேன்.

9. தோழி கூற்று

அகவன் மகளே! அகவன் மகளே!
மனவுக்கோப்பு அன்ன நன்னெடுங் கூந்தல்
அகவன் மகளே! பாடுக பாட்டே!
இன்னும் பாடுக பாட்டே, அவர்
நன்னெடுங் குன்றம் பாடிய பாட்டே! *(23)*

குறிஞ்சி *ஔவையார்*

கட்டுக்காணிய நின்றவிடத்துத் தோழி அறத்தொடு நின்றது (கட்டு - முறத்தில் நெல்லை வைத்துத் தெய்வங்களைப் பாடி எண்ணிப் பார்த்துக் கட்டுவிச்சி காணும் குறி).

அறத்தொடு நிற்றல் - தலைவி இன்ன தலைவனுடன் நட்புப் பூண்டு சென்றாள் என்ற உண்மையைக் கூறி அத் தலைவியின் கற்புக்குச் சார்பாக நிற்றல்.

அகவன் மகள் - கட்டுவிச்சி. அகவல் - அழைத்தல். மனவுக் கோப்பு - சங்கு மணியினால் ஆகிய கோவை.

"'அவர் நன்னெடுங் குன்றம் பாடிய பாட்டு' என்று கூறின், 'அவர் யார்?' என்னும் ஆராய்ச்சி தாயரிடையே பிறந்து உண்மை அறிதற்கு ஏதுவாமாகலின் இஃது அறத்தொடு நிற்றலாயிற்று" என்பர் 'பதிப்பு வேந்தர்' உ.வே.சா. (குறுந்தொகை மூலமும் உரையும், ப.57).

10. தலைவி கூற்று

யாரும் இல்லை; தானே கள்வன்;
தான்அது பொய்ப்பின், யான்எவன் செய்கோ?
தினைத்தாள் அன்ன சிறுபசுங் கால
ஒழுகுநீர் ஆரல் பார்க்கும்
குருகும் உண்டுதான் மணந்த ஞான்றே. *(25)*

குறிஞ்சி *கபிலர்*

வரைவு நீட்டித்த இடத்துத் தலைமகள் தோழிக்குச் சொல்லியது (வரைவு - மணம் செய்தல்).

அருஞ்சொற்பொருள்:

அது - சூளுறவு. குருகு - நாரை.

11. தோழி கூற்று

நசைபெரிது உடையர்; நல்கலும் நல்குவர்;
பிடிபசி களைஇய பெருங்கை வேழம்
மென்சினை யாஅம் பொளிக்கும்
அன்பின தோழி!அவர் சென்ற ஆறே. (37)

பாலை பாலை பாடிய பெருங்கடுங்கோ

தோழி, 'கடிது வருவார்' என்று ஆற்றுவித்தது.

அருஞ்சொற்பொருள்:

நசை - விருப்பம். பிடி - பெண் யானை. வேழம் - ஆண் யானை. பொளிக்கும் - உரிக்கும்.

12. தலைவன் கூற்று

யாயும் ஞாயும் யார்ஆ கியரோ?
எந்தையும் நுந்தையும் எம்முறைக் கேளிர்?
யானும் நீயும் எவ்வழி அறிதும்?
செம்புலப் பெயல்நீர் போல
அன்புடை நெஞ்சம் தாம்கலந் தனவே. (40)

குறிஞ்சி செம்புலப் பெயல்நீரார்

இயற்கைப் புணர்ச்சி புணர்ந்த பின்னர், 'பிரிவர்' எனக் கருதி அஞ்சிய தலைமகள் குறிப்பு வேறுபாடு கண்டு, தலைமகன் கூறியது (குறிப்பு வேறுபாடு - இவர் பிரிவர் போலும் என்று கருதிக் கவலையுறுதல்).

அருஞ்சொற்பொருள்:

யாய் - என்னுடைய ஞாய். தாய் - நின் தாய். எந்தை - என் தந்தை. நுந்தை - நின் தந்தை. கேளிர் - உறனர். பெயல் நீர் - மழை நீர்.

13. தலைவி கூற்று

காதலர் உழையர் ஆகப்பெரிது உவந்து,
சாறுகொள் ஊரின் புகல்வேன் மன்ற;
அத்தம் நண்ணிய அங்குடிச் சீறூர்
மக்கள் போகிய அணில்ஆடு முன்றில்
புலப்பில் போலப் புல்லென்று
அலப்பென் தோழி! அவர் அகன்ற ஞான்றே.   (41)

பாலை   அணிலாடு முன்றிலார்

பிரிவிடை வேறுபாடு கண்டு கவன்ற தோழிக்குக் கிழத்தி உரைத்தது.

அருஞ்சொற்பொருள்:

உழையர் - பக்கத்தவர். சாறு - விழா. அத்தம் - பாலை நிலம். முன்றில் - முற்றம். புலம்பு - தனிமை, அலத்தல் - துன்புறல்.

14. தலைவி கூற்று

'செல்வார் அல்லர்'என்று யான் இகழ்ந்தனனே;
'ஒல்வாள் அல்லள்'என்று அவர் இகழ்ந்தனரே;
ஆயிடை, இருபேர் ஆண்மை செய்த பூசல்,
நல் அராக் கதுவி யாங்கு, என்
அல்லல் நெஞ்சம் அலமலக் குறுமே.   (43)

பாலை   ஔவையார்

பிரிவிடை மெலிந்த கிழத்தி சொல்லியது.

அருஞ்சொற்பொருள்:

இகழ்தல் - செய்வது செய்யாது சோர்ந்திருத்தல். ஒல்வாள் அல்லள் - உடன்படாள்; ஆற்றாள். நல்அரா - நல்ல பாம்பு. அலமலக்குறுதல் - சுழலுதல்.

15. செவிலித்தாய் கூற்று

காலே பரிதப் பினவே; கண்ணே
நோக்கி நோக்கி வாள்இழந் தனவே;
அகல்இரு விசும்பின் மீனினும்
பலரே மன்ற, இவ் வுலகத்துப் பிறரே.   (44)

பாலை   வெள்ளிவீதியார்

இடைச்சுரத்துச் செவிலித்தாய் கையற்றுச் சொல்லியது. (இடைச்சரத்து - பாலை நிலத்து வழியின் இடையில்).

அருஞ்சொற் பொருள்:

பரி - நடை. வாள் - ஒளி. விசும்பு - வானம். பிறர் - தான் கருதி நோக்குவார் ஆகிய தலைவியும் தலைவனும் அல்லாத பிறர்.

16. தலைவி கூற்று

அணிற்பல் அன்ன கொங்குமுதிர் முண்டகத்து
மணிக்கேழ் அன்ன மாநீர்ச் சேர்ப்ப!
இம்மை மாறி மறுமை ஆயினும்,
நீஆ கியர்எம் கணவனை;
யான்ஆ கியர்நின் நெஞ்சுநேர் பவளே. *(49)*

நெய்தல் அம்மூவனார்

தலைமகன் பரத்தைமாட்டுப் பிரிந்தவழி ஆற்றாளாகிய தலைமகள், அவனைக் கண்டவழி அவ்வாற்றாமை நீங்குமன்றே; நீங்கியவழிப் பள்ளியிடத்தானாகிய தலைமகற்குச் சொல்லியது.

அருஞ்சொற் பொருள்:

முண்டகம் - கழிமுள்ளிச்செடி. சேர்ப்பன் - நெய்தல் நிலத் தலைவன். நெஞ்சு நேர்பவள் - மனத்திற்கு ஒத்தவள்.

17. தலைவன் கூற்று

இடிக்கும் கேளிர்! நும்குறை ஆக
நிறுக்கல் ஆற்றினோ நன்றுமன் தில்ல;
ஞாயிறு காயும் வெவ்அறை மருங்கில்
கைஇல் ஊமன் கண்ணின் காக்கும்
வெண்ணெய் உணங்கல் போலப்
பரந்தன்று இந்நோய்; நோன்றுகொளற்கு அரிதே! *(58)*

குறிஞ்சி வெள்ளிவீதியார்

கழற்றெதிர்மறை (கழறுதல் - தலைவனைப் பாங்கன் இடித்துரைத்தல். எதிர்மறை - தலைவன் எதிர்மறுத்து உரைத்தல்).

அருஞ்சொற்பொருள்:

உணங்கல் - உருகுதல். நோன்று கொளற்கு - பொறுத்துக் கொள்வதற்கு.

இடித்தல் - குற்றம் கண்டால் நெருங்கிக் கண்டித்து அறிவுறுத்தல்.

18. தலைவன் கூற்று

'ஈதலும் துய்த்தலும் இல்லோர்க்கு இல்'எனச்
செய்வினை கைம்மிக எண்ணுதி; அவ் வினைக்கு
அம்மா அரிவையும் வருமோ?
எம்மை உய்த்தியோ? உரைத்திசின் நெஞ்சே! (63)

பாலை உகாய்க்குடிகிழார்

பொருள் கடைக்கூட்டிய நெஞ்சிற்குச் சொல்லியது (கடைக் கூட்டுதல் - முடிவு போக்குதல்).

அருஞ்சொற்பொருள்:

இல்லோர் - வறியவர். அரிவை - தலைவி. உரைத்திசின் - சொல்லுவாயாக.

19. தோழி கூற்று

கருங்கண் தாக்கலை பெரும்பிறிது உற்றெனக்
கைம்மை உய்யாக் காமர் மந்தி
கல்லா வன்பறழ் கிளைமுதல் சேர்த்தி,
ஓங்குவரை அடுக்கத்துப் பாய்ந்துஉயிர் செகுக்கும்
சாரல் நாட! நடுநாள்
வாரல்; வாழியோ! வருந்துதும் யாமே! (69)

குறிஞ்சி கடுந்தோட் கரவீரன்

தோழி, இரவுக்குறி மறுத்தது.

அருஞ்சொற்பொருள்:

கலை- ஆண் குரங்கு. தா-தாவுதல். பெரும்பிறிது - இறந்துபாடு. மந்தி - பெண் குரங்கு. கல்லா - மரம் ஏறுதல் முதலிய தன் தொழிலைக் கல்லாத. பறழ் - குட்டி. கிளை - சுற்றம். அடுக்கம் - மலைப்பக்கம். செகுக்கும் - மாய்த்துக் கொள்ளும். நடுநாள் - நள்ளிரவு.

20. தலைவி கூற்று

நீகண் டனையோ? கண்டார்க்கேட் டனையோ?
ஒன்று தெளிய நசையினம்; மொழிமோ!
வெண்கோட்டு யானை சோணை படியும்
பொன்மலி பாடலி பெறீஇயர்!
யார்வாய்க் கேட்டனை, காதலர் வரவே? (75)

மருதம்   படுமரத்து மோசிகீரனார்

தலைமகன் வரவு உணர்த்திய பாணற்குத் தலைமகள் கூறியது.

அருஞ்சொற்பொருள்:

நசையினம் - விரும்பினேம். சோணை - ஒரு நதி. பெறீஇயர் - பெறுவாயாக.

21. தலைவி கூற்று

ஞாயிறு பட்ட அகல்வாய் வானத்து
அளிய தாமே கொடுஞ்சிறைப் பறவை;
இறைஉற ஓங்கிய நெறிஅயல் மராஅத்த
பிள்ளை உள்வாய்ச் செரீஇய
இரைகொண் டமையின் விரையுமால் செலவே. (92)

நெய்தல்   தாமோதரன்

காமம் மிக்க கழிபடர் கிளவியால் பொழுது கண்டு சொல்லியது (கழிபடர் கிளவி - மிக்க துன்பத்தைப் புலப்படுத்தும் சொல்.)

அருஞ்சொற் பொருள்:

படுதல் - மறைதல். இறையுறல் - தங்குதல். செரீஇய - செருகும் பொருட்டு.

22. தலைவி கூற்று

நன்னலம் தொலைய நலம்மிகச் சாஅய்,
இன்னுயிர் கழியினும் உரையல்; அவர்நமக்கு
அன்னையும் அத்தனும் அல்லரோ?
புலவிஅஃது எவனோ அன்பிலங் கடையே?   (93)

மருதம்   அள்ளூர் நன்முல்லையார்

வாயிலாகப் புக்க தோழிக்கு வாயில் மறுத்தது.

அருஞ்சொற் பொருள்:

புல்லி - ஊடல். அன்பிலங்கடை - அன்பு இல்லா இடத்து.

நலம் இரண்டனுள் முன்னது பெண்மை நலம்; இரண்டாவது அழகு.

23. தலைவி கூற்று

புள்ளும் மாவும் புலம்பொடு வதிய
நள்ளென வந்த நார்இல் மாலைப்

பலர்புகு வாயில் அடைப்பக் கடவுநர்,
'வருவீர் உளீரோ?' எனவும்,
வாரார் தோழிநம் காத லோரே.   (118)
நெய்தல்   நன்னாகையார்

வரைவு நீட்டித்த வழித் தலைமகள் பொழுது கண்டு தோழிக்குச்
சொல்லியது.

அருஞ்சொற் பொருள்:

புள்ளும் மாவும் - பறவைகளும் விலங்கினங்களும். புலம்பு -
தனிமை. வதிய - தங்கை. கடவுநர் - வினவுவார்.

24. தோழி கூற்று

'வினையே ஆடவர்க்கு உயிரே; வாள்நுதல்
மனைஉறை மகளிர்க்கு ஆடவர் உயிர்'என
நமக்கு உரைத்தோரும் தாமே,
அழாஅல் தோழி! அழுங்குவர் செலவே.   (135)
பாலை   பாலை பாடிய பெருங்கடுங்கோ

தலைமகன் பிரியும் என வேறுபட்ட தலைமகட்குத் தோழி
சொல்லியது.

அருஞ்சொற்பொருள்:

மனையுறை மகளிர் - மனையில் இருந்து கற்பொழுக்கம்
தவறாத மகளிர். அழுங்குவர் - தவிர்வர்.

25. செவிலித்தாய் கூற்று

முளிதயிர் பிசைந்த காந்தள் மெல்விரல்,
கழுவுறு கலிங்கம் கழாஅது உடீஇக்
குவளை உண்கண் குய்ப்புகை கமழத்
தான்துழந்து அட்ட தீம்புளிப் பாகர்
'இனிது'எனக் கணவன் உண்டலின்,
நுண்ணிதின் மகிழ்ந்தன்று ஒண்ணுதல் முகனே.   (167)
முல்லை   கூடலூர்கிழார்

கடிநகர்ச் சென்ற செவிலித்தாய் நற்றாய்க்கு உரைத்தது
(கடிநகர் - தலைவனும் தலைவியும் மணம்புரிந்து கொண்டு இல்லறம்
நடத்தும் மனை. சென்ற - சென்று மீண்ட).

அருஞ்சொற்பொருள்:

முளிதயிர் - நன்றாக முற்றிய தயிர். கலிங்கம் - ஆடை. குய்ப்புகை - தாளிப்புப் புகை. அட்ட - சமைத்த. 'இதனால் தலைவி தற்கொண்டானைப் பேணும் தகை சிறந்தாள் என்பதைச் செவிலி உணர்த்தினாள் ஆயிற்று' (குறுந்தொகை மூலமும் உரையும், ப.319).

26. தோழி கூற்று

வேம்பின் பைங்காய்என் தோழி தரினே,
'தேம்பூங் கட்டி' என்றனிர்; இனியே,
பாரி பறம்பில் பனிச்சுனைத் தெண்ணீர்
தைஇத் திங்கள் தண்ணிய தரினும்,
'வெய்ய, உவர்க்கும்' என்றனிர் -
ஐய! அற்றால் அன்பின் பாலே. (196)

மருதம் மிளைக்கந்தன்

வாயில் வேண்டிப் புக்க கிழவற்குத் தோழி கூறியது.

அருஞ்சொற் பொருள்:

பைங்காய் - பசிய காய். கட்டி - வெல்லக் கட்டி.

27. தலைவி கூற்று

நோம்என் நெஞ்சே! நோம்என் நெஞ்சே!
புன்புலத்து அமன்ற சிறியிலை நெருஞ்சிக்
கட்குஇன் புதுமலர் முட்பயந் தாஅங்கு,
இனிய செய்தநம் காதலர்
இன்னா செய்தல் நோம்என் நெஞ்சே! (202)

மருதம் அள்ளூர் நன்முல்லை

வாயிலாகப் புக்க தோழிக்குத் தலைமகள் வாயில் மறுத்தது.

அருஞ்சொற் பொருள்:

நோம் - வருந்தும். புன்புலம் - செந்நிலம்; முல்லை நிலம். இன்னா செய்தல்- பரத்தையர்மாட்டு அன்புடையனாகி ஒழுகுதல்.

28. கண்டோர் கூற்று

இவன்இவள் ஐம்பால் பற்றவும், இவள்இவன்
புன்தலை ஓரி வாங்குநள் பரியவும்,
காதற் செவிலியர் தவிர்ப்பவும் தவிராது,
ஏதில் சிறுசெரு உறுப மன்னோ;

நல்லைமன்ற அம்ம பாலே மெல்லியல்
துணைமலர்ப் பிணையல் அன்னஇவர்
மணம்மகிழ் இயற்கை காட்டி யோயே. (229)

பாலை மோதாசனார்

இடைச்சுரத்துக் கண்டோர் தம்முள்ளே சொல்லியது.

அருஞ்சொற்பொருள்:

புன்தலை - சிவந்த தலை. ஓரி - ஆண் தலைமயிர். ஏதில் சிறு செரு - காரணம் இல்லாத சிறிய சண்டை.

29. தலைவன் கூற்று

கேளிர்! வாழியோ, கேளிர்! நாளும் என்
நெஞ்சு பிணிக்கொண்ட அம்சில் ஓதிப்
பெருந்தோட் குறுமகள் சிறுமெல் ஆகம்
ஒருநாள் புணரப் புணரின்
அரைநாள் வாழ்க்கையும் வேண்டலன் யானே. (280)

குறிஞ்சி நக்கீரர்

கழற்றெதிர்மறை.

அருஞ்சொற்பொருள்:

பிணிக்கொண்ட - பிணித்துக் கொண்ட. வேண்டலன்- விரும்பேன். 'தலைவியோடு அளவளாவாது பலநாள் உயிர் வாழ்வதினும் அவளோடு அளவளாவி அப்பால் சிறிது பொழுதிலே இறந்துபடுதல் நன்று என்றான்' (குறுந்தொகை மூலமும் உரையும், ப.516).

30.தோழி கூற்று

நனைமுதிர் ஞாழல் சினைமருள் திரள்வீ
நெய்தல் மாமலர்ப் பெய்த போல
ஊதை தூற்றும் உரவுநீர்ச் சேர்ப்ப!
தாய்உடன்று அலைக்கும் காலையும், வாய்விட்டு
'அன்னாய்!' என்னும் குழவி போல,
இன்னா செயினும் இனிதுதலை யளிப்பினும்,
நின்வரைப் பினள்என் தோழி;
தன்உறு விழுமம் களைஞரோ இலளே. (397)

நெய்தல் அம்மூவன்

குறுந்தொகை ◈

வரைவிடை வைத்து நீங்கும் தலைமகற்குத் தோழி உரைத்தது.

அருஞ்சொற் பொருள்:

நின் வரைப்பினள் - நின்னால் பாதுகாக்கப்படும் எல்லைக்கு உட்பட்டவள். விழுமம் - துன்பம். களைஞர் - நீக்குவார்.

3

நற்றிணை

எட்டுத் தொகை நூல்களுள் ஒன்றான நற்றிணை ஒன்பது முதல் பன்னிரண்டு அடி வரை உள்ள நானூறு அகவற் பாடல் களின் தொகுதி ஆகும். குறுந்தொகை, நெடுந்தொகை (அகநானூறு) ஆகிய இரண்டிற்கும் இடைப்பட்ட அளவான அடிகளை உடைமை யினால், இது **'நற்றிணை'** என வழங்கப் பெற்றது போலும். **'நற்றிணை நானூறு'** என்றும் இது வழங்கப் பெறும்.

எட்டுத்தொகை நூல்களைத் தொகுத்து உரைக்கும் பழம் பாடல் 'நற்றிணை' என்றே இந்நூலின் பெயரைச் சுட்டுவது குறிப்பிடத்தக்கது.

'இதனைத் தொகுப்பித்தான் **பன்னாடு தந்த பாண்டியன் மாறன் வழுதி**' என்பது பழங்குறிப்பு. தொகுத்தாரது பெயர் தெரியவில்லை.

நற்றிணைப் பாடல்களில் 234-ஆம் பாடல் முற்றிலும் கிடைக்க வில்லை. 385-ஆம் பாடலின் பிற்பகுதியும் மறைந்து போயிற்று. 56 பாடல்களை இயற்றிய ஆசிரியர்களின் பெயர் காணப்பெறவில்லை. ஏனைய பாடல்களைப் பாடியவர்களின் எண்ணிக்கை 192.

"நெடுந்தொகை எனும் அகநானூற்றுப் பாடல்கள் போல மிகப் பெரியன அல்ல இதன் பாடல்கள்; பொருள் முடிபு காண வருந்த வேண்டுவதில்லை. குறுந்தொகைப் பாடல்கள் போல மிகச் சிறியன அல்ல இவை; பொருள் ஆழங் காணாது அலைய வேண்டுவதில்லை. இடை நிகரனவான பாடல்களே இந் நற்றிணையில் உள்ளன; இரண்டன் அழகும் இதனிடை உண்டு" (பிறந்தது எப்படியோ?, ப.95) என நற்றிணையின் சிறப்பை எடுத்துரைப்பர் பேராசிரியர் தெ.பொ.மீனாட்சி சுந்தரனார்.

1

தலைவி கூற்று

நின்ற சொல்லர்; நீடுதோறு இனியர்;
என்றும் என்தோள் பிரிபுஅறி யலரே;
தாமரைத் தண்தாது ஊதி, மீமிசைச்
சாந்தில் தொடுத்த தீம்தேன் போல,

புரைய மன்ற, புரையோர் கேண்மை;
நீர்இன்று அமையா உலகம் போலத்
தம்இன்று அமையா நம்நயந்து அருளி,
நறுநுதல் பசத்தல் அஞ்சிச்
சிறுமை உறுபவோ? செய்பு அறி யலரே! (1)

குறிஞ்சி கபிலர்

பிரிவு உணர்த்திய தோழிக்குத் தலைவி சொல்லியது.

அருஞ்சொற் பொருள்:

புரை - உயர்பு. நுதல் - நெற்றி. செய்பு-செய்வது. நயந்து-விருப்பம் கொண்டு.

2

தோழி கூற்று

அண்ணாந்து ஏந்திய வனமுலை தளரினும்,
பொன்நேர் மேனி மணியின் தாழ்ந்த
நல்நெடுங் கூந்தல் நரையொடு முடிப்பினும்,
நீத்தல் ஓம்புமதி - பூக்கேழ் ஊர!
இன்கடுங் கள்ளின் இழைஅணி நெடுந்தேர்க்
கொற்றச் சோழர் கொங்கர்ப் பணீஇயர்,
வெண்கோட்டு யானைப் போஒர் கிழவோன்
பழையன் வேல்வாய்த் தன்னநின்
பிழையா நல்மொழி தேறிய இவட்கே. (10)

பாலை . . .

உடன்போக்கும் தோழி கையடுத்தது.

அருஞ்சொற் பொருள்:

மதி - முன்னிலை அசைச்சொல். கேழ் - பொருந்திய, சூழ்ந்த. போஒர் - போர் எனப் பெயரிய ஊர்; பழையனுக்கு உரியது.

சிறப்புக் குறிப்பு

“நரையொடு மூத்த காலத்தும் மாறாத அன்போடு இவளைப் போற்றுக எனத் தோழி கூறினாள்” (கு.வெ.பாலசுப்பிரமணியன், நற்றிணை: மூலமும் உரையும், ப.18).

3

தோழி கூற்று

'மாயோன் அன்ன மால்வரைக் கவாஅன்,
வாலியோன் அன்ன வயங்கு வெள்அருவி
அம்மலைக் கிழவோன் நம்நயந்து என்றும்
வருந்தினன்' என்பதுஓர் வாய்ச்சொல் தேறாய்;
நீயும் கண்டு, நுமரொடும் எண்ணி,
அறிவுஅறிந்து அளவல் வேண்டும்; மறுத்தரற்கு
அரிய வாழி, தோழி! - பெரியோர்
நாடி நட்பின் அல்லது,
நட்டு நாடார், தம் ஒட்டியோர் திறத்தே. (32)

குறிஞ்சி கபிலர்

தலைவிக்குக் குறை நயப்புக் கூறியது (குறை நயப்பு- தலைவனது காரியத்தை விரும்பி நிறைவேற்றுதல்).

அருஞ்சொற் பொருள்

கவாஅன் - (கவான்) மலைப்பக்கம். அளவல் - உரையாடுதல். மறுதரல் - மறுத்தல். நட்டு - நட்புச்செய்து.

4

தோழி கூற்று

கடவுட் கற்சுனை அடைஇறந்து அவிழ்ந்த
பறியாக் குவளை மலரொடு காந்தட்
குருதி ஒண்பூ உருகெழக் கட்டி,
பெருவரை அடுக்கம் பொற்பச் சூர்மகள்
அருவி இன்இயத்து ஆடும் நாடன்
மார்புதர வந்த படர்மலி அருநோய்
நின்அணங்கு அன்மை அறிந்தும், அண்ணாந்து,
கார்நறுங் கடம்பின் கண்ணி சூடி,
வேலன் வேண்ட, வெறிமனை வந்தோய்!
கடவுள் ஆயினும் ஆக;
மடவை மன்ற, வாழிய முருகே! (34)

குறிஞ்சி பிரமசாரி

தோழி தெய்வத்துக்கு உரைப்பாளாய் வெறி விலக்கியது.

அருஞ்சொற் பொருள்:

பறியாக் குவளை - கடவுள் வழிபாட்டுக்கன்றிப் பிறவற்றிற்குப் பறிக்கப்படாதது. அடை - இலை. உருகெழ - நிறம் பொருந்த. படர்-வருத்தம். அணங்குதல் - வருத்துதல். மடவை - அறியாமை உடையை.

5

தலைவி கூற்று

சிறுவெள்ளாங் குருகே! சிறுவெள்ளாங் குருகே!
துறைபோகு அறுவைத் தூமடி அன்ன
நிறம்கிளர் தூவிச் சிறுவெள்ளாங் குருகே!
எம்ஊர் வந்து,எம் உண்துறைத் துழைஇ,
சினைக்கெளிற்று ஆர்கையை அவர்ஊர்ப் பெயர்தி;
அனைய அன்பினையோ, பெருமறவி யையோ -
ஆங்கண் தீம்புனல் ஈங்கண் பரக்கும்
கழனி நல்ஊர் மகிழ்நர்க்கு என்
இழைநெகிழ் பருவரல் செப்பா தோயே? (70)

மருதம் வெள்ளிவீதியார்

காமம் மிக்க கழிபடர் கிளவி.

அருஞ்சொற் பொருள்:

குருகு - நாரை. அறுவை - ஆடை. மடி - புதியது. தூவி - சிறகு. துழைஇ - துழாவி. மறவி - மறதி. பருவரல்- துன்பம்.

6

செவிலி கூற்று

பிரசம் கலந்த வெண்சுவைத் தீம்பால்
விரிகதிர்ப் பொற்கலத்து ஒருகை ஏந்தி,
புடைப்பின் சுற்றும் பூந்தலைச் சிறுகோல்,
'உண்'என்று ஓக்குபு பிழைப்ப, தெண்நீர்
முத்துஅரிப் பொற்சிலம்பு ஒலிப்பத் தத்துற்று,
அரிநரைக் கூந்தற் செம்முது செவிலியர்
பரிமெலிந்து ஒழிய, பந்தர் ஓடி.
ஏவல் மறுக்கும் சிறுவிளை யாட்டி
அறிவும் ஒழுக்கமும் யாண்டுஉணர்ந் தனள்கொல்?
கொண்ட கொழுநன் குடிவறன் உற்றென,

கொடுத்த தந்தை கொழுஞ்சோறு உள்ளாள்,
ஒழுகுநீர் நுணங்கு அறல்போல,
பொழுது மறுத்து உண்ணும்சிறு மதுகையளே! *(110)*

பாலை போதனார்

மனைமருட்சி; மகள்நிலை உரைத்ததூஉம் ஆம்.

அருஞ்சொற் பொருள்:

பிரசம் - தேன். அரி - பருக்கைக் கல். அரிநரைக் கூந்தல்- சிறிது நரைத்த கூந்தல். பரிதல் - ஓடுதல்.

சிறப்புக் குறிப்பு

"சிறு விளையாட்டியாக இருந்த மகள் தன்னை ஒறுத்துக் கொள்ளவும் துன்பம் பொறுத்துக் கொள்ளவும் எவ்வாறு ஆற்றுவாளாயினள் எனத் தாயின் வியப்புக் கூறி நின்றது" (நற்றிணை: மூலமும் உரையும், ப.200).

7

தலைவன் கூற்று

பைங்காய் நல்இடம் ஒரீஇய செங்காய்க்
கருங்களி ஈந்தின் வெண்புறக் களரி
இடுநீறு ஆடிய கடுநடை ஒருத்தல்
ஆள்பெறல் நசைஇ, நாள்சுரம் விலங்கி,
துனைதரும் வம்பலர்க் காணாது, அச்சினம்
பனைக்கான்று ஆறும் பாழ்நாட்டு அத்தம்,
இறந்து செய்பொருளும் இன்பம் தரும் எனின்,
இளமையின் சிறந்த வளமையும் இல்லை;
இளமை கழிந்த பின்றை, வளமை
காமம் தருதலும் இன்றே; அதனால்,
நில்லாப் பொருட் பிணிச்சேறி;
வல்லே நெஞ்சம்! - வாய்க்க நின் வினையே! *(126)*

பாலை . . .

பொருள் வலித்த நெஞ்சினைத் தலைவன் நெருங்கிச் செலவு அழுங்கியது.

அருஞ்சொற்பொருள்:

ஓரீஇய - நீங்கிய. களரி - உப்புப் பூத்த பாழ்நிலம். நீறு - புழுதி. ஒருத்தல் - யானையின் ஆண்பாற்பெயர். நசைஇ- விரும்பி. வம்பலர்- புதியவர்.

8

தலைவன் கூற்று

வான்இகுபு சொரிந்த வயங்குபெயற் கடைநாள்,
பாணி கொண்ட பல்கால் மெல்உறி
ஞெலிகோல் கலப்பை அதளொடு சுருக்கி,
பறிப்புறத்து இட்ட பால்நொடை இடையன்
நுண்பல் துவலை ஒருதிறம் நனைப்ப,
தண்டுகால் வைத்த ஒடுங்குநிலை மடிவிளி
சிறுதலைத் தொழுதி ஏமார்த்து அல்கும்
புறவி னதுவே ஞீ - பொய்யா யாணர்,
அல்லில் ஆயினும் விருந்துவரின் உவக்கும்,
முல்லை சான்ற கற்பின்,
மெல்இயல் குறுமகள் உறைவின், ஊரே. *(142)*

முல்லை *இடைக்காடனார்*

வினைமுற்றி மீளும் தலைமகன் தேர்ப்பாகற்குச் சொல்லியது (வினை முற்றி மீளும் - தன் தலைவியைப் பிரிந்து வந்ததற்குக் காரணமாகிய காரியம் முற்றுப் பெற்றுத் திரும்பும்).

அருஞ்சொற் பொருள்:

பாணி - கை. ஞெலிகோல் - தீக்கடை கோல். கலப்பை- கருவிகள் வைக்கப்பட்ட பை. அதள் - தோல். துவலை - துளி. தண்டு - இடையன் கைக்கோல். பறி - பனையோலைப் பாய். நொடை- விலை. அல் - இரவு

உள்ளுறை: *“வேற்றிடை புகும் ஆட்டுக்கூட்டம் இடையன் விளித்த அளவில் மீண்டு சேர்ந்து தங்கும் என்றது, சோர்வுற்ற தன் நெஞ்சம் பாகன் விரைந்து செலுத்துதலால் சோர்வு நீங்கி நிற்கும் என்பதை உணர்த்திற்று” (நற்றிணை: மூலமும் உரையும், ப.262).*

9

தோழி கூற்று

யாங்கு ஆகுவமோ - 'அணிநுதற் குறுமகள்!
தேம்படு சாரற் சிறுதினைப் பெருங் குரல்
செவ்வாய்ப் பைங்கிளி கவர, நீ மற்று
எவ்வாய்ச் சென்றனை, அவண்?' எனக் கூறி,
அன்னை ஆனாள் கழற, முன்நின்று,
'அருவி ஆர்க்கும் பெருவரை நாடனை
அறியலும் அறியேன்; காண்டலும் இலனே;
வெதிர்புனை தட்டையேன் மலர்பூக் கொய்து,
சுனைபாய்ந்து ஆடிற்றும் இலன்'என நினைவிலை
பொய்யல், அந்தோ! வாய்த்தனை? அதுகேட்டு,
தலைஇறைஞ் சினளே அன்னை;
செலவு ஒழிந் தனையால், அளியைநீ, புனத்தே? (147)

குறிஞ்சி கொள்ளம்பக்கனார்

சிறைப்புறமாகத் தோழி சொல்லியது (சிறைப்புறமாக - தலைவன் கேட்கும் அண்மையில் மறைவாக இருக்கும் பொழுது).

அருஞ்சொற் பொருள்:

நுதல் - நெற்றி. ஆனாள் - தணியாள்; அமையாள். குரல் - தினைக்கதிர். தட்டை - கிளிகடி கருவி. வெதிர் - மூங்கில். தலை இறைஞ்சுதல் - தலை கவிழ்தல்.

10

தோழி கூற்று

சிலரும் பலரும் கடைக்கண் நோக்கி,
மூக்கின் உச்சிச் சுட்டுவிரல் சேர்த்தி,
மறுகில் பெண்டிர் அம்பல் தூற்ற,
சிறுகோல் வலந்தனள் அன்னை அலைப்ப,
அலந்தனென் வாழி - தோழி! கானல்
புதுமலர் தீண்டிய பூநாறு குரூஉச்சுவல்
கடுமான் பரிய கதழ்பரி கடைஇ,
நடுநாள் வரூஉம் இயல்தேர்க் கொண்கனொடு

செலவு அயர்ந்திசினால், யானே;
அலர்சுமந்து ஒழிக, இவ் அழுங்கல் ஊரே!   (149)

நெய்தல்   உலோச்சனார்

தோழி தலைவியை உடன்போக்கு வலித்தது; சிறைப்புறமாகச் சொல்லியதூஉம் ஆம்.

அருஞ்சொற் பொருள்:

மறுகு - தெரு. குரூஉ - நிறம். சுவல் - பிடரி. கடை இ- செலுத்தி. நடுநாள் - நள்ளிரவு. அம்பல் - சிலர் அறிந்த பழிச்சொல்.

11

தோழி கூற்று

விளையாடு ஆயமொடு வெண்மணல் அழுத்தி,
மறந்தனம் துறந்த காழ்முளை அகைய,
'நெய்பெய் தீம்பால் பெய்துஇனிது வளர்ப்ப
நும்மினும் சிறந்தது, நுவ்வை ஆகும்' என்று
அன்னை கூறினள், புன்னையது சிறப்பே.
அம்ம! நாணுதும், நும்மொடு நகையே;
விருந்தின் பாணர் விளர்இசை கடுப்ப -
வலம்புரி வான்கோடு நரலும் இலங்குநீர்த்
துறைகெழு கொண்க! - நீ நல்கின் -
இறைபடு நீழல் பிறவுமார் உளவே.   (172)

நெய்தல்   . . .

பகற்குறி வந்த தலைமகனைத் தோழி வரைவு கடாயது; குறிபெயர்த்தீடும் ஆம்.

அருஞ்சொற் பொருள்:

காழ் - விதை. அகைய - தோன்ற. நுவ்வை - நும் தங்கை. விளர் - இளமை. நாலும் - ஒலிக்கும்.

சிறப்புக் குறிப்பு

"வேறு இடத்தில் காணலாம் என்பதை நயமிக உரைத்துக் காட்டினள். 'அம்ம நாணுதும் நும்மொடு நகையே' என்றமையின் இனி வரைந்து கொள்ளலே தக்கதெனக் கூறினாள்" (நற்றிணை: மூலமும் உரையும், பக்.316-317).

12

தோழி கூற்று

அரிகால் மாறிய அம்கண் அகல்வயல்
மறுகால் உழுத ஈரச் செறுவின்,
வித்தொடு சென்ற வட்டி பற்பல
மீனொடு பெயரும் யாணர் ஊர!
நெடிய மொழிதலும் கடிய ஊர்தலும்
செல்வம் அன்று; தன்செய் வினைப்பயனே;
சான்றோர் செல்வம் என்பது, சேர்ந்தோர்
புன்கண் அஞ்சும் பண்பின்
மென்கட் செல்வம் செல்வம் என்பதுவே. (210)

மருதம் மிளைகிழான் நல்வேட்டனார்

தோழி தலைமகனை நெருங்கிச் சொல்லுவாளாய், வாயில் நேர்ந்தது.

அருஞ்சொற் பொருள்:

கண் - இடம். வட்டி - கடகப்பெட்டி. யாணர் - புது வருவாய். புன்கண் - துன்பம். மென்கண் - இனிய தன்மை.

13

பரத்தை கூற்று

துனிதீர் கூட்டமொடு துன்னார் ஆயினும்,
இனிதே, காணுநர்க் காண்புழி வாழ்தல்;
கண்ணுறு விழுமம் கைபோல் உதவி,
நம்உறு துயரம் களையார் ஆயினும்,
இன்னாது அன்றே, அவர்இல் ஊரே;
எரிமருள் வேங்கைக் கடவுள் காக்கும்
குருகுஆர் துழனியின் இதணத்து ஆங்கண்,
ஏதிலாளன் கவலை கவற்ற,
ஒருமுலை அறுத்த திருமா வுண்ணிக்
கேட்டோர் அனையர் ஆயினும்,
வேட்டோர் அல்லது, பிறர்இன் னாரே. (216)

மருதம் மதுரை மருதன் இளநாகனார்

தலைமகட்குப் பாங்காயினார் கேட்பத் தலைமகன் தலைநின்று ஒழுகப் படாநின்ற பரத்தை, பாணற்கு ஆயினும், விறலிக்கு ஆயினும்

சொல்லுவாளாய், நெருங்கிச் சொல்லியது.

அருஞ்சொற் பொருள்:

எரி - நெருப்பு. இதணம் - பரண். ஏதிலாளன் - அயலான். கவலை - வருத்தம். வேட்டோர் - விரும்பியோர்.

சிறப்புக் குறிப்பு

"இப் பாடலில் **திருமாவுண்ணி** என்று குறிக்கப்பெறும் பெண் **கண்ணகி** என்பர். கான வேங்கையின் கீழ் நின்ற காரிகையாகச் சிலப்பதிகாரமும் கூறுதல் எண்ணத் தக்கது" (நற்றிணை: மூலமும் உரையும், ப.398).

14

தலைவன் கூற்று

மணிகண் டன்ன மாநிறக் கருவிளை
ஒண்பூந் தோன்றியொடு தண்புதல் அணிய,
பொன்தொடர்ந் தன்ன தகைய நன்மலர்க்
கொன்றை ஒள்இணர் கோடுதொறும் தூங்க,
வம்பு விரித்தன்ன செம்புலப் புறவில்,
நீர்அணிப் பெருவழி நீள்இடைப் போழ,
செல்க பாக! நின் செய்வினை நெடுந்தேர்;
விருந்து விருப்புறூஉம் பெருந்தோட் குறுமகள்,
மின்ஒளிர் அவிர்இழை நல்நகர் விளங்க,
நடைநாட் செய்த நவிலாச் சீறடிப்
பூங்கட் புதல்வன் உறங்குவயின் ஒல்கி,
'வந்தீக, எந்தை!' என்னும்
அம்தீம் கிளவி கேட்கம் நாமே. *(221)*

முல்லை இடைக்காடனார்

வினை முற்றி மறுத்தரா நின்ற தலைமகன் பாகற்குச் சொல்லியது.

அருஞ்சொற் பொருள்:

தோன்றி - காந்தள். இணர் - கொத்து. கோடு - கிளை. தூங்க- தொங்க. வம்பு - நறுமணம். புறவு - முல்லை நிலம். ஒல்குதல் - துவளுதல்.

15

தோழி கூற்று

இவள்தன், காமம் பெருமையின், காலை என்னாள்;நின்
அன்புபெரிது உடைமையின், அளித்தல் வேண்டி,
பகலும் வருதி, பல்பூங் கானல்;
இன்னீர் ஆகலோ இனிதால் எனின், இவள்
அலரின் அருங்கடிப் படுகுவள்; அதனால்
எல்லி வம்மோ! மெல்லம் புலம்ப!
சுறவினம் கலித்த நிறைஇரும் பரப்பின்
துறையினும் துஞ்சாக் கண்ணர்
பெண்டிரும் உடைத்து, இவ் அம்பல் ஊரே. *(223)*

நெய்தல் உலோச்சனார்

பகற்குறி வந்து மீள்வானைத் தோழி இரவுக்குறி நேர்வாள் போன்று, அதுவும் மறுத்து, வரைவு கடாயது.

அருஞ்சொற் பொருள்:

அளித்தல் - அருள் செய்தல். எல்லி - இரவு. கலித்த - மெலிந்த. கடி - காவல்.

16

தலைவன் கூற்று

'புறம்தாழ்பு இருண்ட கூந்தல், போதின்
நிறம்பெறும் ஈர்இதழ்ப் பொலிந்த உண்கண்,
உள்ளம் பிணிக்கொண்டோள் வயின், நெஞ்சம்,
'செல்லல் தீர்கம்; செல்வாம்' என்னும்;
'செய்வினை முடியாது எவ்வம் செய்தல்
எய்யா மையோடு இளிவுதலைத் தரும்'என,
உறுதி தூக்காத் தூங்கி, அறிவே,
'சிறிதுநனி விரையல்' என்னும்; ஆயிடை,
ஒளிறுஏந்து மருப்பின் களிறுமாறு பற்றிய
தேய்புரிப் பழங்கயிறு போல
வீவது கொல்என் வருந்திய உடம்பே? *(284)*

பாலை தேய்புரிப் பழங்கயிற்றினார்

பொருள் முடியாநின்ற தலைமகன் ஆற்றானாகிச் சொல்லியது.

அருஞ்சொற் பொருள்:

செல்லல் - துன்பம். எவ்வம் செய்தல் - நெகிழ்ந்து விட்டு விடுதல். எய்யாமை - அறியாமை. தூக்கி - ஆராய்ந்து. விரையல் - விரையாதே.

17

தோழி கூற்று

சுடர்த்தொடிக் கோமகள் சினந்தென, அதன்எதிர்
மடத்தகை ஆயம் கைதொழு தாஅங்கு,
உறுகால் ஒற்ற ஒல்கி, ஆம்பல்
தாமரைக்கு இறைஞ்சும் தண்துறை ஊரன் -
சிறுவளை விலைஎனப் பெருந்தேர் பண்ணி, எம்
முன்கடை நிறீஇச் சென்றிசி னோனே!
நீயும், தேரொடு வந்து போர்தல் செல்லாது,
நெய்வார்ந் தன்னதுய் அடங்கு நரம்பின்
இரும்பாண் ஒக்கல் தலைவன்! பெரும்புண்
ஏஎர் தழும்பன் ஊணூர் ஆங்கண்,
பிச்சைசூழ் பெருங்களிறு போல,எம்
அட்டில் ஓலை தொட்டனை நின்மே. (300)

மருதம் பரணர்

வாயில் மறுத்தது; வரைவு கடாயதூஉம் ஆம், மாற்றோர் நொதுமலாளர் வரைவின் மேலிட்டு (நொதுமலாளர் - தலைவன் அல்லாத அயலார்).

அருஞ்சொற் பொருள்:

உறுகால் - மிக்க காற்று. பண்ணி - அலங்கரித்து. ஏஎர் - அழகு. அட்டில் - சமையல் கூடம். நின்மே - நிற்கின்றனை.

உள்ளுறை

“ஆம்பல் மலர்கள் காற்றினால் மோதப் பெற்றுத் தாமரை யிடத்துத் தாழும் என்றது தலைவன் பாணனை வாயிலாக ஏவ அவன் வந்து பணிந்து நிற்றலை உணர்த்தும்” (நற்றிணை: மூலமும் உரையும், ப.553).

18

தலைவி கூற்று

நிலவே. நீல்நிற விசும்பில் பல்கதிர் பரப்பி,
பால்மலி கடலின், பரந்து பட்டன்றே;
ஊரே, ஒலிவரும் சும்மையொடு மலிபுதொகுபு ஈண்டி,
கலிகெழு மறுகின், விழவு அயரும்மே;
கானே, பூமலர் கஞலிய பொழில் அகம்தோறும்
தாம்அமர் துணையொடு வண்டு இமிரும்மே;
யானே, புனைஇழை ஞெகிழ்த்த புலம்புகொள் அவலமொடு
கனைஇருங் கங்குலும் கண்படை இலெனே;
அதனால், என்னொடு பொரும்கொல், இவ் உலகம்?
உலகமொடு பொரும்கொல், என் அவலம் உறுநெஞ்சே? (348)

நெய்தல் வெள்ளிவீதியார்

வேட்கை பெருகத் தாங்கலளாய், ஆற்றாமை மீதூர்கின்றாள் சொல்லியது.

அருஞ்சொற் பொருள்:

ஒலிவரல்- தழைத்துப் பெருகுதல். சும்மை - ஆரவாரம். ஈண்டி - சேர்ந்து; திரண்டு. புலம்பு - தனிமை. கங்குல் - இரவு.

19

தோழி கூற்று

நெடுங்கழை நிவந்த நிழல்படு சிலம்பின்
கடுஞ்சூல் வயப்பிடி கன்றுஈன்று உயங்க,
பால்ஆர் பசும்புனிறு தீரிய, களிசிறந்து,
வாலா வேழம் வணர்குரல் கவர்தலின்,
கானவன் எறிந்த கடுஞ்செலல் ஞெகிழி
வேய்பயில் அடுக்கம் சுடர மின்னி,
நிலைகிளர் மீனின், தோன்றும் நாடன்
இரவின் வரூஉம் இடும்பை நாம்உய,
வரைய வந்த வாய்மைக்கு ஏற்ப,
நமர்கொடை நேர்ந்தனர் ஆயின், அவருடன்
நேர்வர்கொல் வாழி தோழி! நம்காதலர்
புதுவர் ஆகிய வரவும், நின்
வதுவைநாண் ஒடுக்கமும் காணுங் காலே? (393)

குறிஞ்சி கோவூர்கிழார்

வரைவு மலிந்தது.

அருஞ்சொற் பொருள்:

நிவந்த - உயர்ந்த. உயங்க - வருந்த. வாலா - வெண்மையற்ற; கரிய. வணர் - வளைந்த. ஞெகிழி - எரிகொள்ளி. வதுவை - மணப்பெண்; மணம்.

20

தலைவி கூற்று

தோளும் அழியும், நாளும் சென்றென;
நீள்இடை அத்தம் நோக்கி, வாள்அற்றுக்
கண்ணும் காட்சி தெளவின; என்நீத்து
அறிவும் மயங்கி, பிறிது ஆகின்றே;
நோயும் பெருகும்; மாலையும் வந்தன்று;
யாங்கு ஆகுவென்கொல் யானே? ஈங்கோ
சாதல் அஞ்சேன்; அஞ்சுவல், 'சாவின்
பிறப்புப் பிறிது ஆகுவதுஆயின்,
மறக்குவேன் கொல்,என் காதலன்' எனவே. *(397)*

பாலை அம்மூவனார்

பிரிவிடை ஆற்றாளாகி நின்ற தலைமகளை வற்புறாநின்ற தோழிக்கு 'ஆற்றுவல்' என்பது படச் சொல்லியது.

அருஞ்சொற் பொருள்:

அத்தம் - வழி. வாள் - ஒளி. தெளவின - இழந்தன.

4
அகநானூறு

எட்டுத்தொகை நூல்களுள் அகம், புறம் என்னும் பொருண்மை பற்றித் தொகுக்கப் பெற்றவை அகநானூறும் புறநானூறும். இவ் இரண்டும் அகவற் பாக்களால் அமைந்தவை.

அகநானூற்றில் அமைந்த பாடல்கள் அடி அளவால் மிகவும் நீண்டவை; 13 அடிச் சிற்றெல்லையும் 31 அடிப் பேரெல்லையும் கொண்டவை. எனவே, இதனை 'நெடுந்தொகை' எனவும் வழங்குவர்.

கடவுள் வாழ்த்து நீங்கலாக இதில் 400 பாடல்கள் இடம் பெற்றுள்ளன. இப் பாடல்கள் **களிற்றியானை நிரை** (1-120), **மணிமிடை பவளம்** (121-300), **நித்திலக் கோவை** (301-400) என்னும் மூன்று பெரும் பகுதிகளாகப் பிரிக்கப்பட்டுள்ளன. மேலும், அகநானூற்றில் இடம்பெற்றுள்ள பாடல்கள் தக்கதொரு முறைமையினை - ஒழுங்கினை - மேற்கொண்டு அமைந்திருத்தல் நோக்கத்தக்கது. ஒற்றைப்படை எண்களில் அமைந்த பாடல்கள் (1, 3, 5, 7, 9 முதலியவை) **பாலைத் திணை** பற்றியன; இரண்டும் எட்டுமாக வரும் எண்களைக் கொண்ட பாடல்கள் (2, 8, 12, 18 போன்றவை) **குறிஞ்சித் திணை** பற்றியன; நான்கு என்ற எண்ணில் அமைந்த பாடல்கள் (4, 14, 24 போன்றவை) **முல்லைத் திணைக்கு** உரியன; ஆறு என்ற எண்ணைக் கொண்ட பாடல்கள் (6, 16, 26, 36 போன்றவை) **மருதத் திணைக்கு** உரியன; 10, 20, 30 என்றாற் போல் பத்து என்ற எண்ணில் அமைந்த பாடல்கள் **நெய்தல் திணை** பற்றியன. இவ்வகையான அமைப்பு முறை எட்டுத்தொகை நூல்களுள் வேறு எந்த நூலிலும் காணப்பெறவில்லை என்பது குறிப்பிடத்தக்கது.

இத்தொகை நூலைத் தொகுத்தவர் **மதுரை உப்பூரிகுடி கிழார் மகனார் உருத்திரசன்மர்**. இதனைத் தொகுப்பித்தவன் பாண்டியன் **உக்கிரப்பெருவழுதி**. இத்தொகையில் உள்ள பாடல்களைப் பாடிய புலவர் பெருமக்கள் நூற்று நாற்பத்து ஐவர் ஆவர். மூன்று பாடல் களின் (114,117,165) ஆசிரியர் பெயர் காணப்பெறவில்லை.

அகப்பொருள் நூலாயினும் அகநானூற்றில் காணப் பெறும் **வரலாற்றுக் குறிப்புக்கள்** மிகப் பலவாகும்.

I. களிற்றியானை நிரை

1. தோழி கூற்று

கோழிலை வாழைக் கோள்முதிர் பெருங்குலை
ஊழ்உறு தீங்கனி, உண்ணுநர்த் தடுத்த
சாரல் பலவின் சுளையொடு, ஊழ்படு
பாறை நெடுஞ்சுனை விளைந்த தேறல்
அறியாது உண்ட கடுவன் அயலது
கறிவளர் சாந்தம் ஏறல்செல் லாது,
நறுவீ அடுக்கத்து மகிழ்ந்து கண்படுக்கும்
குறியா இன்பம், எளிதின் நின்மலைப்
பல்வேறு விலங்கும் எய்தும் நாட!
குறித்த இன்பம் நினக்குஎவன் அரிய?
வெறுத்த ஏஎர், வேய்புரை பணைத்தோள்,
நிறுப்ப நில்லா நெஞ்சமொடு நின்மாட்டு,
இவளும் இனையள் ஆயின், தந்தை
அருங்கடிக் காவலர் சோர்பதன் ஒற்றிக்
கங்குல் வருதலும் உரியை; பைம்புதல்
வேங்கையும் ஒள்இணர் விரிந்தன;
நெடுவெண் திங்களும் ஊர்கொண் டன்றே. (2)

குறிஞ்சி கபிலர்

பகற்குறிக்கண் செறிப்பு அறிவுறீஇத் தோழி வரைவு கடாயது.

அருஞ்சொற்பொருள்:

கோழ் - வளமான. ஊழ் - காய்த்தல். தேறல் - தேன். கடுவன் - ஆண்குரங்கு. கறி - மிளகு. சாந்தம் - சந்தனம். நறுவீ - நறுமணமலர். கண்படுக்கும் - உறங்கும். குறியா - எதிர்பாராத. வெறுத்த ஏஎர்- மிக்க அழகு. வேய்புரை - மூங்கிலைப் போன்ற. பணை - பருத்த. இனையள் - இத்தன்மையள். அருங்கடி - அரிய காவல். சோர்பதன்- சோர்வுறும். ஒற்றி - அறிந்து. கங்குல் - இரவு. பைம்புதல் - பசிய புதர். இணர் - பூங்கொத்து.

சிறப்புக் குறிப்பு

"ஆண் குரங்கு தீஞ்சுவைக் கலவையை இன்பச் சாறு என அறியாது உண்டு, பின் தன்னுடைய தொழிலாகிய மரம் ஏறுதலையும் மறந்து வேறோரிடம் செல்லவும் இயலாது, தனக்கு அயலே உள்ள சந்தன நிழலில், பூவின் மேல் உறங்குகின்றது. அதுபோல்

தலைவனும் களவு ஒழுக்கத்தில் இன்பம் அனுபவியாது, அவனது தொழிலாகிய இக் களவினை விடுத்து மணந்து கொள்ளவும் இயலாது இவ்வின்பத்திலேயே மயங்கி நிற்கின்றான்" (நா.மீனவன் & தெ.முருகசாமி, அகநானூறு: முதற்பகுதி, களிற்றியானை நிரை, மக்கள் மதிப்பு, ப.8).

2. தோழி கூற்று

முல்லை வைந்நுனை தோன்ற, இல்லமொடு
பைங்காற் கொன்றை மென்பிணி அவிழ,
இரும்பு திரித்துஅன்ன மாஇரு மருப்பின்,
பரல்அவல் அடைய, இரலை தெறிப்ப,
மலர்ந்த ஞாலம் புலம்புபுறக் கொடுப்பக்
கருவி வானம் கதழ்உறை சிதறிக்
கார்செய் தன்றே கவின்பெறு கானம்;
குரங்குஉளைப் பொலிந்த கொய்சுவற் புரவி
நரம்புஆர்த் தன்ன, வாங்குவள் பரிய
பூத்த பொங்கர்த் துணையொடு வதிந்த
தாதுஉண் பறவை பேதுறல் அஞ்சி,
மணிநா ஆர்த்த மாண்வினைத் தேரன்,
உவக்காண் தோன்றும் - குறும்பொறை நாடன்,
கறங்குஇசை விழவின் உறந்தைக் குணாது,
நெடும்பெருங் குன்றத்து அமன்ற காந்தட்
போதுஅவிழ் அலரின் நாறும் -
ஆய்தொடி அரிவை!நின் மாண்நலம் படர்ந்தே. (4)

முல்லை — குறுங்குடி மருதனார்

தோழி தலைமகளைப் பருவங் காட்டி வற்புறுத்தியது.

அருஞ்சொற் பொருள்:

வைந்நுனை - கூரிய நுனி. இல்லம் - தோற்றா மரம். பிணி - கட்டு. மருப்பு - கொம்பு. பரல்அவல் - கற்களை உடைய பள்ளம். இரலை - ஒரு வகை மான். கதழ்உறை - விரைந்து விழும் துளிகள். குரங்கு உளை - வளைந்த தலை ஆட்டத்தை உடைய குதிரையின் பிடரி. கொய்சுவல் - வெட்டிய பிடரிமயிர். வள் - கடிவாளம். பரிய- விரைந்து இழுக்க. பொங்கர் - சோலை. தாது - தேன். ஆர்த்த - ஒலித்த. பறவை- வண்டு.

சிறப்புக் குறிப்பு

“இப்பாடலில், தேன் உண்ணும் வண்டுகள் பிரிந்து விடக் கூடாதெனத் தன் தேரில் மணி நாவை இழுத்துக் கட்டப்பட்ட தென்பது தம்மால் பிறர்க்குத் துன்பம் எய்தக் கூடாது என்னும் தமிழரின் பொதுப் பண்பு உணர்த்தப்படுகிறது.

இப்பாடலை ‘நோக்கு’ என்ற செய்யுள் உறுப்புக்குச் சிறந்த எடுத்துக்காட்டாகப் பேராசிரியர் கூறுவர்” (அகநானூறு: முதற்பகுதி, களிற்றியானை நிரை, மக்கள் பதிப்பு, ப.13).

3. தலைவன் கூற்று

அளிநிலை பொறாஅது அமரிய முகத்தள்,
விளிநிலை கொள்ளாள், தமியள், மென்மெல,
நலமிகு சேவடி நிலம்வடுக் கொளாஅக்
குறுக வந்து,தன் கூர்எயிறு தோன்ற
வறிதுஅகத்து எழுந்த வாயல் முறுவலள்,
கண்ணியது உணரா அளவை, ஒண்ணுதல்,
வினைதலைப் படுதல் செல்லா நினைவுடன்
முளிந்த ஓமை முதையல்அம் காட்டுப்
பளிங்கத்து அன்ன பல்காய் நெல்லி,
மோட்டுஇரும் பாறை, ஈட்டுவட்டு ஏய்ப்ப,
உதிர்வன படூஉம் கதிர்தெறு கவாஅன்,
மாய்த்த போல மழுகுநுனை தோற்றிப்
பாத்தி யன்ன குடுமிக் கூர்ங்கல்,
விரல்நுதி சிதைக்கும் நிரைநிலை அதர,
பரல்முரம்பு ஆகிய பயம்இல் கானம்
இறப்ப எண்ணுதிர் ஆயின் - ‘அறத்தாறு
அன்று’என மொழிந்த தொன்றுபடு கிளவி
அன்ன ஆக என்னுநள் போல,
முன்னம் காட்டி, முகத்தின் உரையா,
ஓவச் செய்தியின் ஒன்றுநினைந்து ஒற்றிப்
பாவை மாய்த்த பனிநீர் நோக்கமொடு,
ஆகத்து ஒடுக்கிய புதல்வன் புன்தலைத்
தூநீர் பயந்த துணைஅமை பிணையல்
மோயினள் உயிர்த்த காலை, மாமலர்
மணிஉரு இழந்த அணிஅழி தோற்றம்
கண்டே கடிந்தனம், செலவே - ஒண்தொடி

உழையம் ஆகவும் இனைவோள்
பிழையலள் மாதோ, பிரிதும்நாம் எனினே! (5)

பாலை பாலை பாடிய பெருங்கடுங்கோ

பொருள்வயிற் பிரியக் கருதிய தலைமகன் தன் நெஞ்சிற்குச் சொல்லிச் செலவழுங்கியது (செலவழுங்கல் - செல்லுதலைத் தவிர்த்தல்).

அருஞ்சொற் பொருள்:

அமரிய - மாறுபட்ட. விளிநிலை - அழைக்கும் தன்மை. வடு-சுவடு. வறிது - சிறிது. வாயல் முறுவலள் - உண்மை இல்லாத சிரிப்புடையவள். கண்ணியது - நினைத்தது. முளிந்த - காய்ந்த. முதையல் - முதிய. மோடு - உயர்ந்த. இரும் பாறை- பெரிய பாறை. வட்டு - சூதாடு காய். கவான் - பக்க மலை. பாத்தி - பிளந்த. மழுகு - தேய்ந்த. அதர - வழிகளை உடைய. முரம்பு - மேட்டு நிலம். இறப்ப - கடக்க. அறத்தாறு - அறநெறி. முன்னம் - குறிப்பு. ஓவம் - ஓவியம். பனிநீர் - குளிர்ந்த நீர். மோயினள் - மோந்தனள். பிணையல் - மாலை. அழிதோற்றம் - பொலிவற்ற காட்சி. செலவு- செல்லுதல்.

4. தோழி கூற்று

யாயே, கண்ணினும் கடுங்கா தலளே;
எந்தையும் நிலன்உறப் பொறாஅன், 'சீறடிசிவப்ப
எவன்இல குறுமகள் இயங்குதி?' என்னும்;
யாமே, பிரிவுஇன்று இயைந்த துவரா நட்பின்
இருதலைப் புள்ளின் ஓர்உயிர் அம்மே;
ஏனலங் காவலர் ஆனாது ஆர்த்தொறும்,
கிளிவிளி பயிற்றும் வெளில்ஆடு பெருஞ்சினை,
விழுக்கோள் பலவின் பழுப்பயன் கொண்மார்
குறவர் ஊன்றிய குரம்பை புதைய,
வேங்கை தாஅய தேம்பாய் தோற்றம்
புலிசெத்து வெரீஇய புகர்முக வேழம்,
மழைபடு சிலம்பில் கழைபடப் பெயரும்
நல்வரை நாட! நீவரின்,
மெல்லியல் ஓரும் தான்வா ழலளே. (12)

குறிஞ்சி கபிலர்

பகற்குறி வாராநின்ற தலைமகன் தோழியால் செறிப்பு அறிவுறுக்கப்பட்டு, 'இரவுக் குறி வாரா வரைவல்' என்றாற்கு, அதுவும் மறுத்து, வரைவு கடாயது.

அருஞ்சொற் பொருள்:

எவன் - எங்கு. துவரா - கெடாத. விழுக்கோள் - பெரிய காய். குரம்பை - குடிசை. வெரீஇய - அஞ்சிய. கழை- மூங்கில். வெளில்- அணில்.

சிறப்புக் குறிப்பு

"தினைப்புனத்தில் கிளியை ஓட்டும் மகளிரின் ஆரவார ஒலி கிளியின் குரல் போல் இருந்ததால் பலாமரக் கிளைகளில் தங்கிய கிளிகள் தினைப்புனத்திற்குத் தினைகளைத் தின்ன தம் இனமான கிளிகள் வந்தன என நினைப்பதாகக் கூறியது நீள நினைந்து இன்புறத் தக்கதாக உள்ளது" (அகநானூறு: முதற்பகுதி, களிற்றியானை நிரை, மக்கள் பதிப்பு, ப.32).

5. தோழி கூற்று

மலிபெயல் கலித்த மாரிப் பித்திகத்துக்
கொயல்அரு நிலைஇய பெயல்ஏர் மணமுகைச்
செவ்வெரிந் உறழும் கொழுங் கடை மழைக்கண்,
தளிர்ஏர் மேனி, மாஅ யோயே!
நாடுவறங் கூர, நாஞ்சில் துஞ்சக்
கோடை நீடிய பைதுஅறு காலை,
குன்று கண்டன்ன கோட்ட, யாவையும்
சென்று சேக்கல்லாப் புள்ள உள்ளில்
என்றூழ் வியன்குளம் நிறைய வீசிப்
பெரும்பெயல் பொழிந்த ஏம வைகறைப்
பல்லோர் உவந்த உவகை எல்லாம்
என்னுள் பெய்தந் தற்றே - சேண்இடை
ஓங்கித் தோன்றும் உயர்வரை
வான்தோய் வெற்பன் வந்த மாறே! (42)

குறிஞ்சி   கபிலர்

தலைமகன் வரைவு மலிந்தமை தோழி தலைமகட்குச் சொல்லியது.

அருஞ்சொற் பொருள்:

பித்திகம் - செம்முல்லை. வெரிந் - பின்புறம். வறம்கூர- வறுமைமிக. நாஞ்சில் - கலப்பை. கோட்ட - கரைகளை உடையன. புள்ள - பறவைகளை உடைய. என்றூழ் - வெப்பம். ஏமம் - இன்பம்

6. தோழி கூற்று

'அன்னாய், வாழி! வேண்டு, அன்னை! நின்மகள்,
பாலும் உண்ணாள், பழங்கண் கொண்டு
நனிபசந் தனள்' என வினவுதி, அதன்திறம்
யானும் தெற்றென உணரேன். மேனாள்,
மலிபூஞ் சாரல்என் தோழி மாரோடு
ஒலிசினை வேங்கை கொய்குவம் சென்றுழிப்
'புலி! புலி!' என்னும் பூசல் தோன்ற -
ஒண்செங் கழுநீர்க் கண்போல் ஆய்இதழ்
ஊசி போகிய சூழ்செய் மாலையன்,
பக்கம் சேர்த்திய செச்சைக் கண்ணியன்,
குயம்மண்டு ஆகம் செஞ்சாந்து நீவி
வரிபுனை வில்லன், ஒருகணை தெரிந்துகொண்டு,
'யாதோ, மற்றுஅம் மாதிறம் படர்?' என
வினவி நிற்றந் தோனே. அவற்கண்டு,
எம்முள் எம்முள் மெய்ம்மறைபு ஒடுங்கி,
நாணி நின்றனெ மாகப் பேணி,
'ஐவகை வகுத்த கூந்தல் ஆய்நுதல்
மைஈர் ஓதி மடவீர்! நும்வாய்ப்
பொய்யும் உளவோ?' என்றனன், பையெனப்
பரிமுடுகு தவிர்த்த தேரன், எதிர்மறுத்து,
நின்மகள் உண்கண் பன்மாண் நோக்கிச்
சென்றோன் மன்ற,அக் குன்றுகிழ வோனே.
பகல்மாய் அந்திப் படுசுடர் அமையத்து,
அவன்மறை தேஎம் நோக்கி, 'மற்றுஇவன்
மகனே, தோழி!' என்றனள்
அதன்அளவு உண்டுகோள், மதிவல் லோர்க்கே. (48)

குறிஞ்சி தங்கால் முடக்கொற்றனார்

செவிலித் தாய்க்கு தோழி அறத்தொடு நின்றது.

அருஞ்சொற்பொருள்:

வேண்டு - விரும்பித் கேள். பழங்கண் - துன்பம். பூசல் - ஆரவாரம். பரிமுடுகு - குதிரையின் வேகம். தேஎம் - திசை. கோன் - கோட்பாடு.

7. தலைவி கூற்று

'இம்மை உலகத்து இசையொடும் விளங்கி,
மறுமை உலகமும் மறுவின்று எய்துப,
செறுநரும் விழையும் செயிர்தீர் காட்சிச்
சிறுவர்ப் பயந்த செம்ம லோர்'எனப்
பல்லோர் கூறிய பழமொழி எல்லாம்
வாயே ஆகுதல் வாய்த்தனம் - தோழி!
நிரைதார் மார்பன் நெருநல் ஒருத்தியொடு
வதுவை அயர்தல் வேண்டிப் புதுவதின்
இயன்ற அணியன், இத்தெரு இறப்போன்
மாண்தொழில் மாமணி கறங்கக் கடைகழிந்து,
காண்டல் விருப்பொடு தளர்புதளர்பு ஓடும்
பூங்கண் புதல்வனை நோக்கி, 'நெடுந்தேர்
தாங்குமதி, வலவ!'என்று இழிந்தனன். தாங்காது,
மணிபுரை செவ்வாய் மார்பகம் சிவணப்
புல்லிப் 'பெரும! செல்இனி அகத்து'எனக்
கொடுப்போற்கு ஒல்லான் கலுழ்தலின், 'தடுத்த
மாநிதிக் கிழவனும் போன்ம்'என, மகனொடு
தானே புகுதந் தோனே; யான்அது
படுத்தனென் ஆகுதல் நாணி, இடித்து;'இவன்
கலக்கினன் போலும், இக் கொடியோன்' எனச்சென்று
அலைக்குங் கோலொடு குறுகத் தலைக்கொண்டு
இமிழ்கண் முழவின் இன்சீர் அவர்மனைப்
பயிர்வன போல்வந்து இசைப்பவும் தவிரான்,
கழங்குஆடு ஆயத்து அன்றுநம் அருளிய
பழங்கண் ணோட்டமும் நலிய,   25
அழுங்கினன் அல்லனோ, அயர்ந்ததன் மணனே.   (66)

மருதம்   செல்லூர்க் கோசிகன் கண்ணனார்

பரத்தையிற் பிரிந்த தலைமகற்கு வாயிலாய்ப் புக்க தோழிக்குத் தலைமகள் சொல்லியது.

அருஞ்சொற் பொருள்:

செயிர்தீர் - குற்றமற்ற. வாயே ஆகுதல் - உண்மை ஆகுதல். மா - குதிரை. கறங்க - ஒலிக்க. சிவணப் புல்லி - பொருந்தத் தழுவி.

சிறப்புக் குறிப்பு

"இப்பாடலால் மக்கட்பேற்றின் சிறப்பும் ஊடல் தணிக்கும் வாயிலாக மக்கள் உள்ளனர் என்பதும் புலனாகின்றன" (அகநானூறு: முதற்பகுதி, களிற்றியானை நிரை, மக்கள் பதிப்பு, ப.157).

8. தலைவி கூற்று

ஆடுஅமைக் குயின்ற அவிர்துளை மருங்கின்
கோடை அவ்வளி குழலிசை ஆகப்
பாடுஇன் அருவிப் பனிநீர் இன்னிசைத்
தோடுஅமை முழவின் துதைகுரல் ஆகக்
கணக்கலை இகுக்கும் கடுங்குரல் தூம்பொடு,
மலைப்பூஞ் சாரல் வண்டுயாழ் ஆக,
இன்பல் இமிழ்இசை கேட்டுக் கலிசிறந்து,
மந்தி நல்லவை மருள்வன நோக்கக்
கழைவளர் அடுக்கத்து இயலிஆடும் மயில்
நனவுப்புகு விறலியின் தோன்றும் நாடன்
உருவ வல்வில் பற்றி, அம்புதெரிந்து,
செருச்செய் யானை செல்நெறி வினாஅய்,
புலர்குரல் ஏனற் புழையுடை ஒருசிறை,
மலர்தார் மார்பன், நின்றோன் கண்டோர்
பலர்தில், வாழி - தோழி! - அவருள்,
ஆர்இருட் கங்குல் அணையொடு பொருந்தி,
ஓர்யான் ஆகுவது எவன்கொல்,
நீர்வார் கண்ணொடு, நெகிழ்தோ ளேனே?   (82)

குறிஞ்சி   கபிலர்

தோழிக்குத் தலைவி அறத்தொடு நின்றது.

அருஞ்சொற் பொருள்:

குயின்ற - துளைக்கப்பெற்ற. பாடு - ஒலி. தோடு - தொகுதி. துதைகுரல் - நெருங்கிய இசை. தூம்பு - பெருவங்கியம். இயலி - உலவி. உருவ வல்வில் - அழகுடைய வலிய வில். புலர் குரல் ஏனல்- முதிர்ந்த கதிருடைய தினை. புழையுடை- புனத்தின் வாயிலில்.

சிறப்புக் குறிப்பு

"இப்பாடல் மலையின் இயற்கைக் காட்சியைக் கூத்தாட்டு அரங்காகக் கூறுவது சிறப்பாக உள்ளது" (அகநானூறு: முதற்பகுதி, களிற்றியானை நிரை, மக்கள் பதிப்பு, ப.187).

9. தலைவன் கூற்று

உழுந்துதலைப் பெய்த கொழுங்களி மிதவை
பெருஞ்சோற்று அமலை நிற்ப, நிரைகால்
தண்பெரும் பந்தர்த் தருமணல் ஞெமிரி,
மனைவிளக் குறுத்து, மாலை தொடரிக்
கனைஇருள் அகன்ற கவின்பெறு காலைக்
கோள்கால் நீங்கிய கொடுவெண் திங்கள்
கேடுஇல் விழுப்புகழ் நாள்தலை வந்தென,
உச்சிக் குடத்தர், புத்தகல் மண்டையர்,
பொதுசெய் கம்பலை முதுசெம் பெண்டிர்
முன்னவும் பின்னவும் முறைமுறை தரத்தரப்
புதல்வற் பயந்த திதலைஅவ் வயிற்று
வால்இழை மகளிர் நால்வர் கூடிக்
'கற்பினின் வழாஅ, நற்பல உதவிப்
பெற்றோற் பெட்கும் பிணையை ஆக!'என,
நீரொடு சொரிந்த ஈர்இதழ் அலரி
பல்இருங் கதுப்பின் நெல்லொடு தயங்க,
வதுவை நன்மணம் கழிந்த பின்றைக்
கல்லென் சும்மையர், ஞெரேர்எனப் புகுதந்து,
'பேர்இல் கிழத்தி ஆக'எனத் தமர்தர,
ஓர்இல் கூடிய உடன்புணர் கங்குல்,
கொடும்புறம் வளைஇக் கோடிக் கலிங்கத்து
ஒடுங்கினள் கிடந்த ஓர்புறம் தழீஇ,
முயங்கல் விருப்பொடு முகம்புதை திறப்ப,
அஞ்சினள் உயிர்த்த காலை, 'யாழநின்
நெஞ்சம் படர்ந்தது எஞ்சாது உரை'என,
இன்னகை இருக்கைப் பின்யான் வினவலின்,
செஞ்சூட்டு ஒண்குழை வண்காது துயல்வர,
அகமலி உவகையள் ஆகி, முகன்இகுத்து,
ஒய்யென இறைஞ்சி யோளே - மாவின்
மடங்கொள் மதைஇய நோக்கின்,
ஒடுங்குஈர் ஓதி மாஅ யோளே. *(86)*

மருதம் நல்லாவூர் கிழார்

வாயில் மறுத்த தோழிக்குத் தலைமகன் சொல்லியது. தலைமகளைக் கூடி இன்புற்றிருந்த தலைமகன் பண்டு நிகழ்ந்தது சொற்று இன்புற்றிருந்ததூஉம் ஆம்.

அருஞ்சொற் பொருள்:

களிமிதவை - உழுத்தம் பருப்புப் பொங்கல். அமலை- ஆரவாரம். ஞெமிரி - பரப்பி. உறுத்து - ஏற்றி வைத்து. தொடரி- தொங்கவிட்டு. விழுப்புகழ் நாள் - ரோகிணி நட்சத்திரம் கூடிய முழுநிலா நாள். அலரி - பூக்கள். கொடும்புறம்- முதுகு. செஞ் சூட்டு- சிவந்த மணிகளை உடைய. துயல்வர - அசைய.

10. தோழி கூற்று

அன்னை அறியினும் அறிக; அலர்வாய்
அம்மென் சேரி கேட்பினும் கேட்க;
பிறிதுஒன்று இன்மை அறியக் கூறிக்
கொடுஞ்சுழிப் புகாஅர்த் தெய்வம் நோக்கிக்
கடுஞ்சூள் தருகுவன், நினக்கே; கானல்
தொடலை ஆயமொடு கடலுடன் ஆடியும்,
சிற்றில் இழைத்தும், சிறுசோறு குவைஇயும்,
வருந்திய வருத்தம் தீர, யாம்சிறிது
இருந்தன மாக, எய்த வந்து,
'தடமென் பணைத்தோள் மடநல் லீரே!
எல்லும் எல்லின்று; அசைவுமிக உடையேன்;
மெல்இலைப் பரப்பின் விருந்துஉண்டு, யானும்இக்
கல்லென் சிறுகுடித் தங்கின்மற்று எவனோ?'
எனமொழிந் தனனே ஒருவன்; அவற்கண்டு,
இறைஞ்சிய முகத்தெம் புறஞ்சேர்பு பொருந்தி,
'இவைநுமக்கு உரிய அல்ல; இழிந்த
கொழுமீன் வல்சி' என்றனம், இழுமென.
'நெடுங்கொடி நுடங்கும் நாவாய் தோன்றுவ
காணா மோ?'எனக் காலின் சிதையா,
நில்லாது பெயர்ந்த பல்லோ ருள்ளும்
என்னே குறித்த நோக்கமொடு, 'நன்னுதால்!
ஒழிகோ யான்?'என அழிதகக் கூறி,
யான்'பெயர்க' என்ன,நோக்கித் தான்தன்
நெடுந்தேர்க் கொடிஞ்சி பற்றி
நின்றோன் போலும் இன்றும்என் கட்கே. (110)

நெய்தல் போந்தைப் பசலையார்

தோழி செவிலித் தாய்க்கு அறத்தொடு நின்றது.

அருஞ்சொற் பொருள்:

புகார்த் தெய்வம் - வருணன். கடுஞ்சூள் - பொய்யாத சத்தியம். தொடலை - மாலை.

II. மணிமிடை பவளம்

11. தலைவி கூற்று

இரும்பிழி மகாஅர்இவ் அழுங்கல் மூதூர்
விழவுஇன்று ஆயினும் துஞ்சாது ஆகும்;
மல்லல் ஆவணம் மறுகுஉடன் மடியின்,
வல்உரைக் கடுஞ்சொல் அன்னை துஞ்சாள்;
பிணிகோள் அருஞ்சிறை அன்னை துஞ்சின்,
துஞ்சாக் கண்ணர் காவலர் கடுகுவர்;
இலங்குவேல் இளையர் துஞ்சின், வைஎயிற்று
வலம்சுரித் தோகை ஞாளி மகிழும்;
அரவவாய் ஞமலி மகிழாது மடியின்,
பகல்உரு உறழ நிலவுக்கான்று விசும்பின்
அகல்வாய் மண்டிலம் நின்றுவிரி யும்மே;
திங்கள் கல்சேர்பு கனைஇருள் மடியின்,
இல்எலி வல்சி வல்வாய்க் கூகை
கழுதுவழங்கு யாமத்து அழிதகக் குழறும்;
வளைக்கண் சேவல் வாளாது மடியின்,
மனைச்செறி கோழி மாண்குரல் இயம்பும்;
எல்லாம் மடிந்த காலை, ஒருநாள்
நில்லா நெஞ்சத்து அவர்வா ரலரே; அதனால்,
அரிபெய் புட்டில் ஆர்ப்பப் பரிசிறந்து,
ஆதி போகிய பாய்பரி நன்மான்
நொச்சி வேலித் தித்தன் உறந்தைக்
கல்முதிர் புறங்காட்டு அன்ன
பல்முட் டின்றால் தோழி! - நம் களவே. (122)

குறிஞ்சி பரணர்

தலைமகன் சிறைப்புறத்தானாகத் தோழிக்குச் சொல்லு வாளாய்த் தலைமகள் சொற்றது; தோழி சொல் எடுப்பத் தலைமகள் சொல்லியதூஉம் ஆம்.

அருஞ்சொற் பொருள்:

இரும்பிழி - மிகுதியான கள். அழுங்கல் - ஆரவாரம். மல்லல்-வளம். ஞாளி - நாய். வல்சி - உணவு. கூகை - கோட்டான். கழுது-பேய். புட்டில் - கெச்சை. ஆதி - குதிரையின் ஒருவகை ஓட்டாகதி. நொச்சி - மதில்.

சிறப்புக் குறிப்பு

“இரவு நேரச் சந்திப்பு இத்துணைத் தடைகள் உடையது ஆதலின், விரைவில் மணத்தற்கு ஏற்பாடு செய்யும்படி தலைவனை நெருக்குவது, இதில் உள்ள குறிப்பு” (நா.மீனவன் & சுப. அண்ணாமலை, அகநானூறு: இரண்டாம் பகுதி, மணிமிடை பவளம், மக்கள் பதிப்பு, ப.5).

12. தலைவி கூற்று

மன்றுபாடு அவிந்து மனைமடிந் தன்றே;
கொன்றோர் அன்ன கொடுமையோடு இன்றே
யாமம் கொளவரின் கனைஇக் காமம்
கடலினும் உரைஇக் கரைபொழி யும்மே.
எவன்கொல் - வாழி, தோழி! - மயங்கி
இன்னம் ஆகவும், நன்னர் நெஞ்சம்
என்னொடும் நின்னொடும் சூழாது, கைம்மிக்கு,
இறும்புபட்டு இருளிய இட்டுஅருஞ் சிலம்பில்
குறுஞ்சுனைக் குவளை வண்டுபடச் சூடிக்
கான நாடன் வரூஉம் யானைக்
கயிற்றுப் புறத்தன்ன கல்மிசைச் சிறுநெறி,
மாரி வானம் தலைஇ நீர்வார்பு,
இட்டுஅருங் கண்ண படுகுழி இயவின்,
இருளிடை மிதிப்புழி நோக்கி, அவர்
தளர்அடி தாங்கிய சென்றது, இன்றே. (128)

குறிஞ்சி கபிலர்

இரவுக்குறி வந்த தலைமகன் சிறைப்புறத்தானாக, தலைமகள் தோழிக்குச் சொல்லுவாளாய்ச் சொல்லியது.

அருஞ்சொற் பொருள்:

மன்று - ஊர் அம்பலம். மடிந்தன்று - உறங்கியது. கனைஇ - செறிந்து. உரைஇ - பரந்து. கரைபு - கரைந்து. இறும்பு - சிறுகாடு. இட்டருஞ் சிலம்பு - குறுகிய கடத்தற்கரிய பக்க மலை. இயவு - வழி.

சிறப்புக் குறிப்பு

"தலைவன் இரவில் வரும் வழியின் கேட்டை எண்ணித் தலைவி அஞ்சும் அச்சம் தெரிகிறது. தலைவன் வேலியோரமாக நின்று கேட்கும்படி தலைவி இதைக் கூறுவதால், விரைவில் மணம் முடிக்க, அவனை மறைமுகமாக நெருக்குகிறாள்" (அகநானூறு: இரண்டாம் பகுதி, மணிமிடை பவளம், மக்கள் பதிப்பு, ப.19).

13. தலைவி கூற்று

கானலும் கழறாது; கழியும் கூறாது;
தேன்இமிர் நறுமலர்ப் புன்னையும் மொழியாது;
ஒருநின் அல்லது பிறிதுயாதும் இலனே;
இருங்கழி மலர்ந்த கண்போல் நெய்தல்
கமழ்இதழ் நாற்றம் அமிழ்துஎன நசைஇத்
தண்தாது ஊதிய வண்டினம் களிசிறந்து,
பறைஇய தளரும் துறைவனை, நீயே,
சொல்லல் வேண்டுமால் - அலவ! பல்கால்
கைதைஅம் படுசினை எவ்வமொடு அசாஅம்
கடற்சிறு காக்கை காமர் பெடையொடு
கோட்டுமீன் வழங்கும் வேட்டமடி பரப்பின்
வெள்இறாக் கனவும் நள்ளென் யாமத்து,
'நின்னுறு விழுமம் களைந்தோள்
தன்னுறு விழுமம் நீந்துமோ!' எனவே. (170)

நெய்தல் மதுரைக் கள்ளிற் கடையத்தான் வெண்ணாகனார்

தலைமகள், காமம் மிக்க கழிபடர் கிளவியாற் சொற்றது.

அருஞ்சொற் பொருள்:

அலவ - நண்டே. நாற்றம் - மணம். நசைஇ - விரும்பி. பறைஇய- பறப்பதற்கு. கைதை - தாழை. காமர் - விருப்பம். எவ்வம் - துன்பம். அசாஅம் - தளர்ந்து இருக்கும். கோட்டுமீன்- சுறாமீன். வேட்டம் - வேட்டை. விழுமம் - துன்பம்.

14. நற்றாய் கூற்று

'அருஞ்சுரம் இறந்தஎன் பெருந்தோள் குறுமகள்
திருந்துவேல் விடலையொடு வரும்'எனத் தாயே
புனைமாண் இஞ்சி பூவல் ஊட்டி,

மனைமணல் அடுத்து மாலை நாற்றி,
உவந்துஇனிது அயரும் என்ப; யானும்
மான்பிணை நோக்கின் மடநல் லாளை
ஈன்ற நட்பிற்கு அருளான் ஆயினும்,
இன்னகை முறுவல் ஏழையைப் பன்னாள்,
கூந்தல் வாரி, நுசுப்புஇவர்ந்து ஓம்பிய
நலம்புனை உதவியும் உடையன் மன்னே;
அஃதுஅறி கிற்பினோ நன்றுமன் தில்ல;
அறுவை தோயும் ஒருபெருங் குடுமிச்
சிறுபை நாற்றிய பல்தலைக் கொடுங்கோல்,
ஆகுவது அறியும் முதுவாய் வேல!
கூறுக மாதோநின் கழங்கின் திட்பம்
மாறா வருபனி கலுழும் கங்குலில்
ஆனாது துயரும்எம் கண்இனிது படீஇயர்
எம்மனை முந்துறத் தருமோ?
தன்மனை உய்க்குமோ? யாதுஅவன் குறிப்பே? (195)

பாலை *கயமனார்*

மகட் போக்கிய நற்றாய் சொல்லியது (மகள் - தலைவி, போக்கிய - தலைவனோடு செல்வதற்குக் காரணமாகிய).

அருஞ்சொற் பொருள்:

அருஞ்சுரம் - அரிய பாலை நிலம். விடலை - தலைவன். இஞ்சி- புறச்சுவர். பூவல் ஊட்டி - செம்மண் பூசி. நாற்றி- தொங்கவிட்டு. நுசுப்பு - இடை. அறுவை - ஆடை. திட்பம்- உறுதி. கலுழும் - அழும்.

15. தலைவன் கூற்று

அளிதோ தானே, எவன்ஆ வதுகொல்?
மன்றும் தோன்றாது, மரனும் மாயும் -
'புலிஎன உலம்பும் செங்கண் ஆடவர்,
ஞெலியொடு பிடித்த வார்கோல் அம்பினர்,
எல்ஊர் எறிந்து, பல்ஆத் தழீஇய
விளிபடு பூசல் வெஞ்சுரத்து இரட்டும்
வேறுபல் தேஎத்து ஆறுபல நீந்திப்
புள்ளித் தொய்யில் பொறிபடு சுணங்கின்,
ஒள்இழை மகளிர் உயர்பிறை தொழூஉம்
புல்லென் மாலை யாம்இவண் ஒழிய,
'ஈட்டுஅருங் குரைய பொருள்வயின் செலினே

அகநானூறு ◇ 101

நீட்டுவிர் அல்லிரோ;' நெடுந்தகை யீர்?'எனக்
குறுநெடும் புலவி கூறி, நம்மொடு
நெருநலும் தீம்பல மொழிந்த
சிறுநல் ஒருத்தி பெருநல் ஊரே!   (239)

பாலை   எயினந்தை மகன் இளங்கீரனார்

பொருள்வயிற் பிரிந்து போகாநின்ற தலைமகன் தன் நெஞ்
சிற்குச் சொல்லியது.

அருஞ்சொற் பொருள்:

மன்று - ஊர்மன்றம். மாயும் - மறையும். உலம்பும் - முழங்கும்.
ஞெலி - தீக்கொள்ளி. வார்கோல் - நீண்ட கோல். எல் - இரவு.
பூசல் - ஆரவாரம். இரட்டும் - எதிரொலிக்கும். ஆறு - வழி. பொறி -
புள்ளி. சுணங்கு - தேமல். புலவி - ஊடல்.

சிறப்புக் குறிப்பு

"கன்னிப் பெண்கள் பிறை தொழுதல், அக்காலத்தில் இருந்து
தொடர்ந்து வரும் வழக்கு" (அகநானூறு: இரண்டாம் பகுதி,
மணிமிடை பவளம், மக்கள் பதிப்பு, ப.273).

III. நித்திலக் கோவை

16. தலைவன் கூற்று

வீங்குவிசைப் பிணித்த விரைபரி நெடுந்தேர்
நோன்கதிர் சுமந்த ஆழிஆழ் மருங்கில்
பாம்புஎன முடுகுநீர் ஓடக் கூம்பிப்
பற்றுவிடு விரலின் பயறுகாய் ஊழ்ப்ப,
அற்சிரம் நின்றன்றால் பொழுதே; முற்பட
ஆள்வினைக்கு எழுந்த அசைவுஇல் உள்ளத்து
ஆண்மை வாங்கக் காமம் தட்பக்
கவைபடு நெஞ்சம் கட்கண் அகைய,
இருதலைக் கொள்ளி இடைநின்று வருந்தி,
ஒருதலைப் படாஅ உறவி போன்றனம்;
நோம்கொல்? அளியள் தானே - யாக்கைக்கு
உயிர்இயைந் தன்ன நட்பின், அவ்வுயிர்
வாழ்தல் அன்ன காதல்,
சாதல் அன்ன பிரிவுஅரி யோளே!   (339)

பாலை   நரைமுடி நெட்டையார்

போகாநின்ற தலைமகன் தன் நெஞ்சிற்குச் சொல்லியது.

அருஞ்சொற் பொருள்:

வீங்கு விசை - மிகுந்த விரைவு. பிணித்த - கட்டிய. விரை பரி- விரைந்து செல்லும் குதிரை. நோன் கதிர் - வலய ஆரக்கால். ஆழி- உருளை. முடுகு - விரைந்து. கூம்பி - குவிந்து. பற்று- தொடர்பு. ஊழ்ப்ப - முற்ற. அற்சிரம் - பனிக்காலம். ஆள்வினை - முயற்சி. அசைவு - தளர்ச்சி. காமம் - காதல். தட்ப - தடுப்ப. கவைபடு - இரண்டுபட்ட. கண்கண் - கணுவுக்குக் கணு. அகைய - எரிய. ஒரு தலைப்படாஅ- ஒரு பக்கமும் செல்ல இயலாத. உறவி - எறும்பு.

சிறப்புக் குறிப்பு

"'இருதலைக் கொள்ளி இடைநின்று வருந்தி, ஒருதலைப் படாஅ உறவி போன்றனம்' எனும் உவமை அரியது. 'இருதலைக் கொள்ளியின் உள்ளெறும்பு போல' என இவ்வுவமை பின்னரும் ஆளப்பட்டுள்ளது" (அகநானூறு: மூன்றாம் பகுதி, நித்திலக் கோவை, மக்கள் பதிப்பு, ப.101).

17. தலைவி கூற்று

'முடவுமுதிர் பலவின் குடம்மருள் பெரும்பழம்
பல்கிளைத் தலைவன் கல்லாக் கடுவன்,
பாடுஇமிழ் அருவிப் பாறை மருங்கின்,
ஆடுமயில் முன்னது ஆகக் கோடியர்
விழவுகொள் மூதூர் விறலி பின்றை
முழவன் போல அகப்படத் தழீஇ,
இன்துணைப் பயிரும் குன்ற நாடன்
குடிநன்கு உடையன்; கூடுநர்ப் பிரியலன்,
கெடுநா மொழியலன்; அன்பினன்' என,நீ
வல்ல கூறி, வாய்வதின் புணர்த்தோய்;
நல்லை காண், இனி - காதல்அம் தோழி! -
கடும்பரிப் புரவி நெடுந்தேர் அஞ்சி,
நல்லிசை நிறுத்த நயம்வரு பனுவல்,
தொல்லிசை நிறீஇய உரைசால் பாண்மகன்
எண்ணுமுறை நிறுத்த பண்ணி னுள்ளும்,
புதுவது புனைந்த திறத்தினும்,
வதுவை நாளினும் இனியனால் எமக்கே. *(352)*

குறிஞ்சி அஞ்சியத்தை மகள் நாகையார்

வரைந்து எய்திய பின்றை மண மனைக்கண் சென்ற தோழிக்குத் தலைமகள் சொல்லியது; வரைவு மலிந்து சொல்லிய தோழிக்குத் தலைமகள் சொல்லியதூஉம் ஆம்.

உள்ளுறை

"சுற்றம் பல உடைய ஆண் குரங்கு பலாப் பழத்தைத் தழுவிக் கொண்டு தன் இனிய துணையை அழைக்கும் குன்ற நாடன் என்பது, தலைவன் பல சுற்றத்தையும் பேணித் தலைவிபால் அன்புடையவனாய் இருப்பான் என்பதை விளக்கும்" (அகநானூறு: மூன்றாம் பகுதி, நித்திலக் கோவை, மக்கள் பதிப்பு, ப.131).

அருஞ்சொற் பொருள்:

முடவு - வளைந்த. குடம் மருள் - குடம் போன்ற. கிளை- சுற்றம். கடுவன் - ஆண் குரங்கு. இமிழ் - ஒலிக்கும். கோடியர்- கூத்தர். விழவு - விழா. விறலி - பாணினி. மூதூர் - பழமை வாய்ந்த ஊர். முழவன் - முழவு என்ற இசைக் கருவியை உடையவன். தழீஇ- தழுவி. கூடுநர் - சேர்ந்தோர். கடும்பரி- விரைவுடைய குதிரை. பனுவல் - இசை நூல். தொல்இசை- பழம்புகழ். வதுவை நாள் - திருமண நாள்.

18. தாய் கூற்று

தற்புரந்து எடுத்த எற்றுறந்து உள்ளாள்,
ஊரும் சேரியும் ஓராங்கு அலர்எழக்
காடும் கானமும் அவனொடு துணிந்து,
நாடும் தேயமும் நனிபல இறந்த
சிறுவன் கண்ணிக்கு ஏர்தே றுவர்என
வாடினை - வாழியோ, வயலை! - நாள்தொறும்
பல்கிளைக் கொடிக்கொம்பு அலமர மலர்ந்த
அல்குல் தழைக்கூட்டு அங்குழை உதவிய
வினைஅமை வரல்நீர் விழுத்தொடி தத்தக்
கமஞ்சூல் பெருநிறை தயங்க முகந்துகொண்டு
ஆய்மடக் கண்ணள் தாய்முகம் நோக்கிப்
பெய்சிலம்பு ஒலிப்பப் பெயர்வனள் வைகலும்
ஆரநீர் ஊட்டிப் புரப்போர்
யார்மற்றுப் பெறுகுவை? அளியை நீயே! (383)

பாலை — கயமனார்

மகட்போக்கிய தாய் சொல்லியது.

அருஞ்சொற் பொருள்:

புரந்து - காத்து. எற்றுறந்து - எம்மை நீக்கி. உள்ளாள்-நினையாள். வன்கண்ணி - வன்கண்மை உடையவள். ஏர் தேறுவர்-ஒப்பனை செய்விப்பவர். பல்சினை - பலகிளை. அலமர - சுழல. வரல் நீர் - வந்துவிழும் நீர். விழுத்தொடி- சிறந்த வளையல்கள். கமம்சூல் - நிறைந்த சூல். ஆய் - அழகு. மடக்கண்ணள் - இளமை பொருந்திய கண்ணள். வைகலும் - நாள்தோறும். புரப்போர் - காப்போர். அளியை - இரங்கத்தக்கவள்.

19. உழையர் கூற்று

'இருந்த வேந்தன் அருந்தொழில் முடித்தெனப்
புரிந்த காதலொடு பெருந்தேர் யானும்
ஏறியது அறிந்தன்று அல்லது, வந்தவாறுநனி
அறிந் தன்றோ இலனே; 'தாஅய்
முயற்பறழ் உகளும் முல்லையம் புறவில், 5
கவைக்கதிர் வரகின் சீறூர் ஆங்கண்,
மெல்லியல் அரிவை இல்வயின் நிறீஇ,
இழிமின் என்றநின் மொழிமருண் டிசினே;
வான்வழங்கு இயற்கை வளிபூட் டினையோ?
மான்உரு ஆக நின் மனம்பூட் டினையோ? 10
உரைமதி - வாழியோ, வலவ!' - என, தன்
வரைமருள் மார்பின் அளிப்பனன் முயங்கி,
மனைக்கொண்டு புக்கனன் நெடுந்தகை,
விருந்துஏர் பெற்றனள் திருந்திழை யோளே. (384)

முல்லை ஒக்கூர் மாசாத்தியார்

வினை முற்றிய தலைமகனது வரவு கண்டு உழையர் சொல்லியது.

அருஞ்சொற் பொருள்:

அருந்தொழில் - அரிய போர்த்தொழில். புரிந்த - விரும்பிய. வந்த ஆறு - வந்த வழி. நனி - நன்கு. தாஅய் - தாவி. முறற்பறழ்- முயற்குட்டி. உகளும் - துள்ளித் திரியும். புறவு- காடு. நிறீஇ - நிறுத்தி. இழிமின் - இறங்குக. மருண்டிசின் - வியப்புக் கொண்டேன். மான்உரு - குதிரை வடிவம். வலவன்- தேர்ப்பாகன். வரைமருள் - மலை போன்ற. முயங்கி - தழுவி. நெடுந்தகை - பெருந்தகைமையுடைய தலைவன். விருந்து ஏர்- விருந்து ஓம்பும் சிறப்பு.

20. தலைவன் கூற்று

உவர்விளை உப்பின் கொள்ளை சாற்றி,
அதர்படு பூழிய சேண்புலம் படரும்
ததர்கோல் உமணர் போகும் நெடுநெறிக்
கணநிரை வாழ்க்கை தான்நன்று கொல்லோ?
வணர்சுரி முச்சி முழுதும்மன் புரள,
ஐதுஅகல் அல்குல் கவின்பெறப் புனைந்த
பல்குழைத் தொடலை ஒல்குவயின் ஒல்கி,
'நெல்லும் உப்பும் நேரே; ஊரீர்!
கொள்ளீ ரோ'எனச் சேரிதொறும் நுவலும்,
'அவ்வாங்கு உந்தி, அமைத்தோ ளாய்! நின்
மெய்வாழ் உப்பின் விலைஎய்யாம்'எனச்
சிறிய விலங்கின மாகப் பெரியதன்
அரிவேய் உண்கண் அமர்த்தனள் நோக்கி,
'யாரீ ரோ, எம் விலங்கி யீஇர்?' என,
மூரல் முறுவலள் பேர்வனள் நின்ற
சின்னிரை வால்வளைப் பொலிந்த
பன்மாண் பேதைக்கு ஒழிந்தது என் நெஞ்சே! *(390)*

நெய்தல் — அம்மூவனார்

தலைமகன் பாங்கற்குச் சொல்லியது; நெஞ்சிற்குச் சொல்லியதூஉம் ஆம்.

அருஞ்சொற் பொருள்:

உவர் - களர் நிலம். கொள்ளை சாற்றி - விலையைக் கூறி. பூழிய - புழுதியை உடைய. படரும் - செல்லும். ததர்- நிறைந்த. உமணர் - உப்பு வணிகர். நெடுநெறி - நீண்ட வழி. வணர் சுரி- வளைந்த உச்சி. முச்சி உச்சி. குழை - தளிர். தொடலை - மாலை. ஒல்குவயின் ஒல்கி - அசையும் போது அசைந்து. நுவலும் - கூறும். அவ்வாங்கு உந்தி - அழகுடன் வளைந்த கொப்பூழ். அமை - மூங்கில். எய்யாம்- விலை என்ன என்று அறியோம். விலங்கினம் - தடுத்தனம். அரிவேய் - செவ்வரி படர்ந்த. மூரல். முறுவலள் - இளநகை உடையவள்.

சிறப்புக் குறிப்பு

"நெய்தல் நில மகள் மருத நிலத்தில் சென்று உப்பை விற்கிறாள். முன்பு, உப்பு நெல்லுக்கு நிகராக மதிக்கப்பெற்றது. மருதத் தலைவன் அவள்பால் நெஞ்சைப் பறிகொடுத்து, மணந்து கொண்டதால், இது அன்றே நிகழ்ந்த **நிலக் கலப்புத் திருமணம்** ஆகும்" *(அகநானூறு: மூன்றாம் பகுதி, நித்திலக் கோவை, மக்கள் பதிப்பு, பக்.217-218).*

5

கலித்தொகை

எட்டுத்தொகை நூல்களுள் பாவின் பெயரால் அமைந்த தொகை நூல்கள் பரிபாடலும் **கலித்தொகையும்**.

சங்கத்தார் தொகுத்த கலிப்பாட்டு நூற்றைம்பது எனப் பேராசிரியரும் இறையனார் அகப்பொருள் உரையாசிரியரும் குறித்துள்ளனர். நூற்றைம்பது பாடல்களுள் முதற்பாடல் கடவுள் வாழ்த்து. பின்னர் பாலை, குறிஞ்சி, மருதம், முல்லை, நெய்தல் என்ற வரிசையில் ஐந்திணைகளுக்கும் உரிய பாடல்கள் அமைந்துள்ளன. இவை முறையே 35, 29, 25, 17, 33 பாடல்களைக் கொண்டுள்ளன.

> "பெருங் கடுங்கோன் பாலை; கபிலன் குறிஞ்சி;
> மருதன் இளநாகன் மருதம்; அருஞ்சோழன்
> நல்லுருத்திரன் முல்லை; நல்லந்துவன் நெய்தல்
> கல்வி வலார் கண்ட கலி"

என்னும் பழம்பாடல் ஐந்திணைப் பகுதிகளையும் பாடிய புலவர் பெருமக்களின் பெயர்களைத் தெரிவிக்கின்றது. இந்நூலினைத் தொகுத்தார், தொகுப்பித்தார் பற்றிய குறிப்பு கிடைக்கவில்லை.

ஒவ்வொரு பாடலின் கீழும் அவ்வப் பாடலுக்கு உரிய கூற்று விளக்கம் பற்றிய பழைய குறிப்பு காணப்படுகின்றது கலித்தொகை முழுமைக்கும் **நச்சினார்க்கினியரின்** சிறந்த உரை கிடைத்திருப்பது தமிழ் மக்களின் தவப்பயன் எனலாம்.

"இக்கலிச் செய்யுளெல்லாம் சங்கு திரண்டு முரன்றெழும் ஓசை போலத் தழைந்து இன்பம் பயக்கும் ஓசை நலமுடையனவாக, அவற்றில் அமைந்துள்ள பொருள் வளமும், கருத்து மாண்பும் அளவிடற்கரிய சிறப்பினவாய்த் திகழ்கின்றன" (கட்டுரைத் திரட்டு: பகுதி II, ப.92) எனக் கலித்தொகையின் மாண்பினைப் போற்றுவார் நாவலர் **ந.மு.வேங்கடசாமி நாட்டார்**.

பாலைக் கலி

ஆசிரியர்: பாலை பாடிய பெருங்கடுங்கோ

1. செவிலி கூற்றும், முக்கோற் பகவர் மாற்றமும்

துறை

உடன்போய தலைவி பின் சென்ற செவிலி இடைச்சுரத்து முக்கோல் பகவரைக் கண்டு, 'இவ்வகைப்பட்டாரை ஆண்டுக் காணீரோ?' என வினவியாட்கு, 'அவரைக் கண்டு, அஃது அறம் என்றே கருதிப் போந்தேம்; நீரும் அவர் திறத்து எவ்வம் பட வேண்டா' என எடுத்துக்காட்டி, அவர் தெருட்டியது.

தரவு

"எறித்தரு கதிர்தாங்கி ஏந்திய குடைநீழல்
உறித்தாழ்ந்த கரகமும் உரைசான்ற முக்கோலும்
நெறிப்படச் சுவல்அசைஇ, வேறுஓரா நெஞ்சத்துக்
குறிப்புஏவல் செயல்மாலைக் கொளைநடை அந்தணீர்;
வெவ்விடைச் செயல்மாலை ஒழுக்கத்தீர்! இவ்இடை,
என்மகள் ஒருத்தியும் பிறள்மகன் ஒருவனும்
தம்முளே புணர்ந்த தாம்அறி புணர்ச்சியர்,
அன்னார் இருவரைக் காணிரோ பெரும?"

"காணேம் அல்லேம், கண்டனம்; கடத்திடை
ஆண்எழில் அண்ணலோடு அருஞ்சுரம் முன்னிய
மாண்இழை மடவரல் தாயிர்நீர் போறீர்;

தாழிசை

பலஉறு நறுஞ்சாந்தம் படுப்பவர்க்கு அல்லதை,
மலையுளே பிறப்பினும், மலைக்கு அவைதாம் என்செய்யும்?
நினையுங்கால், நும்மகள் நுமக்கும்ஆங்கு அனையளே.

சீர்கெழு வெண்முத்தம் அணிபவர்க்கு அல்லதை,
நீருளே பிறப்பினும், நீர்க்குஅவைதாம் என்செய்யும்?
தேருங்கால், நும்மகள் நுமக்கும்ஆங்கு அனையளே;

ஏழ்புணர் இன்னிசை முரல்பவர்க்கு அல்லதை,
யாழுளே பிறப்பினும், யாழ்க்குஅவைதாம் என்செய்யும்?
சூழுங்கால், நும்மகள் நுமக்கும் ஆங்குஅனையளே;
என ஆங்கு.

சுரிதகம்

இறந்த கற்பினாட்கு எவ்வம் படரன்மின்;
சிறந்தானை வழிபடீஇச் சென்றனள்;
அறம்தலை பிரியா ஆறும்மற்று அதுவே." (9)

அருஞ்சொற் பொருள்:

சுவல் - தோள். மாலை (2 இடங்களிலும்) - இயல்பு. கொளை- கோட்பாடு. நடை - ஒழுக்கம். இடை - வழி. புணர்ச்சி - காதல். புணர்ந்த - சேர்ந்த. படுப்பவர் - உடம்பில் பூசுபவர். ஏழ் - ஏழு சுரங்கள். வழிபடீஇ - வழிபட்டு. இது பணிவிடை செய்து என்ற பொருள் தரும். சிறந்தான் - மிக்கவன்; கணவன். எவ்வம் - வருத்தம்.

சிறப்புக் குறிப்பு

"சந்தனமும் முத்தும் யாழிசையும் பிறர்க்குப் பயன்படும் தன்மையைத் தாழிசைகள் வேறுபடுத்திக் கூறுகின்றன. சந்தனம் பூசிப் புலர்வது ஆதலின் **சிறுநேரத்து அணியாகவும்**, முத்து மாலை ஒளியுடையது ஆதலின் **எக்காலத்தும் உள்ள அணியாகவும்**, யாழிசை கேட்ட பொழுதே **நுண்ணிய இன்பம் தருவதாகவும்** பயன்படும். அது போலத் தலைவி, தலைவனுக்கு **உற்ற காலத்து உதவும் துணையாகவும், என்றும் பிரியாத வாழ்க்கைத் துணையாகவும், நுண்ணிய இன்பம் தருபவளாகவும்** இருப்பாள் என்பது குறிப்பு" (சுப.அண்ணாமலை, கலித்தொகை: மக்கள் பதிப்பு, ப.40).

2. தலைவி கூற்று

துறை

தலைவி, மூன்றன் பகுதி தலைவன் கூறிப் பொருள்வயின் பிரிகின்ற காலத்துக், 'காடு கடியவாயினும், இவ்வகைப் பட்டனவும் உள என்று கூறினார்; அவை காண்டலின் வருவர்' எனத் தோழிக்குக் கூறி, அதற்கு நிமித்தமும் கூறி ஆற்றுவித்தது.

தரவு

'அரிதுஆய அறன்எய்தி அருளியோர்க்கு அளித்தலும்,
பெரிதுஆய பகைவென்று பேணாரைத் தெறுதலும்,
புரிவுஅமர் காதலின் புணர்ச்சியும் தரும்' எனப்
பிரிவுஎண்ணிப் பொருள்வயின் சென்றநம் காதலர்
வருவர்கொல் வயங்குஇழாய்! வலிப்பல்யான் கேஎள்இனி;

தாழிசை

'அடிதாங்கும் அளவுஇன்றி, அழல்அன்ன வெம்மையால்
கடியவே கனங்குழாஅய்! காடு' என்றார்; 'அக்காட்டுள்
துடியடிக் கயந்தலை கலக்கிய சின்னீரைப்
பிடியூட்டிப் பின்உண்ணும் களிறு' எனவும் உரைத்தனரே;

'இன்பத்தின் இகந்துஒரீஇ இலைதீந்த உலவையால்
துன்புறூஉம் தகையவே காடு' என்றார்; 'அக்காட்டுள்
அன்புகொள் மடப்பெடை அசைஇய வருத்தத்தை
மென்சிறக ரால்ஆற்றும் புறவு' எனவும் உரைத்தனரே;

'கல்மிசை வேய்வாடக் கனைகதிர் தெறுதலான்
துன்னரூஉம் தகையவே காடு' என்றார்; 'அக்காட்டுள்
இன்னிழல் இன்மையான் வருந்திய மடப்பிணைக்குத்
தன்நிழலைக் கொடுத்துஅளிக்கும் கலை' எனவும் உரைத்தனரே;
எனவாங்கு,

சுரிதகம்

இனைநலம் உடைய கானம் சென்றோர்
புனைநலம் வாட்டுநர் அல்லர்; மனைவயின்
பல்லியும் பாங்குஒத்து இசைத்தன,
நல்எழில் உண்கணும் ஆடுமால் இடனே. (11)

அருஞ்சொற் பொருள்:

துடிஅடிக் கயம் - உடுக்கை போன்ற பாதத்தை உடைய யானைக் கன்று. இகந்து - விலகி (இல்லாமல்). கல் - மலை. வேய் - மூங்கில். பாங்கு - வாய்ப்பான. மென்சிறகு - உள்ளத்தின் மென்மை சிறகின் மேல் ஏற்றப்பட்டது.

3. தோழி கூற்று

துறை

தலைமகனால் பிரிவு உணர்த்தப்பட்ட தோழி, தலைமகனுக்கு, 'முன்னையின் சிறப்ப எம்வயின் இற்பாராட்டியது எல்லாம் எம்வயின் பிறந்த வெறுப்பு என்பது இப்பொழுது அறிந்தேன்; இவ்வகைப்பட்ட போக்கு நினக்கு எவ்வகையான் வந்தது?' என அவன் செலவு அழுங்கக் கூறியது.

விளக்கம்

இற்பாராட்டுதல் - நலம் பாராட்டுதல்

தரவு

‘அணைமருள் இன்துயில் அம்பணைத் தடமென்தோள்,
துணைமலர் எழில்நீலத்து ஏந்துஎழில் மலர்உண்கண்,
மணமௌவல் முகைஅன்ன மாவீழ்வான் நிரைவெண்பல்,
மணம்நாறும் நறுநுதல், மாரிவீழ் இருங்கூந்தல்,
அவர்முலை ஆகத்து, அகன்ற அல்குல்,
சிலநிரை வால்வளைச் செய்யா யோ! எனப்
பலபல கட்டுரை பண்டையின் பாராட்டி
இனிய சொல்லி, இன்னாங்குப் பெயர்ப்பது
இனிஅறிந் தேன்அது துனிஆ குதலே;

தாழிசை

‘பொருள் அல்லால் பொருளும்உண் டோ?’ என, யாழநின்
மருளிகொள் மடநோக்கம் மயக்கப்பட்டு அயர்த்தாயோ?

‘காதலார் எவன்செய்ப பொருளில்லா தார்க்கு?’ ‘என
ஏதிலார் கூறும்சொல் பொருளாக மதித்தாயோ?

செம்மையின் இகந்துஒரீஇப் பொருள்செய்வார்க்கு அப்பொருள்
இம்மையும் மறுமையும் பகையாவது அறியாயோ?

அதனால்,
எம்மையும் பொருளாக மதித்தீத்தை; நம்முள்நாம்
கவவுக்கை விடப்பெறும் பொருள்திறத்து
அவவுக்கை விடுதல்; அதுமனும் பொருளே. (14)

அருஞ்சொற் பொருள்:

அணைமருள் - தலையணையைப் போன்ற பணைத்தோள். மௌவல் - மல்லிகை. மா வீழ் - வண்டுகள் விரும்பும். துனி - வெறுப்பு. மருளி - மயக்கம். மடம் - அறியாமை. ஏதிலார் - அயலார். இகந்து, ஒரீஇ - ஒருபொருட் சொற்கள். கவவுக் கை - பிணைத்த கைகள்.

சிறப்புக் குறிப்பு

“இப்பாடலில் பொருள் என்னும் சொல் மூவகைப் பொருளில் ஆளப்படுதல் இன்பம் பயக்கின்றது” (கலித்தொகை: மக்கள் பதிப்பு, ப.55).

4. தோழி கூற்று

துறை

'ஒன்றாத் தமரினும்' என்னும் சூத்திரத்தில், 'நாளது சின்மையும், இளமையது அருமையும், தாளாண் பக்கமும், தகுதியது அமைதியும், இன்மையது இழிவும், உடைமையது உயர்ச்சியும், அன்பினது அகலமும், அகற்சியது அருமையும்' எனக் கூறிய எட்டினையும் தலைவன் கூறக் கேட்ட தோழி அவற்றை, 'நிகழ்ந்தது கூறி நிலையிலும் திணையே' என்னும் விதியால் தலைவனுக்குக் கூறிச் செலவழுங்குவித்தது.

அரும்பொருள் வேட்கையின் உள்ளம் துரப்பப்
பிரிந்துஉறை சூழாதி ஐய; விரும்பிநீ
என்தோள் எழுதிய தொய்யிலும், யாழநின்
மைந்துஉடை மார்பில் சுணங்கும் நினைத்துக்காண்;
சென்றோர் முகப்பப் பொருளும் கிடவாது;
ஒழிந்தவர் எல்லாரும் உண்ணாதும் செல்லார்;
இளமையும் காமமும் ஓராங்குப் பெற்றார்
வளமை விழைதக்கது உண்டோ? உளநாள்
ஒரோஒகை தம்முள் தழீஇ, ஒரோஒகை
ஒன்றன்கூறு ஆடை உடுப்பவரே ஆயினும்,
ஒன்றினார் வாழ்க்கையே வாழ்க்கை; அரிதுஅரோ
சென்ற இளமை தரற்கு! (18)

அருஞ்சொற் பொருள்:

துரப்ப - உந்த. சூழாதி - எண்ணாதே. தொய்யில் - தலைவன் தலைவியின் தோளிலும் மார்பிலும் மையால் எழுதும் பூக்களின் சித்திரம். ஓராங்கு - ஒருங்கே. வளமை - செல்வம். ஒரோஒகை - ஒவ்வொரு கை.

சிறப்புக் குறிப்பு

"வறுமையிற் செம்மை என்பது போல் வறுமையிலும் சேர்ந்திருத்தலாகிய அன்பு இங்கு குறிக்கப்பட்டது...

பொருள் தேடுவார்க்கு உரிய பண்புகள் இப்பாடலில் அமைந்துள்ளமையை உணர்ந்து மகிழ்க. இவற்றைக் கூறுவது, பெண் தம்மைக்குப் பொருந்தாது ஆதலின், முன்பு தலைவன் கூறிய வற்றையே நினைவுபடுத்துபவள் போலத் தோழி கூறுகின்றாள்... இவற்றை நினைத்துத் தலைவன் தன் பிரிவைத் தவிர்வான் என்பது அவள் கருத்து" (கலித்தொகை: மக்கள் பதிப்பு, ப.67).

5. தலைவி கூற்று

துறை

பிரிவு உணர்த்தப்பட்டு ஆற்றாளாய தலைவி, 'எம்மையும் உடன் கொண்டு சென்மின்' என்றாட்கு, உடன்படாது அவன் பிரியலுற, தனது இறந்துபாடு தோன்றக் கூறியது.

தரவு

இலங்குஒளி மருப்பின் கைம்மா உளம்புநர்
புலம்கடி கவணையின் பூஞ்சினை உதிர்க்கும்
விலங்குமலை வெம்பிய போக்குஅரு வெஞ்சுரம்
தனியே இறப்ப, யான்ஒழிந்து இருத்தல்
நகுதற்கு ஒன்றுஇவ் அழுங்கல் ஊர்க்கே; இனியான்
உண்ணலும் உண்ணேன், வாழலும் வாழேன்;

தாழிசை

தோள்நலம் உண்டு துறக்கப் பட்டோர்
வேண்நீருண்ட குடைஓ ரன்னர்;

நல்குநர் புரிந்து நலன்உணப் பட்டோர்
அல்குநர் போகிய ஊர்ஓ ரன்னர்;

கூடினர் புரிந்து குணன்உணப் பட்டோர்
சூடினர் இட்ட பூஓ ரன்னர்.
எனவாங்கு,

யானும் நின்னகத்து அனையேன்; ஆனாது
கொலைவெங் கொள்கையொடு நாய்அகப் படுப்ப
வலைவர்க்கு அமர்ந்த மடமான் போல
நின்னாங்கு வரூஉம்என் நெஞ்சினை
என்னாங்கு வாராது ஓம்பினை கொண்மே. (23)

அருஞ்சொற் பொருள்:

உளம்புநர் - விரட்டுபவர்கள். ஒழிந்து - தங்கி. புரிந்து- விரும்பி. அல்குநர் - தங்கி வாழ்வோர்.

சிறப்புக் குறிப்பு

"ஊரார் சிரிக்க யான் உயிர் வாழேன் என்று தலைவி கூறுகிறாள். குடை, ஊர் முதலிய உவமைகளால் தலைவனைப் பிரிந்து வாழும் வாழ்க்கை பயனற்றது என்பதை உணர்த்துகிறாள்" (கலித்தொகை: மக்கள் பதிப்பு, ப.79).

2. குறிஞ்சிக் கலி

ஆசிரியர்: கபிலர்

6. தோழி கூற்று

துறை

'நாற்றமும், தோற்றமும், ஒழுக்கமும், உண்டியும், செய்வினை மறைப்பினும் செலவினும் பயில்வினும், புணர்ச்சி எதிர்ப்பாடு உள்ளுறுத்து வரூஉம், உணர்ச்சி ஏழினும் உணர்ந்த பின்றை,' தன்னை அவள் மறையாமை காரணமாக, 'மெய்யினும் பொய்யினும் வழிநிலை பிழையாது, பல்வேறு கவர்பொருள் நாட்டத்தான்' தலைமகட்குத் தோழி கூறியது.

கயமலர் உண்கண்ணாய்! காணாய், ஒருவன்
வயமான் அடித்தேர்வான் போலத் தொடைமாண்ட
கண்ணியன், வில்லன், வரும்;என்னை நோக்குபு,
முன்னத்தின் காட்டுதல் அல்லது, தான்உற்ற
நோய்உரைக் கல்லான் பெயரும்மன் பன்னாளும்;
பாயல் பெறேஎன் படர்கூர்ந்து அவன்வயின்
சேயேன்மன் யானும் துயர்உழப்பேன்; ஆயிடைக்,
கண்நின்று கூறுதல் ஆற்றான் அவனாயின்;
பெண்அன்று உரைத்தல் நமக்காயின்; 'இன்னதூஉம்
காணான் கழிதலும் உண்டு'என்று ஒருநாள்என்
தோள்நெகிழ்பு உற்ற துயரால் துணிதந்து, ஓர்
நாண்இன்மை செய்தேன்; நறுநுதால்! ஏனல்
இனக்கிளி யாம்கடிந்து ஓம்பும் புனத்துஅயல்
ஊசல்ஊர்ந்து ஆட, ஒருஞான்று வந்தானை,
"ஐய! சிறிதுஎன்னை ஊக்கி" எனக்கூறத்,
"தையால், நன்று"என்று அவன்ஊக்கக் கைநெகிழ்பு
பொய்யாக வீழ்ந்தேன் அவன்மார்பின்; வாயாச்செத்து
ஒய்யென ஆங்கே எடுத்தனன் கொண்டான்; மேல்
மெய்அறியா தேன்போல் கிடந்தேன்மன்; ஆயிடை,
மெய்அறிந்து ஏற்றுஎழுவேன் ஆயின்,மற்று ஒய்யென,
"ஒண்குழாய் செல்க" எனக்கூறி விடும்பண்பின்
அங்கண் உடையன் அவன். *(37)*

அருஞ்சொற் பொருள்:

தொடை மாண்ட - சிறப்பாகத் தொடுக்கப்பெற்ற. முன்னம் - குறிப்பு. பாயல் - உறக்கம்; ஆகுபெயர். கழிதல்- இறத்தல். ஏனல் - தினை. ஞான்று - நாள். ஊக்கி - ஆட்டுவாய். கை நெகிழ்பு - கை வழுவி. வாயாச்செத்து - உண்மையென்று கருதி. அங்கண் - இரக்கம்.

7. தோழி கூற்று

துறை

'முன்னிலை, அறன் எனப்படுதல் என்று இருவகைப், புரைதீர் கிளவி தாயிடைப் புகுப்பினும்' என்னும் விதி பற்றித் தமர் வரைவு மறுத்துழித் தோழி தாயர்க்கு அறத்தொடு நிற்ப, அவள் நற்றாய்க்கு அறத்தொடு நிற்ப, அவள்தன் ஐயர் முதலியோர்க்கு அறத்தொடு நிற்ப, அவரும் ஒருவாற்றான் உடன்பட்டமை தோழி தலைவிக்குக் கூறி, தானும் அவளும் வரைவு கடிதின் முடிதற் பொருட்டு வரையுறை தெய்வத்திற்குக் குரவையாட, அவன் வரைய வருகின்றமை தோழி தலைவிக்கு உரைத்தது.

காமர் கடும்புனல் கலந்துஎம்மோடு ஆடுவாள்
தாமரைக்கண் புதைத்து அஞ்சித் தளர்ந்து அதனோடு ஒழுகலான்
நீள்நாக நறுந்தண்தார் தயங்கப்பாய்ந்து அருளினால்
பூண்ஆகம் உறத்தழீஇப் போதந்தான் அகன்அகலம்
வருமுலை புணர்ந்தன என்பதனால் என்தோழி
அருமழை தரல்வேண்டில் தருகிற்கும் பெருமையளே.

அவனும்தான், ஏனல்இதணத்து அகிற்புகை உண்டுஇயங்கும்
வான்ஊர் மதியம் வரைசேரின் அவ்வரைத்
தேனின் இறால்என ஏணி இழைத்திருக்கும்
கான்அகல் நாடன் மகன்.

சிறுகுடி யீரே! சிறுகுடி யீரே!
வள்ளிகீழ் விழா; வரைமிசைத் தேன்தொடா;
கொல்லை குரல்வாங்கி ஈனா மலைவாழ்நர்
அல்ல புரிந்துஒழுக லான்;

காந்தள் கடிகமழும் கண்வாங்கு இருஞ்சிலம்பின்
வாங்குஅமை மென்தோட் குறவர் மடமகளிர்
தாம்பிழையார் கேள்வர்த் தொழுதுஎழலால் தம்ஐயரும்
தாம்பிழையார் தாம்தொடுத்த கோல்.

எனவாங்கு.

அறத்தொடு நிற்றேனைக் கண்டு, திறப்பட
என்ஐயர்க்கு உய்த்துரைத்தாள் யாய்;
அவரும், தெரிகணை நோக்கிச் சிலைநோக்கி, கண்சேந்து,
ஒருபகல் எல்லாம் உருத்துஎழுந்து, ஆறி,
'இருவர்கண் குற்றமும் இல்லையால்' என்று
தெருமந்து சாய்த்தார் தலை.

தெரியிழாய்! நீயுநின் கேளும் புணர,
வரைஉறை தெய்வம் உவப்ப, உவந்து
குரவை தழீஇயாம் ஆடக் குரவையுள்
கொண்டு நிலைபாடிக் காண்;

தலைவியின் மறுமொழி

நல்லாய்!
நல்நாள் தலைவரும் எல்லை நமர்மலைத்
தம்நாண்தாம் தாங்குவார் என்நோற் றனர்கொல்?

புனவேங்கைத் தாதுஉறைக்கும் பொன்அறை முன்றில்
நனவில் புணர்ச்சி நடக்குமாம் அன்றோ?
நனவில் புணர்ச்சி நடக்கலும் ஆங்கே
கனவில் புணர்ச்சி கடிதுமாம் அன்றோ?

தோழி கூற்று

விண்தோய்கல் நாடனும் நீயும் வதுவையுள்
பண்டுஅறியா தீர்போல் படர்கிற்பீர் மன்கொலோ?

பண்டுஅறியா தீர்போல் படர்ந்தீர் பழங்கேண்மை
கண்டுஅறியா தேன்போல் கரக்கிற்பென் மன்கொலோ?

மைதவழ் வெற்பன் மணஅணி காணாமல்
கையால் புதைபெறூஉம் கண்களும் கண்களோ?

தலைவியின் மறுமொழி

என்னைமன், நின்கண்ணால் காண்பென் மன்யான்;

மீண்டும் தோழி உரைத்தல்

நெய்தல் இதழ்உண்கள், நின்கண் ஆக, என்கண்மன்,
எனவாங்கு,
நெறிஅறி செறிகுறி புரிதிரிபு அறியா அறிவனை முந்துறீஇத்,
தகைமிகு தொகைவகை அறியும் சான்றவர் இனமாக
வேய்புரை மென்தோட் பசலையும், அம்பலும்

மாயப் புணர்ச்சியும் எல்லாம் உடன்நீங்கச்
சேய்உயர் வெற்பனும் வந்தனன்;
பூஎழில் உண்கணும் பொலிகமா, இனியே! (39)

அருஞ்சொற் பொருள்:

ஒழுகல் - செல்லுதல். தயங்க - அசைய. அகலம் - மார்பு. வனமுலை - இளமார்பகம். பெருமை - கற்பின் பெருமை. ஏனல் - தினைப்புனம். இதணம் - பரண். குரல் வாங்குதல்- கதிர் தோன்றுதல். அல்ல - அறநெறியல்லாத செயல்கள். புரிந்து ஒழுகல் - விரும்பி வேண்டுமென்றே செய்து வாழ்தல். கடி - மணம். இரும் சிலம்பு - பெரிய மலை. அமை - மூங்கில். பிழையார் (1) - நாள் தவறாமல். தம் ஐயர் - தம் கணவர். பிழையார் (2) - தப்பிப்போகப் பெறார். கண்டு - உணர்ந்து கொண்டு. உருத்து - கோபித்து. தெருமந்து - மனம் சுழலும் உணர்வுகளின் வயப்பட்டு. முன்றில் - முற்றம். கல்நாடன் - மலை நாடன். படர்கிற்பீர் - பழகுவீர்கள். செறிகுறி - மணமக்கள் ஒன்று கூடும் காலம். அறிவன் - கணித நூல் அறிஞன்.

சிறப்புக் குறிப்பு

"1. தமையன்மார் தமது தலையைச் சாய்த்தமை திருமணத்திற்கு அவர்கள் ஒருவாறு உடன்பட்டமையைக் காட்டும்.

2. தலைவி மழையைப் பெய்விக்கும் ஆற்றல் உடையாள் என அவளது கற்பின் உயர்வையும், தலைவன் சந்திரனை எடுத்து வர ஏணி கட்டும் உறவினரை உடையவன் என அவனது முயற்சிப் பெருமையையும் தோழி புலப்படுத்தினாள். அதனால் தலைவி அவனை அன்றிப் பிறரை மணக்க மாட்டாள் என்னும் உறுதிப்பாட்டையும், தலைவனும் அவளை அடைவதற்கு உரிய முயற்சியில் பின்வாங்க மாட்டான் என்னும் உறுதிப்பாட்டையும் புலப்படுத்தினாள்" (கலித்தொகை: மக்கள் பதிப்பு, ப.137).

8. தோழி கூற்று

துறை

இருவரும் இவ்வகையால் பாடிய வள்ளைப்பாட்டுத் தலைவன் சிறைப்புறமாகக் கேட்டு வரைவு வேண்டிவிட, தந்தையும் வரைவு உடன்பட்டமை தோழி தலைவிக்கு உரைத்தது.

பாடுகம், வாவாழி, தோழி! வயக்களிற்றுக்

கோடுஉலக்கை யாகநல் சேம்பின் இலைசுளகா,
ஆடுகழை நெல்லை அறைஉரலுள் பெய்து இருவாம்
பாடுகம் வாவாழி, தோழிநற் தோழிபாடு உற்று;

இடிஉமிழ்பு இரங்கிய விரவுபெயல் நடுநாள்
கொடிவிடுபு இருளிய மின்னுச்செய் விளக்கத்துப்
பிடியொரு மேயும் செய்புன் யானை
அடிஒதுங்கு இயக்கம் கேட்ட கானவன்
நெடுவரை ஆசினிப் பணவை ஏறிக்,
கடுவிசைக் கவணையின் கல்கை விடுதலின்,
இறுவரை வேங்கையின் ஒள்வீ சிதறி,
ஆசினி மென்பழம் அளிந்தவை உதிராத்
தேன்செய் இறாஅல் துளைபடப் போகி,
நறுவடி மாவின் பைந்துணர் உழக்கிக்,
குலைஉடை வாழைக் கொழுமடல் கிழியாப்,
பலவின் பழத்துள் தங்கும் மலைகெழு வெற்பனைப்
பாடுகம், வாவாழி, தோழி! நற்றோழி பாடுஉற்று;

தலைவி

இலங்கும் அருவித்தே, இலங்கும் அருவித்தே
வானின் இலங்கும் அருவித்தே, தான்உற்ற
சூள்பேணான் பொய்த்தான் மலை.

தோழி

பொய்த்தற்கு உரியனோ? பொய்த்தற்கு உரியனோ?
'அஞ்சல் ஓம்பு' என்றாரைப் பொய்த்தற்கு உரியனோ?
குன்றுஅகல் நன்னாடன் வாய்மையில் பொய்தோன்றின்
திங்களுள் தீத்தோன்றி யற்று.

தலைவி

இளமழை ஆடும், இளமழை ஆடும்;
இளமழை வைகலும் ஆடும்என் முன்கை
வளைநெகிழ வாராதோன் குன்று.

தோழி

வாராது அமைவானோ? வாராது அமைவானோ?
வாராது அமைகுவான் அல்லன் மலைநாடன்
ஈரத்துள் இன்னவை தோன்றின், நிழற்கயத்துள்
நீருள் குவளைவெந் தற்று.

தலைவி

மணிபோலத் தோன்றும், மணிபோலத் தோன்றும்;
மண்ணா மணிபோலத் தோன்றும்என் மேனியைத்
துன்னான் துறந்தான் மலை.

தோழி

துறக்குவன் அல்லன், துறக்குவன் அல்லன்;
தொடர்வரை வெற்பன் துறக்குவன் அல்லன்;
தொடர்புள் இனையவை தோன்றின், விசும்பில்
சுடருள் இருள்தோன்றி யற்று.

தந்தை வரைவு உடம்பட்டமையைத் தலைவிக்குத் தோழி அறிவித்தல்
எனவாங்கு

நன்றுஆ கின்றால் தோழி!நம் வள்ளையுள்
ஒன்றிநாம் பாட, மறைநின்று கேட்டுஅருளி,
மென்தோட் கிழவனும் வந்தனன்; நுந்தையும்
மன்றல் வேங்கைக் கீழ்இருந்து
மணம்நயந் தனன்நம் மலைகிழ வோற்கே. (41)

அருஞ்சொற் பொருள்:

வயம் - வலிமை. அறை - பாறை. பெயல் - மழை. பணவை - பரண். வீ - பூ. வடி - வடு. சூள் - உறுதிமொழி. பேணான் - காவாமல். கயம் - குளம். மண்ணா - சாணை பிடிக்காத. மென்றோட் கிழவன்- தலைவியின் மெல்லிய தோளுக்கு உரிமையுடையவன்.

சிறப்புக் குறிப்பு

1. அடிகள் 18-20; 25-27; 32-34 - இவ்வடிகளால் வாய்மை தவறுவோர் வாழும் நாடு, மழை வளமும் நீர் வளமும் குன்றி அழகிழக்கும் என்பது பழங்கால மக்களின் நம்பிக்கை என்பது விளங்கும்.

2. அடிகள்: 43-44 - மன்றல் வேங்கைக் கீழ் இருந்து மணம் நயந்தனன்; குறிஞ்சி நில மக்கள் வேங்கை மர நிழலில் இருந்து மணம் பேசி முடிவு செய்தலும், மணம் நடத்துதலும் சங்க கால வழக்கம் (கலித்தொகை; மக்கள் பதிப்பு, பக்.148-149).

9. தலைவி கூற்று

துறை

'புகாஅக் காலைப் புக்கு எதிர்ப்பட்டுழிப் பகாஅ விருந்தின் பகுதிக்கண்' தலைவி தோழிக்குக் கூறியது.

விளக்கம்

தலைவன் உணவு வேளையில் தலைவியின் மனையில் புகுந்து, அவளை எதிர்ப்பட்டான். அவள் அவனை வீட்டார் அறியாமல் விருந்து உபசரித்தாள். அதனைப் பற்றி அவள் தோழியிடம் கூறுகின்றாள். புகா - உணவு. பகா - விலக்காத; போ என்று கூறாத.

சுடர்த்தொடீஇ! கேளாய், தெருவில்நாம் ஆடும்
மணற்சிற்றில் காலின் சிதையா, அடைச்சிய
கோதை பரிந்து, வரிப்பந்து கொண்டுஓடி,
நோதக்க செய்யும் சிறுபட்டி மேலோர் நாள்,

அன்னையும் யானும் இருந்தேமா, "இல்லிரே
உண்ணுநீர் வேட்டேன்" என வந்தாற்கு, அன்னை
"அடற்பொற் சிரகத்தால் வாக்கிச் சுடரிழாய்!
உண்ணுநீர் ஊட்டிவா" என்றாள்; என, யானும்
தன்னை அறியாது சென்றேன்; மற்றுஎன்னை
வளைமுன்கை பற்றி நலியத் தெருமந்திட்டு

"அன்னாய்! இவன்ஒருவன் செய்ததுகாண்" என்றேனா,
அன்னை அலறிப் படர்தரத், தன்னையான்
"உண்ணுநீர் விக்கினான்" என்றேனா, அன்னையும்
தன்னைப் புறம்பழித்து நீவ,மற்று என்னைக்
கடைக்கணால் கொல்வான்போல் நோக்கி,
நகைக்கூட்டம்
செய்தான்அக் கள்வன் மகன். (51)

அருஞ்சொற் பொருள்:

சிற்றில் - விளையாட்டு வீடு. சிதையா - சிதைத்து; குலைத்து. அடைச்சிய - பொருந்திய. பட்டி - கட்டுப்பாடு இன்றி, தான் விரும்பியவாறு நடப்பவன். வேட்டேன் - விரும்பினேன். நலிய - இறுக்க. தெருமருதல் - அஞ்சுதல். புறம் பழித்தல் - மேலுக்குக் கோபித்தல்.

10. தலைவன் கூற்று

துறை

'காமஞ்சாலா இளமையோள்வயின், ஏமஞ்சாலா இடும்பை எய்தி, நன்மையும் தீமையும் என்று இருதிறத்தால், தன்னொடும் அவளொடும் தருக்கிய புணர்த்துச் சொல்லெதிர் பெறாஅன் சொல்லி இன்புறல், புல்லித் தோன்றும் கைக்கிளைக் குறிப்பே' என்பதனால் தருக்கிச் சொல்லிச் சொல்லெதிர் பெறான் இன்புற்றது.

ஊர்க்கால் நிவந்த பொதும்பருள், நீர்க்கால்
கொழுநிழல் ஞாழல் முதிர்இணர் கொண்டு
கழும முடித்துக் கண்கூடு கூழை
சுவல்மிசைத் தாதொடு தாழ, அகல்மதி
தீக்கதிர் விட்டது போல முகன்அமர்ந்து
ஈங்கே வருவாள் இவள்யார்கொல்? ஆங்கேஓர்
வல்லவன் தைஇய பாவைகொல்? நல்லார்
உறுப்பெலாம் கொண்டுஇயற்றி யாள்கொல்? வெறுப்பினால்
வேண்டுருவம் கொண்டதுஓர் கூற்றங்கொல்? ஆண்டார்
கடிது இவளைக் காவார் விடுதல்; கொடிஇயல்
பல்கலைச் சில்பூங் கலிங்கத்தள்; ஈங்குஇதுஓர்
நல்கூர்ந்தார் செல்வ மகள்;
இவளைச் சொல்லாடிக் காண்பேன் தகைத்து;
நல்லாய்! கேள்.

தாழிசைகள்

ஆய்தூவி அனம்என அணிமயில் பெடைஎனத்
தூதுஉண்அம் புறவுஎனத் துதைந்தநின் எழில்நலம்
மாதர்கொள் மான்நோக்கின் மடநல்லாய்! நிற்கண்டார்ப்
பேதுறூஉம் என்பதை அறிதியோ? அறியாயோ?

நுணங்குஅமைத் திரள்என நுண்இழை அணைஎன
முழங்குநீர்ப் புணையென அமைந்தநின் தடமென்தோள்
வணங்குஇறை வால்எயிற்று அந்நல்லாய்! நிற்கண்டார்க்கு
அணங்காகும் என்பதை அறிதியோ? அறியாயோ?

முதிர்கோங்கின் முகையென முகஞ்செய்த குரும்பைஎனப்
பெயல்துளி முகிழ்எனப் பெருத்தநின் இளமுலை
மயிர்வார்ந்த வரிமுன்கை மடநல்லாய்! நிற்கண்டார்
உயிர்வாங்கும் என்பதை உணர்தியோ? உணராயோ?

எனவாங்கு,

சுரிதகம்

பேதுற்றாய் போலப் பிறர்எவ்வம் நீஅறியாய்
யாதொன்றும் வாய்வாளாது இறந்தீவாய்! கேள்இனி,
நீயும் தவறிலை, நின்னைப் புறங்கடைப்
போதரவிட்ட நுமரும் தவறிலர்,
நிறைஅழி கொல்யானை நீர்க்குவிட் டாங்குப்
'பறையறைந் தல்லது செல்லற்க' என்னா
இறையே தவறுடை யான். (56)

அருஞ்சொற் பொருள்:

நிவந்த - உயர்ந்து வளர்ந்த. பொதும்பர் - பூ மரச் சோலை. இணர் - பூங்கொத்து. கூழை - கூந்தலை முடித்துக் கட்டும் ஒரு வகை. சுவல் - தோள். தாது - மகரந்தப் பொடி. தாழ - தவழ. தீங்கதிர் - குளிர்ந்த கிரணங்கள். தைஇய - அமைத்த. நல்லார் - பெண்கள். கலை - மேகலை. நல்கூர்ந்தார்- வறுமையுற்றோர். தூது- பருக்கைக்கற்கள். மாதர் - விருப்பம். அமை - மூங்கில். முழங்குநீர்- கடல். புணை - தெப்பம். பேதுற்றாய் - மயங்கினாய். வாய் வாளாது - வாய் திறவாமல். நிறையழி யானை - மதம் பிடித்த யானை.

3. மருதக் கலி

ஆசிரியர்: மருதனிள நாகனார்

11. தலைவி கூற்று

துறை

தலைவன் பரத்தையிற் பிரிந்து வந்துழித், தலைவி தன் மகனைத் தழீஇ விளையாடுகின்ற விளையாட்டின்கண், தன் வரவு அறியாமைச் சென்று நின்ற தலைவன், அவள் ஊடல் உணர்வளவும் உறழ்ந்து சொல்லி, மகன் வாயிலாக ஊடல் தீர்ந்தது.

புதல்வனை நோக்கித் தலைவி கூறுதல்

மையற விளங்கிய மணிமருள் அவ்வாய்தன்
மெய்பெறா மழலையின் விளங்குபூண் நனைத்தரப்,
பொலம்பிறை உள்தாழ்ந்த புனைவினை உருள்கலன்
நலம்பெறு கமழ்சென்னி நகையொடு துயல்வர,
உருஎஞ்சாது இடைகாட்டும் உடைகழல் அம்துகில்
அரிபொலி கிண்கிணி ஆர்ப்பூஒவா அடிதட்பப்,

பாலோடு அலர்ந்த முலைமறந்து முற்றத்துக்
கால்வல்தேர் கையின் இயக்கி நடைபயிற்றா
ஆலமர் செல்வன் அணிசால் பெருவிறல்
போல வரும்என் உயிர்.

பெரும! விருந்தொடு கைதூவா எம்மையும் உள்ளாய்
பெருந்தெருவில் கொண்டாடி ஞாயர் பயிற்றத்,
திருந்துபு நீகற்ற சொற்கள்யாம் கேட்ப
மருந்துஓவா நெஞ்சிற்கு அமிழ்தம் அயின்றற்றாப்
பெருந்தகாய் கூறு சில.

தோழியை நோக்கித் தலைவி கூறிய செய்தி

எல்லிழாய்! சேய்நின்று நாம்கொணர்ந்த பாணன் சிதைந்து ஆங்கே
வாயோடி ஏனாதிப் பாடியம் என்றற்றா,
நோய்நாம் தணிக்கும் மருந்துஎனப் பாராட்ட
ஓவாது அடுத்துஅடுத்துஅத் தத்தாஎன் பான்மாண
வேய்மென்தோள் வேய்த்திறம் சேர்த்தலும், மற்று இவன்
வாயுள்ளின் போகான் அரோ.

தலைவன் கேட்ப, தோழியை நோக்கித் தலைவி உரைத்தல்

உள்ளி உழையே ஒருங்கு படைவிடக்
கள்ளர் படர்தந் ததுபோலத் தாம்எம்மை
எள்ளுமார் வந்தாரே யீங்கு.

தலைவன் கூறியது

ஏதப்பாடு எண்ணிப் புரிசை வியல்உள்ளோர்
கள்வரைக் காணாது, 'கண்டேம்' என் பார்போலச்
சேய்நின்று செய்யாத சொல்லிச் சினவல், நின்
ஆணை கடக்கிற்பார் யார்?

தலைவி சொன்னது

அதிர்வுஇல் படிறு எருக்கி வந்துஎன் மகன்மேல்
முதிர்பூண் முலைபொருத ஏதிலாள் முச்சி
உதிர்துகள் உக்கநின் ஆடை ஒலிப்ப
எதிர்வளி நின்றாய்நீ செல்.

தலைவன் கூறியது

இனியெல்லாயாம், தீதிலேம் என்று தெளிப்பவும், கைந்நீவி
யாதொன்றும் எங்கண் மறுத்தர இல்லாயின்

மேதக்க எந்தை பெயரனை யாம்கொள்வேம்
தாவா விருப்பொடு கன்றுயாத் துழிச்செல்லும்
ஆபோல் படர்தக நாம். (81)

அருஞ்சொற் பொருள்:

மை - இரத்தினத்துக்குள்ள குற்றம். மணி - பவளம். மெய்பெறா மழலை - எழுத்து வடிவம் இல்லாத மழலைச் சொல். பிறை - ஒருவகைத் தலை அணிகலம். உருள்கலன் - வட்டமான அணிகலம்; நெற்றிச்சுட்டி. சென்னி - முன்னந்தலை. துயல்வர - அசைய. உரு - நிறம். எஞ்சாது - குறையாமல். தட்ப - தடுக்க. அலர்ந்த - பெரிதாய் உள்ள. கால்வல்தேர்- வலிமையான சக்கரம் மாட்டிய தேர். ஆலமர் செல்வன் - ஆலமரத்தின் நிழலில் வீற்றிருக்கின்ற தட்சிணாமூர்த்தி. பெருவிறல் - மிக்க வலிமையுடைய குழந்தைக் கடவுளாகிய முருகன். கைதுாவா - கைஓயாத. ஞாயர் - உன் தாய்மார். அயிலுதல் - பருகுதல். இவன் - தலைவன். வாய்உள்ளில் - வாயிலிருந்து. ஏதப்பாடு - குற்றம் அல்லது கேடு. புரிசைவியல்- கோட்டை மதில் சூழ்ந்த ஊர். அதிர்வு - நடுக்கம்; தயக்கம். படிறு - வஞ்சனை. எருக்கி - வருத்தி. கைநீவி - மீறி. மறுத்தர- கோபம் மாறப் பெற. தாவா - குறையாத.

12. தலைவி கூற்று

"தந்தையர் ஒப்பர் மக்கள் என்பதனால், அந்தமில் சிறப்பின் மகப்பழித்து நெருங்குதலும்" என்பதனால், மகனைத் தலைவனை ஒக்கலாங் குணனும் ஒக்கலாகாக் குணனும் தலைவி கூறுகின்றுழி மறைந்து புக்க தலைவன் அவள் ஊடல் உணர்வன சொல்ல, மகன் வாயிலாக ஊடல் தீர்வாள் தன்னுள்ளே கூறியது.

மைபடு சென்னி மழகளிற்று ஓடைபோல்
கைபுனை முக்காழ் கயந்தலைத் தாழப்,
பொலஞ்செய் மழுவொடு வாள்அணி கொண்ட
நலம்கிளர் ஒண்பூண் நனைத்தரும் அவ்வாய்
கலந்துகண் ணோக்குஆரக், காண்புஇன் துகிர்மேல்
பொலம்புனை செம்பாகம் போர்கொண்டு இமைப்பக்,

கடிஅரணம் பாயாநின் கைபுனை வேழம்
தொடியோர் மணலின் உழக்கி அடிஆர்ந்த
தேரைவாய்க் கிண்கிணி ஆர்ப்ப இயலும்என்
போர்யானை! வந்தீக ஈங்கு.

செம்மால்! வனப்பெல்லாம் நுந்தையை ஒப்பினும், நுந்தை
நிலைப்பாலுள் ஒத்த குறிஎன்வாய்க் கேட்டுஒத்தி;

கன்றிய தெவ்வர்க் கடந்து களம்கொள்ளும்
வென்றிமாட்டு ஒத்தி பெரும!மற்று ஒவ்வாதி
ஒன்றினேம் யாம்என்று உணர்ந்தாரை நுந்தைபோல்
மென்தோள் நெகிழ விடல்.

பால்கொளல் இன்றிப் பகல்போல் முறைக்குஒல்கா
கோல்செம்மை ஒத்தி பெரும!மற்று ஒவ்வாதி
கால்பொரு பூவின் கவின்வாட நுந்தைபோல்
சால்புஆய்ந்தார் சாய விடல்.

வீதல் அறியா விழுப்பொருள் நச்சியார்க்கு
ஈதல்மாட்டு ஒத்திபெரும! மற்று ஒவ்வாதி
மாதர்மென் நோக்கின் மகளிரை நுந்தைபோல்
நோய்கூர நோக்காய் விடல்.

ஆங்க,

திறனல்ல யாம்கழற, யாரை நகும்இம்
மகனல்லான் பெற்ற மகன்?

மறைநின்று தாம்மன்ற வந்தீத் தனர்!

தலைவன் கூறியது

'ஆயிழாய்! தாவாத எற்குத் தவறுண்டோ? காவாதுஈங்கு
ஈத்தை இவனையாம் கோடற்குச்; சீத்தை யாம்;

தலைவி கூறுகிறாள்

கன்றி அதனைக் கடியவும், கைநீவிக்
குன்ற இறுவரைக் கோள்மா இவர்ந்தாங்குத்
தந்தை வியன்மார்பில் பாய்ந்தான் & அறன்இல்லா
அன்பிலி பெற்ற மகன். *(86)*

அருஞ்சொற் பொருள்:

மை - கருமை. மழகளிறு - யானைக்கன்று. கயம் தலை-மென்மையான உச்சந்தலை. செம்பாகம் - பாதி. கடியரணம்- காவல் உள்ள கோட்டை மதில். கைபுனை வேழம் - கையால் செய்த யானைப் பொம்மை. தேரை - தவளை. கன்றுதல் - கோபித்தல். பகல் - பகலாணி. ஒல்கா - தளராத. முறை - நீதி. கோல் செம்மை - செம்மையான கோல்; நடுநிலைமை. சால்பு - நற்குணங்களின் நிறைவு. வீதல் - அழிதல். கூர - மிகுதியாகும்படி. நகும் - சிரிக்கின்றான். தாவாத-தவறாத. எற்கு - எனக்கு. கோடற்கு - எடுத்துக்கொள்வதற்கு. கைநீவி- மீறி. கோண்மா - கோள்மா; புலி. இவர்தல் - மேலிருந்து கீழே இறங்குதல்.

4. முல்லைக் கலி

ஆசிரியர்: சோழன் நல்லுருத்திரன்

13. சுற்றத்தார் கூற்று

துறை

ஆயன் தலைவனாய் ஏறு தழுவினமை சுற்றத்தார் கண்டு நின்று கூறியது.

தலைவன் கூற்று

கண்அகன் இருவிசும்பில் கதழ்பெயல் கலந்துஏற்ற
தண்நறும் பிடவமும் தவழ்கொடித் தளவமும்
வண்ணவண் தோன்றியும் வயங்கிணர்க் கொன்றையும்
அன்னவை பிறவும் பன்மலர் துதையத்
தழையும் கோதையும் இழையும் என்றிவை
தைஇனர் மகிழ்ந்து திளைஇ விளையாடும்
மடமொழி ஆயத் தவருள் இவள்யார்? உடம்போடு
என்உயிர் புக்கவள் இன்று.

பாங்கன் கூற்று

ஓஒஇவள், பொருபுகல் நல்ஏறு கொள்பவர் அல்லால்
திருமாமெய் தீண்டலர் என்று கருமமா
எல்லாரும் கேட்ப அறைந்துஅறைந்து எப்பொழுதும்
சொல்லால் தரப்பட் டவள்.
சொல்லுக, பாணியேம் என்றார்; அறைக என்றார்; பாரித்தார்
மாணிழை ஆறாகச் சாறு.

சாற்றுள், பெடையன்னார் கண்பூத்து நோக்கும்வாய் எல்லாம்
மிடைபெறின் ஏராத் தகைத்து
தகைவகை மிசைமிசைப் பாயியர் ஆர்த்துஉடன்
எதிரெதிர் சென்றார் பலர்.
கொலைமலி சிலைசெறி செயிர்அயர் சினஞ்சிறந்து
உருத்தெழுந்து ஓடின்று மேல்.

எழுந்தது துகள்
ஏற்றனர் மார்பு
கவிழ்ந்தன மருப்புக்
கலங்கினர் பலர்.

அவருள், மலர்மலி புகல்எழ அலர்மலிர் மணிபுரை நிமிர்தோள் பிணைஇ
எருத்தோடு இமிலிடைத் தோன்றினன், தோன்றி

வருத்தினான் மன்றஅவ் ஏறு.
ஏறுஎவ்வம் காணா எழுந்தார் எவன்கொலோ
ஏறுடை நல்லார் பகை.
மடவரே நல்லாயர் மக்கள், நெருநல்
அடல்ஏற்று எருத்துஇறுத்தார்க் கண்டுமற்று இன்றும்
உடல்ஏறு கோள்சாற்று வார்.
ஆங்குஇனித்,
தண்ணுமைப் பாணி தளராது எழூஉக;
பண்அமை இன்சீர்க் குரவையுள் தெண்கண்ணித்
திண்தோள் திறல்ஒளி மாயப்போர் மாமேனி
அம்துவ ராடைப் பொதுவனோடு ஆய்ந்த
முறுவலாள் மென்தோள்பா ராட்டிச் சிறுகுடி
மன்றம் பரந்தது உரை.   (102)

அருஞ்சொற் பொருள்:

கதர்பெயல் - விரைந்து பெய்யும் மழை. துதைதல் - நெருக்கமாக வைத்துக் கட்டப்படுதல். இழை - அணிகலன் போல உள்ள மாலை. தைஇனர் - தொடுத்து. திளைஇ - கலந்து. பொருபுகல் - பொருதற்கு விரும்பும். பாணித்தல் - காலம் தாழ்த்தல். பாரித்தார் - செய்தி பரப்பினார். சாறு - விழா. மிடை - பரண். தகை - அழகு வகை - காளைகளின் வகைப்பாடு. சிலை - வில். செயிர் - குற்றம். அயர்தல் - புரிதல். எவ்வம் - துன்பம். அடல் - கொல்லுதல். உடலுதல் - மாறுபட்டுப் பொருதல். மாமேனி - கரிய மேனி.

சிறப்புக் குறிப்பு

முல்லை நிலத்து மக்களாகிய ஆயர் தம் குடியில் பெண் மகவு பிறந்ததும் ஒரு காளைக் கன்றையும் வளர்க்கத் தொடங்குவர். அப்பெண் பருவம் எய்தும்போது கன்றும் சிறந்த காளையாக வளர்ந்து நிற்கும். அதனை அடக்கும் இளைஞனுக்கே அப்பெண் மணமாலை சூட்டுவாள் என்று அவர்கள் பறையறைந்து அறிவித்து ஏறுகோடல் விழாவை நடத்துவர். அவ்விழாவின் முடிவில் வெற்றியுடன் ஏறு தழுவிய இளைஞனின் வீரத்தைப் பாராட்டிக் குரவை ஆடுவர். அதன்பின் தம் மகளை அவனுக்கு மணமுடித்துக் கொடுப்பர். இச் சமுதாயச் செய்தி இப்பாடலில் இடம்பெறுகின்றது (கலித்தொகை: மக்கள் பதிப்பு, ப.397).

14. தோழி கூற்று

துறை

ஆயர் ஏறு தழுவி நின்றமையைத் தோழி தலைவிக்குத் தனித்தனியே காட்டி, பின்னர் அவர் ஏறு தழுவி விட்டுக் குரவையாடுகின்றமையும் கூறி, 'ஆண்டு யாமும் சென்று நின்னை ஏறு தழுவிக் கோடற்கு நிற்கின்ற தலைவன் கேட்டு ஏறு தழுவிக் கொள்ளுமாறு நமக்குச் சுற்றத்தார் கூறிக் கிடக்கின்ற முறைமையைப் பாட்டிலே தோன்றப் பாடிக் குரவையாடி, வழுதி வாழ்க என்று தெய்வம் பராவுதும்; நீயும் அங்ஙனம் பாடுதற்குப் போதுவாயாக' எனக் கூறியது.

மெல்லிணர்க் கொன்றையும் மென்மலர்க் காயாவும்
புல்இலை வெட்சியும் பிடவும் தளவும்
குல்லையும் குருந்தும் கோடலும் பாங்கரும் –
கல்லவும் கடத்தவும் கமழ்கண்ணி மலைந்தனர்,
பல்ஆன் பொதுவர் கதழ்விடை கோட்காண்மார்
முல்லை முகையும் முருந்தும் நிரைத்தன்ன
பல்லர், பெருமழைக் கண்ணர், மடம் சேர்ந்த
சொல்லர், சுடரும் கனங்குழைக் காதினர்
நல்லவர் கொண்டார் மிடை.

அவர்மிடை கொள;
மணிவரை மருங்கின் அருவி போல
அணிவரம்பு அறுத்த வெண்காற் காரியும்
மீன்பூத்து அவிர்வரும் அந்திவான் விசும்புபோல்
வான்பொறி பரந்த புள்ளி வெள்ளையும்
கொலைவன் சூடிய குழவித் திங்கள்போல்
வளையுபு மலிந்த கோடுஅணி சேயும்
பொருமுரண், முன்பின் புகல்ஏறு பலபெய்து
அரிமாவும் பரிமாவும் களிறும் கராமும்
பெருமலை விடரகத்து ஒருங்குடன் குழீஇப்,
படுமழை ஆடும் வரையகம் போலும்
கொடிநறை சூழ்ந்த தொழூஉ.
தொழுவினுள், புரிபு புரிபு புக்க பொதுவரைத்
தெரிபு தெரிபு குத்தின ஏறு.

ஏற்றின், அரிபரிபு அறுப்பன, சுற்றி
எரிதிகழ் கணிச்சியோன் சூடிய பிறைக்கண்

உருவ மாலை போலக்
குருதிக் கோட்டொடு குடர்வலந்தன.

கோட்டொடு சுற்றிக் குடர்வலந்த ஏற்றின்முன்
ஆடிநின்று அக்குடர் வாங்குவான் பீடுகாண்;
செந்நூற் கழிஒருவன் கைப்பற்ற அந்நூலை
முந்நூலாக் கொள்வானும் போன்ம்.

இகுளை! இஃதுஒன்று கண்டை! இஃதுஒத்தன்!
கோட்டினத்து ஆயர் மகனன்றே? மீட்டுஓரான்,
போர்புகல் ஏற்றுப் பிணர்எருத்தில் தத்துபு
தார்போல் தழீஇ யவன்
இகுளை! இஃதுஒன்று கண்டை! இஃது ஒத்தன்!
கோவினத்து ஆயர் மகனன்றே? ஓவான்
மறையேற்றின் மேலிருந்து ஆடித் துறைஅம்பி
ஊர்வான்போல் தோன்று மவன்.

தொழீஇஇ! காற்றுப்போல் வந்த கதழ்விடைக் காரியை
ஊற்றுக் களத்தே அடங்கக்கொண்டு அட்டு,அதன்
மேல்தோன்றி நின்ற பொதுவன் தகைகண்டை!
ஏற்றுஎருமை நெஞ்சம் வடிம்பின் இடந்திட்டுச்
சீற்றமோடு ஆருயிர் கொண்டஞான்று இன்னன்கொல்?
கூற்றுஎன உட்கிற்றுஎன் நெஞ்சு.

இகுளை! இஃது ஒன்று கண்டை! இஃதுஒத்தன்
புல்லினத்து ஆயர் மகனன்றே? புள்ளி
வெறுத்த வயவெள்ளேற்று அம்புடைத் திங்கள்
மறுப்போல் பொருந்தி யவன்.

ஓவா வேகமோடு உருத்துத்தன் மேற்சென்ற
சேஎச் செவிமுதற் கொண்டு பெயர்த்துஒற்றும்
காயாம்பூங் கண்ணிப் பொதுவன் தகைகண்டை!
மேவார் விடுத்தந்த கூந்தற் குதிரையை
வாய்படுத் திட்டுப் புடைத்தஞான்று இன்னன்கொல்?
மாயோன்என்று உட்கிற்றுஎன் நெஞ்சு.

ஆங்கு இரும்புலித் தொழுதியும் பெருங்களிற் றினமும்
மாறுமாறு உழக்கியாங்கு உழக்கிப் பொதுவரும்
ஏறுகொண்டு ஒருங்குதொழூஉ விட்டனர்; விட்டாங்கே
மயில்எருத்து உறழ்அணி மணிநிலத்துப் பிறழப்
பயிலிதழ் மலருண்கண்
மாதர் மகளிரும் மைந்தரும் மைந்துற்றுத்

தாதெரு மன்றத்து அயர்வர் தழூஉ.
கொல்லேற்றுக் கோடஞ்சு வானை மறுமையும்
புல்லாளே ஆய மகள்.
அஞ்சார் கொலையேறு கொள்பவர் அல்லதை
நெஞ்சிலார் தோய்தற்கு அரிய உயிர்துறந்து
தைவாரா ஆயமகள் தோள்.
வளியா அறியா உயிர்காவல் கொண்டு
நளிவாய் மருப்பஞ்சும் நெஞ்சினார் தோய்தற்கு
எளியவோ ஆயமகள் தோள்?
விலைவேண்டார் எம்இனத்து ஆயர் மகளிர்
கொலையேற்றுக் கோட்டிடைத் தாம்வீழ்வார் மார்பின்
முலையிடைப் போலப் புகின்.
ஆங்கு
குரவை தழீஇயாம் மரபுளி பாடித்
தேயா விழுப்புகழ்த் தெய்வம் பரவுதும்
மாசில்வான் முந்நீர்ப் பரந்த தொன்னிலம்
ஆளுங் கிழமையொடு புணர்ந்த
எம்கோ வாழியர்இம் மலர்தலை உலகே. *(103)*

அருஞ்சொற் பொருள்:

புல்லிலை - பொலிவற்ற இலை. கதழ்விடை - விரைந்து நடக்கும் காளை. விடைகோள் - ஏறுதழுவுதல். முருந்து - மயிற்பீலியின் அடிப்பகுதி. மழைக்கண் - மேகம் போன்ற கருநிறத்துக் கண். கனங்குழை - பொன்னால் செய்த மகரக்குழை. நல்லவர் - மகளிர். மிடை - பரண். அணிவரம்பு அறுத்த - அழகின் அளவைக் கடந்த. அவிர்வரும் - ஒளி விளங்கும். வான் - மேகம். கொலைவன்- அழித்தற் கடவுளாகிய உருத்திரன். மலிந்த - வளமான. முரண் - பகைக்குணம். முன்பு - வலிமை. புகல் - விருப்பம். கராம் - முதலை. விடரகம் - குகை. புரிபு- விரும்பி. அரி - பகை. பரிபு - விரும்பி. கணிச்சி - மழு. உருவம் - நிறம். வலந்தன - சுற்றின. ஆடிநின்று- வென்று நின்று. கோட்டினம் - எருமைக் கூட்டம். கோவினம்- பசுக்கூட்டம். புல்லினம் - ஆட்டுத்தொகுதி. ஓரான் - நீங்கான். பிணர் எருத்து - சருச்சரை உடைய கழுத்து. இகுளை - தோழி. அம்பி - தெப்பம். தொழி - தொழிலை உடைய ஆள். ஊற்றுக்களம்- உறுகின்ற களம். மேல்தோன்றுதல் - மேம்பட்டு நிற்றல். வடிம்பு - ஓரம். இடத்தல் - பிளத்தல். உட்கிற்று - அஞ்சிற்று. வெறுத்த - நிறைந்த. செவி முதல் - காதின் அடிப்பகுதி. மேவார் - பகைவர். கூந்தல் -

பிடரி மயிர். தொழுதி - கூட்டம். உழக்குதல் - பொருதல். நெஞ்சு இலார் - ஊக்கம் இலாதார். நைவாரா - நைதல் வாராத - மனம் வருந்தாத. வளி - காற்று. நளி - நடு இடம். விலை - முலை விலை; மணப்பெண்ணின் தாய்க்குக் கொடுக்கும் சீர். கிழமை - உரிமை.

நெய்தற் கலி

ஆசிரியர்: நல்லந்துவனார்

15. தலைவி கூற்று

துறை

பிரிவிடை மாலைப்பொழுது கண்டு ஆற்றாத தலைவி தோழிக்கு உரைத்தது.

விளக்கம்

தலைவன் பிரிந்த பொழுது, தலைவி மாலைக் காலத்தில் பிரிவுத் துன்பம் அதிகமாகப் பெற்று, அதனைப் பொறுக்க இயலாது தனது தன்மையைத் தோழியிடம் கூறுகின்றாள்.

அகன்ஞாலம் விளக்கும்தன் பல்கதிர் வாயாகப்
பகல்நுங்கி யதுபோலப் படுசுடர் கல்சேர
இகல்மிகு நேமியான் நிறம்போல இருள்இவர
நிலவுக்காண் பதுபோல அணிமதி ஏர்தரக்,
கண்பாயல் பெற்றபோல் கணைக்கால மலர்கூம்பத்,
தம்புகழ் கேட்டார்போல் தலைசாய்த்து மரம்துஞ்ச,
முறுவல்கொள் பவைபோல முகைஅவிழ்பு புதல்நந்தச்,
சிறுவெதிர்ங் குழல்போலச் சுரும்புஇமிர்ந்து 'இம்'எனப்,
பறவைதம் பார்ப்புஉள்ளக், கறவைதம் பதிவயின்
கன்றுஅமர் விருப்பொடு மன்றுநிறை புகுதர,
மாவதி சேர, மாலை வாள்கொள,
அந்தி அந்தணர் எதிர்கொள அயர்ந்து
செந்தீச் செவ்வழல் தொடங்க வந்ததை!
வால்இழை மகளிர் உயிர்பொதி அவிழ்க்கும்
காலை யாவது அறியார்,
மாலை என்மனார் மயங்கி யோரே. (119)

அருஞ்சொற் பொருள்:

நுங்குதல் - விழுங்குதல். கண்பாயல் - இமை பொருந்துதல். கணைக்கால - திரண்ட தண்டையுடைய. நந்த - பெருக வெதிர்ங்குழல் - மூங்கிலாலான குழல். வதி - இருப்பிடம். வாள் - ஒளி. வால்இழை - ஒளிவீசும் அணிகலம்.

சிறப்புக் குறிப்பு

மாலையில் அந்தணர்கள் சந்தி வழிபாடு (சந்தியாவந்தனம்) செய்வது இங்குக் குறிக்கப்பட்டது. அவ்வேளையில் விளக்கேற்று தலே தமிழர் வழிபாடு என்பதும் இங்கே புலப்படுத்தப்பட்டது (கலித்தொகை: மக்கள் பதிப்பு, ப.477).

16. தோழி கூற்று

துறை

'வரைவு உடம்பட்டோர்க் கடாவல் வேண்டினும்' என்பதனால் தலைவன் தெருளாதவனைத் தெருட்டி வரைவு கடாயது.

விளக்கம்

தலைவன் தலைவியைத் திருமணம் செய்து கொள்வதற்கு உடன்பட்டானாயினும் அவன் உள்ளத்தில் ஐயம் இருந்ததைத் தோழி தெளிவித்து வரைவு கடாவுகின்றாள்.

மாமலர் முண்டகம் தில்லையோடு ஒருங்குடன்
கானல் அணிந்த உயர்மணல் எக்கர்மேல்
சீர்மிகு சிறப்பினோன் மரமுதல் கைசேர்த்த
நீர்மலி கரகம்போல் பழம்தூங்கும், முடத்தாழைப்
பூமலர்ந்த தவைபோலப் புள்அல்கும் துறைவ! கேள்.

ஆற்றுதல் என்பதுஒன்று அலந்தவர்க்கு உதவுதல்,
போற்றுதல் என்பது புணர்ந்தாரைப் பிரியாமை,
பண்பெனப் படுவது பாடுஅறிந்து ஒழுகுதல்,
அன்பெனப் படுவது தன்கிளை செறாஅமை,
அறிவெனப் படுவது பேதையார் சொல்நோன்றல்,
செறிவெனப் படுவது கூறியது மறாஅமை,
நெறியெனப் படுவது மறைபிறர் அறியாமை,
முறையெனப் படுவது கண்ணோடாது உயிர்வௌவல்,
பொறையெனப் படுவது போற்றாரைப் பொறுத்தல்;
ஆங்குஅதை அறிந்தனி ராயின்,என் தோழி

நன்னுதல் நலனுண்டு துறத்தல், கொண்க!
தீம்பால் உண்பவர் கொள்கலம் வரைதல்;
நின்தலை வருந்தியாள் துயரம்
சென்றனை களைமோ! பூண்கநின் தேரே. *(133)*

அருஞ்சொற் பொருள்:

மாமலர் - கரிய நிறமுடைய பூ. முடத்தாழைப் பூ - வளைந்த தாழம்பூ. தீம்பால் - இனிய பால். வரைதல் - விலக்குதல்.

சிறப்புக் குறிப்பு

"தோழி அறநெறிகளை அடுக்கிக் கூறினும் களவொழுக்கம் ஒழுகும் தலைவன் தான் கூறிய உறுதிமொழியை மறவாமல் தலைவியை என்றும் பிரியாமைக்கு ஏதுவாக அவளை மணந்து கொண்டு, சுற்றந்தழுவி இல்வாழ்க்கை நடத்துதல் வேண்டும் என்னும் கருத்துடன் பல அறங்களை இடையிடையே கூறுகின்றாள்" (கலித் தொகை; மக்கள் பதிப்பு, பக்.523-524).

6

புறநானூறு

புறப்பொருள் பற்றிய நானூறு பாடல்களைக் கொண்ட தொகுதி ஆதலின், இது 'புறநானூறு' என்னும் பெயரினைப் பெற்றது. புறம், புறப்பாட்டு, புறம்பு நானூறு என்னும் பெயர்களாலும் இந்நூலை உரையாசிரியர்கள் குறித்துள்ளனர். இதில் அமைந்துள்ள அகவற் பாடல்களின் அடிச்சிறுமை, பெருமை எல்லைகள் குறித்து அறிய முடியாதபடி பாடல்கள் பலவும் சிதைந்து காணப்படுகின்றன; இதனைத் தொகுத்தார், தொகுப்பித்தார் பற்றிய குறிப்புக்களும் கிடைக்கவில்லை.

இந்நூலில் கடவுள் வாழ்த்து உட்பட 400 பாடல்கள் இடம் பெற்றுள்ளன. இவற்றுள் 267, 268-ஆம் பாடல்கள் முற்றும் மறைந்து போயின. இத்தொகை நூலினைப் பாடிய புலவர் பெருமக்கள் **நூற்று ஐம்பத்து அறுவர்** ஆவர்.

ஒவ்வொரு பாட்டின் இறுதியிலும் திணை, துறை பற்றிய குறிப்புக்களும், பாடப்பட்டோர், பாடினோர், பாடப்பெற்ற சூழல் ஆகியவற்றை விளக்கும் குறிப்புக்களும் இடம்பெற்றுள்ளன.

இந்நூலின் முதல் 266 பாடல்களுக்கு உரிய **பழைய உரை** கிடைத்துள்ளது.

பண்டைத் தமிழகத்தின் அரசியல் வரலாறு, சமூக வரலாறு ஆகியவற்றை அறிய உதவும் அரிய கருவூலமாக இத்தொகை நூல் விளங்குகின்றது. இந்நூற் பாடல்கள் தோன்றிய காலம் '**தமிழகத்தின் வீரயுகம்**' (Heroic Age) என்று சிறப்பித்துச் சொல்லத்தக்க பொற்காலம் ஆகும்.

1. மாலை மார்ப, ஏத்துகம் பலவே!

வழிபடு வோரை வல்லறி தீயே;
பிறர்பழி கூறுவோர் மொழிதே றலையே;
நீமெய் கண்ட தீமை காணின்
ஒப்ப நாடி அத்தக ஒறுத்தி;
வந்துஅடி பொருந்தி முந்தை நிற்பின்
தண்டமும் தணிதி பண்டையில் பெரிதே;
அமிழ்துஅட்டு ஆனாக் கமழ்குய் அடிசில்

வருநர்க்கு வரையா வசையில் வாழ்க்கை
மகளிர் மலைத்தல் அல்லது மள்ளர்
மலைத்தல் போகிய சிலைத்தார் மார்ப;
செய்துஇரங் காவினைச் சேண்விளங் கும்புகழ்
நெய்தலங் கானல் நெடியோய்!
எய்தவந் தனம்யாம் ஏத்துகம் பலவே. (10)

ஊன்பொதி பசுங்குடையார் சோழன் நெய்தலங்கானல் இளஞ் சேட்சென்னியைப் பாடியது.

திணை: பாடாண்

விளக்கம்: ஒருவருடைய புகழ், வலிமை, கொடை, அருள் ஆகிய நற்பண்புகளைப் பற்றிச் சிறப்பித்துக் கூறுதல்.

துறை : இயன்மொழி

விளக்கம்: ஒருவருடைய இயல்பைக் கூறுதலும், அவர் முன்னோர் செய்தியை அவர் மேல் ஏற்றிக் கூறுதலும்.

அருஞ்சொற் பொருள்:

வல் - விரைவு. தேறல் - தெளிதல். குய் - தாளிதம். வரையா - அளவில்லாத. சிலை - வில். இரங்கா - வருந்தாத.

2. 'தோற்பது நும் குடியே!'

இரும்பனை வெண்தோடு மலைந்தோன் அல்லன்;
கருஞ்சினை வேம்பின் தெரியலோன் அல்லன்;
நின்ன கண்ணியும் ஆர்மிடைந் தன்றே; நின்னொடு
பொருவோன் கண்ணியும் ஆர்மிடைந் தன்றே;
ஒருவீர் தோற்பினும் தோற்பதும் குடியே;
இருவீர் வேறல் இயற்கையும் அன்றே; அதனால்,
குடிப்பொருள் அன்றுநும் செய்தி; கொடித்தேர்
நும்மோர் அன்ன வேந்தர்க்கு
மெய்ம்மலி உவகை செய்யும்இவ் இகலே! (45)

கோவூர்கிழார் நலங்கிள்ளி, நெடுங்கிள்ளியரைப் பாடியது. சோழன் நலங்கிள்ளி உறையூர் முற்றியிருந்தானையும் அடைத்திருந்த நெடுங்கிள்ளியையும் அவர் பாடியது.

திணை: வஞ்சி

விளக்கம்: வஞ்சிப் பூவைத் தலையில் சூடிப் பகைவரின் நாட்டைக் கைக்கொள்ளக் கருதிச் செல்லுதல்.

துறை: துணை வஞ்சி

விளக்கம்: பிறரை வெற்றி கொள்ள நிற்பவனுக்குச் சந்து செய்வித்தல்; சில கூறி அமைதிப்படுத்துதல்.

அருஞ்சொற் பொருள்:

புலன் - அறிவு. புன்கண் - துன்பம். அழாஅல் - அழுகை. விருந்து - புதிது. வேட்டது - விரும்பியது.

சிறப்புக் குறிப்பு

"கோவூர்கிழார், அரசர்கள் தவறு செய்தால் அவர்களுக்கு அறிவுரை வழங்கும் ஆற்றல் உடையவராக இருந்தார் என்பதையும், அரசர்களிடத்து அவருக்கு மிகுந்த செல்வாக்கு இருந்தது என்பதையும் இப்பாடல் உறுதிப்படுத்துகிறது" (இர.பிரபாகரன், புறநானூறு: மூலமும் எளிய உரையும், ப.142).

3. நெடுஞ்செழியன் வஞ்சினம்

நகுதக் கனரே நாடுமீக் கூறுநர்;
இளையன் இவன்என உளையக் கூறிப்
படுமணி இரட்டும் பாஅடிப் பணைத்தாள்
நெடுநல் யானையும் தேரும் மாவும்
படை அமை மறவரும் உடையம் யாம்என்று
உறுதுப்பு அஞ்சாது உடல்சினம் செருக்கிச்
சிறுசொல் சொல்லிய சினங்கெழு வேந்தரை
அருஞ்சமம் சிதையத் தாக்கி, முரசமொடு
ஒருங்குஅகப் படேஎன் ஆயின் பொருந்திய
என்நிழல் வாழ்நர் செல்நிழல் காணாது.
கொடியன்எம் இறைஎனக் கண்ணீர் பரப்பிக்
குடிபழி தூற்றும் கோலேன் ஆகுக!
ஓங்கிய சிறப்பின் உயர்ந்த கேள்வி
மாங்குடி மருதன் தலைவன் ஆக
உலகமொடு நிலைஇய பலர்புகழ் சிறப்பின்
புலவர் பாடாது வரைகஎன் நிலவரை;
புரப்போர் புன்கண் கூர
இரப்போர்க்கு ஈயா இன்மையான் உறவே.   (72)

பாண்டியன் தலையாலங்கானத்துச் செருவென்ற நெடுஞ் செழியன் பாடியது.

திணை: காஞ்சி

விளக்கம்: பகையரசன் போருக்கு வந்துவிட ஓர் அரசன் காஞ் சிப் பூவைச் சூடித் தன் இடத்தைப் பாதுகாத்தல்.

துறை: வஞ்சினக் காஞ்சி

விளக்கம்: பகைவரை இழித்துக் கூறி இன்னது செய்வேன்; செய்யேனாயின் இன்ன தன்மையன் ஆவேன் என்று கூறுதல்.

அருஞ்சொற் பொருள்:

மீக்கூறுநர் - சிறப்பித்துக் கூறுபவர். இரட்டும் - அசைந்து ஒலிக்கும். பாஅடி - பரவிய அடி. பணை - திரட்சி. துப்பு- வலிமை. சென்னிழல்; செல்நிழல் - சென்றடையும் நிழல். வரைக - நீங்குக. வரை - எல்லை. புன்கண் கூர - துயருற.

4. புலி தங்கிச் சென்ற குகை

சிற்றில் நற்றூண் பற்றி நின்மகன்
யாண்டுஉள னோஎன வினவுதி; என்மகன்
யாண்டுஉளன் ஆயினும் அறியேன் ஓரும்;
புலிசேர்ந்து போகிய கல்அளை போல
ஈன்ற வயிறோ இதுவே;
தோன்றுவன் மாதோ போர்க்களத் தானே. (86)

காவற்பெண்டு

திணை: வாகை

விளக்கம்: வாகைப் பூவினைத் தலையில் சூடிப் பகைவரை வென்று ஆரவாரித்தல்.

துறை: ஏறாண்முல்லை

விளக்கம்: வீரம் மிகுந்த மறக்குடியை மேலும் மேலும் உயர்த்திக் கூறுதல்.

அருஞ்சொற் பொருள்:

கல் அளை - மலைக்குகை. காவல் பெண்டு - செவிலித்தாய்.

5. 'மன்னுக பெரும நீயே!'

வலம்படு வாய்வாள் ஏந்தி ஒன்னார்
களம்படக் கடந்த கழல்தொடித் தடக்கை
ஆர்கலி நறவின் அதியர் கோமான்,
போர்அடு திருவின் பொலந்தார் அஞ்சி

பால்புரை திருநுதல் பொலிந்த சென்னி
நீல மணிமிடற்று ஒருவன் போல
மன்னுக பெரும நீயே தொன்னிலைப்
பெருமலை விடர்அகத்து அருமிசைக் கொண்ட
சிறியிலை நெல்லித் தீங்கனி குறியாது
ஆதல் நின்அகத்து அடக்கிச்
சாதல் நீங்க எமக்குஈத் தனையே.   (91)

ஔவையார் அதியமான் நெடுமான் அஞ்சியைப் பாடியது (நெல்லிக்கனி பெற்ற போது).

திணை: பாடாண்

துறை: வாழ்த்தியல்

விளக்கம்: தலைவனை வாழ்த்திக் கூறுதல்.

அருஞ்சொற் பொருள்:

ஒன்னார் - பகைவர். புரை - போன்ற. விடர் - வெடிப்பு, பிளவு. குறியாது - சொல்லாது. ஆதல் - பயனாவது.

6. இலையும் அலையும்

இவ்வே, பீலி அணிந்து மாலை சூட்டிக்
கண்திரள் நோன்காழ் திருத்திநெய் அணிந்து
கடியுடை வியன்நக ரவ்வே; அவ்வே
பகைவர்க் குத்திக் கோடுநுதி சிதைந்து
கொல்துறைக் குற்றில மாதோ; என்றும்
உண்டாயின் பதம்கொடுத்து
இல்லாயின் உடன்உண்ணும்
இல்லோர் ஒக்கல் தலைவன்
அண்ணல்எம் கோமான் வைந்நுதி வேலே.   (95)

ஔவையார் அதியமான் நெடுமான் அஞ்சியைப் பாடியது.

வரலாறு: அவன் தூது விடத் தொண்டைமானுழைச் சென்ற ஔவைக்கு அவன் படைக்கலக் கொட்டிலைக் காட்ட அவர் பாடியது.

திணை: பாடாண்

துறை: வாள்மங்கலம்

விளக்கம்: தலைவனது வாளைப் புகழ்தல்.

அருஞ்சொற் பொருள்:

இவ்வே - இவையே; தொண்டைமான் கருவிகள். அவ்வே- அவையே; அதியமான் படைக் கருவிகள். நோன் காழ் - வலிய வயிரம். கடி - காவல். கோடு - பக்கம். நுதி - நுனி. பதம் - உணவு. ஒக்கல் - சுற்றம். வை - கூர்மை.

சிறப்புக் குறிப்பு

"அதியமான் கருவிகளைப் பழிப்பது போல் புகழ்ந்தும், தொண்டைமான் கருவிகளைப் புகழ்வது போல் இகழ்ந்தும் பாடியதால் இப்பாடல் **வஞ்சப் புகழ்ச்சி அணிக்கு** ஒரு சிறந்த எடுத்துக்காட்டு. போர்த் தூதராய் ஔவையார் சென்றது அரிய செய்தியாம்" (இரா.இளங்குமரன், புறநானூறு; மக்கள் பதிப்பு, ப.206).

7. 'எந்தையும் இலமே!'

அற்றைத் திங்கள் அவ்வெண் நிலவின்,
எந்தையும் உடையேம்;எம் குன்றும் பிறர்கொளார்;
இற்றைத் திங்கள் இவ்வெண் நிலவின்,
வென்றுஎறி முரசின் வேந்தர்எம்
குன்றும் கொண்டார்; யாம் எந்தையும் இலமே. (112)

பாரி மகளிர் கையறு நிலையைப் பாடியது.

திணை: பொதுவியல்

விளக்கம்: எல்லாத் திணைகளுக்கும் பொதுவான செய்திகளைத் தொகுத்துக் கூறுதல்.

துறை: கையறுநிலை

விளக்கம்: தலைவன் இறந்த பின்னர் அவன் பெருமையைக் கூறி வருந்துதல்; கழிந்து போன ஒன்றைக் கூறி வருந்துதல்.

அருஞ்சொற் பொருள்

திங்கள் - மாதம். எந்தை - எம் தந்தை. எறி - அடிக்கின்ற. இலம் - இல்லாதவர் ஆனோம்.

சிறப்புக் குறிப்பு

"பாரி பாடிய பாடல் எதுவும் கிடைக்கவில்லை; அவன் பாடுதல் வல்லானாய் இருந்திருக்கவும் கூடும்; பாடு புகழாளனாக இருந்தமை வெளிப்படை. ஆனால், அவன் தன் மகளிரைப் பாடுதல்

வல்லாராய் வளர்த்த பெருமை, அவன் பெருமைக்குப் பெருமை சேர்ப்பதாம்" (புறநானூறு: மக்கள் பதிப்பு, ப.223).

'வென்றுஎறி முரசின் வேந்தர்' என்பது மூவேந்தர்களும் பாரியைத் தங்கள் வீரத்தால் போரில் வெல்லவில்லை, சூழ்ச்சியால் வென்றனர் என்பதைச் சுட்டிக்காட்டும் இகழ்ச்சிக் குறிப்பு.

8. அறவிலை வணிகன் ஆய் அலன்!

இம்மைச் செய்தது மறுமைக்கு ஆம்எனும்
அறவிலை வணிகன் ஆய்அலன்; பிறரும்
சான்றோர் சென்ற நெறியென
ஆங்குப் பட்டன்று அவன்கைவண் மையே. (134)

உறையூர் ஏணிச்சேரி முடமோசியார் வேள் ஆய் அண்டிரனைப் பாடியது.

திணை: பாடாண்

துறை: இயன்மொழி

9. துணைவி துன்பம் துடைப்பதே பரிசு!

மடத்தகை மாமயில் பனிக்கும்என்று அருளிப்
படாஅம் ஈத்த கெடாஅ நல்லிசைக்
கடாஅ யானைக் கலிமான் பேக,
பசித்தும் வாரேம்; பாரமும் இலமே;
களங்கனி யன்ன கருங்கோட்டுச் சீறியாழ்
நயம்புரிந்து உறையுநர் நடுங்கப் பண்ணி
அறஞ்செய்து ஈமோ அருள்வெய் யோய்என
இஃதியாம் இரந்த பரிசில் அஃதுஇருளின்
இனமணி நெடுந்தேர் ஏறி
இன்னாது உறைவி அரும்படர் களைமே! (145)

பரணர் வையாவிக் கோப்பெரும் பேகனைப் பாடியது.

வரலாறு: அவனால் துறக்கப்பட்ட கண்ணகி காரணமாக அவனைப் பாடியது.

திணை: பெருந்திணை

விளக்கம்: பொருந்தாத காம நிலை பற்றிக் கூறுவது.

துறை: குறுங்கலி

விளக்கம்: மனை ஒழுக்கம் தவறினாரை அறிவுறுத்தி அவ்வொழுக்கத்தில் நிற்கச் செய்தல்.

அருஞ்சொற் பொருள்:

பாரம் - சுமை. நடுங்க - தலையாட்ட. இன்னாது உறைவி- துயருடன் வாழ்பவள்.

சிறப்புக் குறிப்பு

"மயிலுக்குப் போர்வை வழங்கியதைக் குறித்தது, 'அத்தகைய அருளாளனாகிய நீ மயில் போலும் துணையை வருந்த விடலாமா? கூடாது' என்ற குறிப்பினது" (புறநானூறு: மக்கள் பதிப்பு, ப.260).

10. 'எம் பரிசில் இது!'

இரவலர் புரவலை நீயும் அல்லை;
புரவலர் இரவலர்க்கு இல்லையும் அல்லர்;
இரவலர் உண்மையும் காண்இனி; இரவலர்க்கு
ஈவோர் உண்மையும் காண்இனி; நின்ஊர்க்
கடிமரம் வருந்தத் தந்துயாம் பிணித்த
நெடுநல் யானைஎம் பரிசில்;
கடுமான் தோன்றல் செல்வல் யானே. (162)

பெருஞ்சித்திரனார் இளவெளிமானைப் பாடியது.

வரலாறு: அவர் வெளிமானுழைச் சென்றார்க்கு வெளிமான் துஞ்சுவான் (உறங்கப் போவான்) தம்பியைப் 'பரிசில் கொடு' என, அவன் சிறிது கொடுப்பக் கொள்ளாது போய்க் குமணனைப் பாடிக் குமணன் பகடு (யானை) கொடுப்பக் கொணர்ந்து நின்று வெளிமான் ஊர்க் கடிமரத்து யாத்துச் சென்று அவர் சொல்லியது.

திணை: பாடாண்

துறை: பரிசில் விடை

விளக்கம்: பரிசில் பெற வந்தவன் அதனைப் பெற்றானாயினும் பெறானாயினும், பரிசில் நாடி வந்தவனிடம் விடை பெறுதல்.

சிறப்புக் குறிப்பு

"தொடர் எளிமையும் பொருள் நயமும் அமைந்த பாடல் இது. பெருஞ்சித்திரனார் கொண்ட வறுமையிற் செம்மையைக் கால மெல்லாம் காட்டிக் கொண்டிருக்கும் பாட்டு இது" (புறநானூறு: மக்கள் பதிப்பு, ப.286).

11. 'எல்லோர்க்கும் கொடு!'

நின்நயந்து உறைநர்க்கும் நீநயந்து உறைநர்க்கும்
பன்மாண் கற்பின்நின் கிளைமுத லோர்க்கும்
கடும்பின் கடும்பசி தீர யாழநின்
நெடுங்குறி எதிர்ப்பை நல்கி யோர்க்கும்
இன்னோர்க்கு என்னாது என்னொடும் சூழாது
வல்லாங்கு வாழ்தும் என்னாது நீயும்
எல்லோர்க்கும் கொடுமதி மனைகிழ வோயே!
பழந்தூங்கு முதிரத்துக் கிழவன்
திருந்துவேல் குமணன் நல்கிய வளனே.   (163)

பெருஞ்சித்திரனார்

வரலாறு: பெருஞ்சித்திரனார் குமணனைப் பாடிப் பரிசில் கொணர்ந்து மனையோட்குச் சொல்லியது.

திணை: பாடாண்

துறை: பரிசில்

விளக்கம்: பரிசிலர் புரவலனிடம் சென்று தாம் பெறக் கருதியது இதுவெனக் கூறுதல்.

அருஞ்சொற் பொருள்:

யாழ - அன்புடையாய். சூழ்தல் - ஆராய்தல்.

சிறப்புக் குறிப்பு

"வறுமையில் காட்டிய வீறு போலவே வள்ளன்மையிலும் பெருஞ்சித்திரனார் வீறு புலப்படச் செய்வது இப்பாட்டு" (புறநானூறு: மக்கள் பதிப்பு, ப.287).

12. உலகம் உண்டு!

உண்டால் அம்மஇவ் வுலகம்! இந்திரர்
அமிழ்தம் இயைவ தாயினும், இனிதுஎனத்
தமியர் உண்டலும் இலரே; முனிவிலர்;
துஞ்சலும் இலர்; பிறர் அஞ்சுவது அஞ்சிப்
புகழ்எனின் உயிரும் கொடுக்குவர்; பழிஎனின்
உலகுடன் பெறினும் கொள்ளலர்; அயர்விலர்;
அன்ன மாட்சி அனையர் ஆகித்
தமக்குஎன முயலா நோன்தாள்
பிறர்க்குஎன முயலுநர் உண்மை யானே.   (182)

கடலுள் மாய்ந்த இளம்பெருவழுதி

திணை: பொதுவியல்

துறை: பொருள்மொழிக் காஞ்சி

விளக்கம்: உயிர்க்கு நலம் செய்யும் உறுதிப் பொருள்களை எடுத்துக் கூறுதல்.

அருஞ்சொற் பொருள்:

அம்ம - வியப்புச் சொல். நோன் தாள் - வலிய முயற்சி.

சிறப்புக் குறிப்பு

"'பண்புடையார்ப் பட்டுண் டுலகம்; அது இன்றேல், மண்புக்கு மாய்வது மன்' என்னும் ஈரடிக் குறளின் விளக்கம் இவ்வொன்பதடி அகவல்... இளமையிலே பேரறிவாளனாக விளங்கியமையைக் காட்டும் வகையால் **இளம்பெருவழுதி** என்றனர் போலும்" (புறநானூறு: மக்கள் பதிப்பு, ப.313).

13. கற்றல் நன்றே!

உற்றுழி உதவியும் உறுபொருள் கொடுத்தும்
பிற்றைநிலை முனியாது கற்றல் நன்றே;
பிறப்போ ரன்ன உடன்வயிற்று உள்ளும்
சிறப்பின் பாலால் தாயும்மனம் திரியும்;
ஒருகுடிப் பிறந்த பல்லோ குள்ளும்
மூத்தோன் வருக என்னாது அவருள்
அறிவுடை யோன்ஆறு அரசும் செல்லும்;
வேற்றுமை தெரிந்த நாற்பால் உள்ளும்
கீழ்ப்பால் ஒருவன் கற்பின்
மேற்பால் ஒருவனும் அவன்கண் படுமே. (183)

ஆரியப்படை கடந்த நெடுஞ்செழியன்

திணை: பொதுவியல்

துறை: பொருண்மொழிக் காஞ்சி

அருஞ்சொற் பொருள்:

உற்றுழி - உற்ற இடத்து. பிற்றை நிலை - ஆசிரியர் அமர்ந்து கற்பிக்க அவர்க்குப் பக்கமாக நின்று கற்கும் நிலை. முனியாது - வெறாது.

சிறப்புக் குறிப்பு

'கல்வியின் சிறப்பைக் கைம்மேல் காட்டும் பாட்டு இது' (புறநானூறு: மக்கள் பதிப்பு, ப.314).

14. மண்ணின் மதிப்பு

நாடா கொன்றோ; காடா கொன்றோ;
அவலா கொன்றோ; மிசையா கொன்றோ;
எவ்வழி நல்லவர் ஆடவர்,
அவ்வழி நல்லை வாழிய நிலனே! (187)

ஔவையார்

திணை : பொதுவியல்

துறை: பொருண்மொழிக் காஞ்சி

அருஞ்சொற் பொருள்:

ஆடவர் - வெற்றியாளர்

சிறப்புக் குறிப்பு

'நாடு, காடு, அவல், மிசை என்பன முறையே மருதம், முல்லை, நெய்தல், குறிஞ்சி என நானிலங்களைக் கூறியது. ஆடவர் - வெற்றியாளர்; இருபாலும் (ஆண்பாலும் பெண்பாலும்) குறிக்கும்' (புறநானூறு: மக்கள் பதிப்பு, ப.317).

15. மயக்குறு மக்கள்

படைப்புப்பல படைத்துப் பலரோடு உண்ணும்
உடைப்பெருஞ் செல்வர் ஆயினும் இடைப்படக்
குறுகுறு நடந்து சிறுகை நீட்டி
இட்டும் தொட்டும் கவ்வியும் துழந்தும்
நெய்யுடை அடிசில் மெய்பட விதிர்த்தும்
மயக்குறு மக்களை இல்லோர்க்குப்
பயக்குறை இல்லைத் தாம்வாழும் நாளே. (188)

பாண்டியன் அறிவுடை நம்பி

திணை: பொதுவியல்

துறை: பொருண்மொழிக் காஞ்சி

அருஞ்சொற்பொருள்:

பயக்குறை - பயக்கு+உறை; பயன் அமைதல்.

16. செல்வத்துப் பயனே ஈதல்!

தெண்கடல் வளாகம் பொதுமை இன்றி
வெண்குடை நிழற்றிய ஒருமை யோர்க்கும்,
நடுநாள் யாமத்தும் பகலும் துஞ்சான்
கடுமாப் பார்க்கும் கல்லா ஒருவற்கும்,
உண்பது நாழி; உடுப்பவை இரண்டே;
பிறவும் எல்லாம் ஓரொக் கும்மே;
செல்வத்துப் பயனே ஈதல்,
துய்ப்பேம் எனினே, தப்புந பலவே. (189)

மதுரைக் கணக்காயனார் மகனார் நக்கீரனார்

திணை: பொதுவியல்

துறை: பொருண்மொழிக் காஞ்சி

அருஞ்சொற் பொருள்:

கடு மா - விரைந்து செல்லும் விலங்கு

சிறப்புக் குறிப்பு

“இந்த அறவுணர்வுக் குறைவே இக்காலத் தொழிலாளர் கிளர்ச்சிக்கும், பொருள் முட்டுப்பாட்டுக்கும், வாழ்வு நிரம் பாமைக்கும் வாயிலாதல் தெற்றெனத் தெளியப்படும்” (புறநானூறு: முதல் பகுதி, மூலமும் உரையும், ப.411) என விளக்கம் தருவர் உரைவேந்தர் **ஔவை சு.துரைசாமிப் பிள்ளை**.

17. மூவாத இளமை

யாண்டுபல வாக நரையில ஆகுதல்
யாங்குஆ கியர்என வினவுதிர் ஆயின்,
மாண்டஎன் மனைவியொடு மக்களும் நிரம்பினர்;
யான்கண் டனையர்என் இளையரும்; வேந்தனும்
அல்லவை செய்யான் காக்கும்; அதன்தலை,
ஆன்றுஅவிந்து அடங்கிய கொள்கைச்
சான்றோர் பலர்யான் வாழும் ஊரே. (191)

பிசிராந்தையார்

வரலாறு: கோப்பெருஞ்சோழன் வடக்கிருந்தானுழைச் சென்ற பிசிராந்தையாரைக் கேட்கும் காலம் பலவாலோ? நரை நுமக்கு இல்லையாலோ என்ற சான்றோர்க்கு அவர் சொற்றது

திணை: பொதுவியல்

துறை: பொருண்மொழிக் காஞ்சி

அருஞ்சொற் பொருள்:

மாண்ட - பெருமை அமைந்த. இளையர் - ஏவல் செய்பவர்.

சிறப்புக் குறிப்பு

"வீடு, தொழில், ஊர், நாடு ஆகியவை எல்லாம் நன்கமையின், வாழ்க்கைத் துயர் இல்லை என்பதும், நரை திரை இன்றி நெடிது வாழலாம் என்பதும் இதன் கருத்தாம். எண்ணிப் பார்த்து வாழ ஏவும் இனிய பாட்டு இது" (புறநானூறு: மக்கள் பதிப்பு, ப.321).

18. யாதும் ஊரே! யாவரும் கேளிர்!

யாதும் ஊரே ; யாவரும் கேளிர்;
தீதும் நன்றும் பிறர்தர வாரா;
நோதலும் தணிதலும் அவற்றோ ரன்ன;
சாதலும் புதுவது அன்றே; வாழ்தல்
இனிதுஎன மகிழ்ந்தன்றும் இலமே; முனிவின்
இன்னாது என்றலும் இலமே; மின்னொடு
வானம் தண்துளி தலைஇ ஆனாது,
கல்பொருது இரங்கும் மல்லல் பேர்யாற்று
நீர்வழிப் படூஉம் புணைபோல், ஆருயிர்
முறைவழிப் படூஉம் என்பது திறவோர்
காட்சியில் தெளிந்தனம்; ஆகலின் மாட்சியின்
பெரியோரை வியத்தலும் இலமே;
சிறியோரை இகழ்தல் அதனினும் இலமே.   (192)

கணியன் பூங்குன்றன்

திணை: பொதுவியல்

துறை: பொருண்மொழிக் காஞ்சி

அருஞ்சொற் பொருள்:

ஆனாது - அளவு இல்லாது. இரங்கும் - ஒலிக்கும். புணை - மிதவை. நீர் அத்தம் - நீர்வழி என்பது பெயர்; நீரத்த நல்லூர்.

சிறப்புக் குறிப்பு

"'யாதும் ஊரே யாவரும் கேளிர்' என்னும் பாடல் அடி, உலகு புகழ் பெருமையுடையது" (புறநானூறு: மக்கள் பதிப்பு, ப.322).

19. இனிய காண்க!

ஓரில் நெய்தல் கறங்க, ஓரில்
ஈர்ந்தண் முழவின் பாணி ததும்பப்;
புணர்ந்தோர் பூவணி அணியப் பிரிந்தோர்
பைதல் உண்கண் பனிவார்பு உறைப்பப்;
படைத்தோன் மன்றஅப் பண்பி லாளன்;
இன்னாது அம்மஇவ் வுலகம்;
இனிய காண்கஇதன் இயல்புணர்ந் தோரே. (194)

பக்குடுக்கை நன்கணியார்

திணை: பொதுவியல்

துறை: பெருங்காஞ்சி

விளக்கம்: நிலையாமையைக் குறித்துச் சொல்லுதல்.

அருஞ்சொற் பொருள்:

நெய்தல் - இரங்கல் பறை. புணர்ந்தோர், பிரிந்தோர்- தலைவனைக் கூடியவரும் பிரிந்தவரும் ஆகிய மகளிர். பைதல்- பசுமை. உறைப்ப - துளி வடிக்க.

20. நல்லாற்றுப் படுத்தும் நெறி!

பல்சான் றீரே! பல்சான் றீரே!
கயல்முள் அன்ன நரைமுதிர் திரைகவுள்
பயனில் மூப்பிற் பல்சான் றீரே!
கணிச்சிக் கூர்ம்படைக் கடுந்திறல் ஒருவன்
பிணிக்கும் காலை இரங்குவிர் மாதோ;
நல்லது செய்தல் ஆற்றீர் ஆயினும்,
அல்லது செய்தல் ஓம்புமின்; அதுதான்
எல்லோரும் உவப்பது; அன்றியும்,
நல்லாற்றுப் படூஉம் நெறியுமார் அதுவே. (195)

நரிவெரூஉத்தலையார்

திணை: பொதுவியல்

துறை: பொருண்மொழிக் காஞ்சி

அருஞ்சொற் பொருள்:

திரை - தோல் சுருக்கம். கவுள் - கன்னம். கணிச்சி - மழு, கோடரி. ஓம்புமின் - விட்டொழிக்க.

சிறப்புக் குறிப்பு

'நல்லது செய்தல் ஆற்றீர் ஆயினும், அல்லது செய்தல் ஓம்புமின்': நினைவில் பதிக்கத்தக்க மணிமொழி.

21. வாணிகப் பரிசிலன் அல்லேன்!

குன்றும் மலையும் பலபின் ஒழிய
வந்தனென் பரிசில் கொண்டனென் செலற்குஎன
நின்ற என்நயந்து அருளி இதுகொண்டு
ஈங்கனம் செல்க தான்என என்னை
யாங்கு அறிந் தனனோ தாங்கரும் காவலன்?
காணாது ஈத்த இப்பொருட்கு யான்ஓர்
வாணிகப் பரிசிலன் அல்லேன்; பேணித்
தினையனைத்து ஆயினும் இனிதுஅவர்
துணையளவு அறிந்து நல்கினர் விடினே. (208)

பெருஞ்சித்திரனார் அதியமான் நெடுமான் அஞ்சியைப் பாடியது.

வரலாறு: அதியமான் நெடுமான் அஞ்சியுழைச் சென்று பெருஞ்சித்திரனாரைக் காணாது 'இது கொண்டு செல்க' என்று அவன் பரிசில் கொடுப்பக் கொள்ளாது அவர் சொல்லியது.

திணை: பாடாண்

துறை: பரிசில் துறை

பின் ஒழிதல் - கடத்தல். என - என்று சொல்ல. துணை- அளவு; புலமை அளவு. தாங்க அரும் - பகைவர் தடுக்க அரிய.

சிறப்புக் குறிப்பு

பெருஞ்சித்திரனார் இவ்வாறு பாடிய பிறகு, அதியமான் தன் பிழையை உணர்ந்து, அவரை நேரில் கண்டு தன் பிழையைப் பொறுத்தருளுமாறு வேண்டியதாகவும், அதன் பின்னர் பெருஞ் சித்திரனார் அதியமான் அளித்த பரிசிலை ஏற்றுக் கொண்டதாகவும் **ஔவை சு.துரைசாமிப் பிள்ளை** தம் உரை நூலில் குறிப்பிடுகிறார் (புறநானூறு: இரண்டாம் பகுதி, மூலமும் உரையும், ப.20).

22. செய்குவம் கொல்லோ நல்வினையே!

செய்குவம் கொல்லோ நல்வினை எனவே
ஐயம் அறாஅர் கசடுஈண்டு காட்சி

நீங்கா நெஞ்சத்துத் துணிவுஇல் லோரே;
யானை வேட்டுவன் யானையும் பெறுமே;
குறும்பூழ் வேட்டுவன் வறுங்கையும் வருமே;
அதனால், உயர்ந்த வேட்டத்து உயர்ந்திசி னோர்க்குச்
செய்வினை மருங்கின் எய்தல் உண்டெனில்,
தொய்யா உலகத்து நுகர்ச்சியும் கூடும்;
தொய்யா உலகத்து நுகர்ச்சி இல்லெனில்,
மாறிப் பிறப்பின் இன்மையும் கூடும்;
மாறிப் பிறவார் ஆயினும் இமயத்துக்
கோடுஉயர்ந் தன்ன தம்இசை நட்டுத்
தீதில் யாக்கையொடு மாய்தல்தவத் தலையே. (214)

கோப்பெருஞ்சோழன் வடக்கிருந்தான் சொன்னது.

திணை: பொதுவியல்

துறை: பொருண்மொழிக் காஞ்சி

அருஞ்சொற் பொருள்:

கசடு - அழுக்கு; குற்றம். பூழ் - பறவை. வேட்டம் - வேட்டை; விருப்பம். தொய்யா உலகம் - உழைப்புத் துயர் இல்லா விண்ணுலகம். மாறிப் பிறப்பு - மீளப் பிறத்தல். கோடு - சிகரம். தவ - மிக.

23. சிறந்த காதற் கிழமையன்

"கேட்டல் மாத்திரை அல்லது யாவதும்
காண்டல் இல்லாது யாண்டுபல கழிய
வழுவின்று பழகிய கிழமையர் ஆயினும்
அரிதே தோன்றல், அதற்பட ஒழுகல்" என்று
ஐயம் கொள்ளன்மின்; ஆரறி வாளீர்!
இகழ்விலன்; இனியன்; யாத்த நண்பினன்;
புகழ்கெட வரூஉம் பொய்வேண் டலனே;
தன்பெயர் கிளக்கும் காலை, 'என்பெயர்
பேதைச் சோழன்' என்னும் சிறந்த
காதற் கிழமையும் உடையன்; அதன்தலை,
இன்னதோர் காலை நில்லலன்;
இன்னே வருகுவன்; ஒழிக்கஅவற்கு இடமே! (216)

கோப்பெருஞ்சோழன்

வரலாறு: அவன் வடக்கிருந்தான் பிசிராந்தையார்க்கு இடன் ஒழிக்க என்றது.

திணை: பாடாண்

துறை: இயன்மொழி

அருஞ்சொற் பொருள்:

மாத்திரை - அளவு. யாவதும் - சிறிதுபொழுது. அதற்பட - அவ்வாறே. ஆர் அறிவாளீர் - அரிய அறிவான் மிக்கவரே. வருஉம் - வரும். கிளக்கும் - சொல்லும். பேதை - களங்கமிலாத் தன்மை. இன்னே - இப்பொழுதே.

24. புலவர் நாவில் சென்று வீழ்ந்த வேல்!

சிறியகள் பெறினே, எமக்குஈயும் மன்னே;
பெரியகள் பெறினே
யாம்பாடத் தான்மகிழ்ந்து உண்ணும் மன்னே;
சிறுசோற் றானும் நனிபல கலத்தன் மன்னே;
பெருஞ்சோற் றானும் நனிபல கலத்தன் மன்னே;
என்பொடு தடிபடு வழியெல்லாம் எமக்குஈயும் மன்னே;
அம்பொடு வேல்நுழை வழியெல்லாம் தான்நிற்கும் மன்னே;
நரந்தம் நாறும் தன்கையால்
புலவு நாறும் என்தலை தைவரும் மன்னே;
அருந்தலை அரும்பாணர் அகல்மண்டைத் துளையுரீஇ
இரப்போர் கையுளும் போகிப்
புரப்போர் புன்கண் பாவை சோர
அஞ்சொல் நுண்தேர்ச்சிப் புலவர் நாவில்
சென்றுவீழ்ந் தன்றுஅவன்
அருநிறத்து இயங்கிய வேலே;
ஆசாகு எந்தை யாண்டுஉளன் கொல்லோ?
இனிப் பாடுநரும் இல்லை; பாடுநர்க்குஒன்று
ஈகுநரும்இல்லை;
பனித்துறைப் பகன்றை நறைக்கொள் மாமலர்
சூடாது வைகியாங்குப் பிறர்க்குஒன்று
ஈயாது வீயும் உயிர்தவப் பலவே. (235)

ஔவையார் அதியமான் நெடுமான் அஞ்சியைப் பாடியது

திணை: பொதுவியல்

துறை: கையறுநிலை

அருஞ்சொற் பொருள்:

மன் - இரங்கல் பொருளது. தடி - தசை. நரந்தம் - நறுமண மலர். தைவரல் - தடவல். இரும் - பெரிய. உரீஇ- உருவி. நிறம் - மார்பு. இயங்கிய - துளைத்த. பகன்றை - சூடப் பயன்படா மலர். நறை - தேன். மா - பெரிய. தவ - மிக.

25. முல்லையும் பூத்தியோ?

இளையோர் சூடார்; வளையோர் கொய்யார்;
நல்யாழ் மருப்பின் மெல்ல வாங்கிப்
பாணன் சூடான்; பாடினி அணியாள்;
ஆண்மை தோன்ற ஆடவர்க் கடந்த
வல்வேல் சாத்தன் மாய்ந்த பின்றை
முல்லையும் பூத்தியோ ஒல்லையூர் நாட்டே?   (242)

குடவாயில் கீரத்தனார் ஒல்லையூர் கிழான் மகன் பெருஞ் சாத்தனைப் பாடியது.

திணை: பொதுவியல்

துறை: கையறுநிலை

அருஞ்சொற் பொருள்:

மருப்பு - தண்டு. ஆடவர் - பகைத்து வந்த வீரர். கடந்த - வென்ற. ஒல்லையூர் - புதுக்கோட்டையைச் சார்ந்த ஒலியமங்கலம்.

26. 'சிலசொல் பெருமூதாளரேம்!'

இனிநினைந்து இரக்கம் ஆகின்று; திணிமணல்
செய்வுறு பாவைக்குக் கொய்பூத் தைஇத்
தண்கயம் ஆடும் மகளிரொடு கைபிணைந்து
தழுவுவழித் தழீஇத், தூங்குவழித் தூங்கி
மறைஎனல் அறியா மாயமில் ஆயமொடு
உயர்சினை மருதத் துறையுறத் தாழ்ந்து
நீர்நணிப் படுகோடு ஏறிச், சீர்மிகக்
கரையவர் மருளத் திரையகம் பிதிர
நெடுநீர்க் குட்டத்துத் துடுமெனப் பாய்ந்து
குளித்துமணற் கொண்ட கல்லா இளமை
அளிதோ தானே, யாண்டுஉண்டு கொல்லோ?
தொடித்தலை விழுத்தண்டு ஊன்றி நடுக்குற்று
இருமிடை மிடைந்த சிலசொல்
பெருமூ தாளரேம் ஆகிய எமக்கே.   (243)

தொடித்தலை விழுத்தண்டினார்

திணை: பொதுவியல்

துறை: கையறுநிலை

அருஞ்சொற் பொருள்:

பாவை - சிறுவர் விளையாட்டில் செய்த தெய்வ வடிவு. தூங்குவழி - அசையும் போது. மறை - களங்கம். ஆயம் - கூட்டம். சினை - கிளை. குட்டம் - அழகான நீர்நிலை. குளித்து - மூழ்கி. கல்லா இளமை - வஞ்சகம் கல்லாத இளமை. தொடி - வளைவு. இரும் - இருமல்.

சிறப்புக் குறிப்பு

இளமையின் இயல்பும், முதுமையின் ஏக்கமும் ஒருங்கே புலப்படச் செய்யும் இப்பாட்டு **இளிவரல்** என்னும் மெய்ப்பாட்டுக்கு நல்லதோர் எடுத்துக்காட்டு ஆகும்.

27. பொய்கையும் தீயும் ஒருதன்மையே!

பல்சான் றீரே! பல்சான் றீரே!
செல்கெனச் சொல்லாது, ஒழிகென விலக்கும்
பொல்லாச் சூழ்ச்சிப் பல்சான் றீரே!
அணில்வரிக் கொடுங்காய் வாள்போழ்ந்து இட்ட
காழ்போல் நல்விளர் நறுநெய் தீண்டாது
அடைஇடைக் கிடந்த கைபிழி பிண்டம்
வெள்எள் சாந்தொடு புளிப்பெய்து அட்ட
வேளை வெந்தை வல்சி ஆகப்
பரற்பெய் பள்ளிப் பாயின்று வதியும்
உயவற் பெண்டிரேம் அல்லேம் மாதோ;
பெருங்காட்டுப் பண்ணிய கருங்கோட்டு ஈமம்
நுமக்குஅரிது ஆகுக தில்ல; எமக்குஎம்
பெருந்தோள் கணவன் மாய்ந்தென அரும்புஅற
வள்இதழ் அவிழ்ந்த தாமரை
நள்இரும் பொய்கையும் தீயும்ஓர் அற்றே! *(246)*

பூதபாண்டியன் தேவி பெருங்கோப்பெண்டு பாடியது.

வரலாறு: பூதபாண்டியன் தேவி பெருங்கோப்பெண்டு தீப்பாய்வாள் சொல்லியது.

திணை: பொதுவியல்

துறை: ஆனந்தப்பையுள்

விளக்கம்: ஒருவன் இறந்தது பற்றி அவன் சுற்றத்தார் வருந்திக் கூறுதல். பையுள் - துன்பம்.

அருஞ்சொற் பொருள்:

சூழ்ச்சி - ஆராய்ச்சி. கொடுங்காய் - வளைந்த காய். போழ்ந்து- வெட்டி. காழ் - விதை. விளர் - வெண்ணிறம். அடை இடை- பானை அடி இடத்தில். பிண்டம் - பிடித்த சோறு. சாந்து - துவையல். வெந்தை - கீரை. வல்சி - சோறு. பரல் - சிறு கல். அவிழ்தல் - மலர்தல். நள் இரும் - குளிர்ந்த பெரிய. அற்று - ஒப்பு.

28. மூதின்மகள்

கெடுக சிந்தை; கடிதுஇவள் துணிவே;
மூதின் மகளிர் ஆதல் தகுமே;
மேனாள் உற்ற செருவிற்கு இவள்தன்ஐ,
யானை எறிந்து களத்துஒழிந் தனனே;
நெருநல் உற்ற செருவிற்கு இவள்கொழுநன்,
பெருநிரை விலங்கி ஆண்டுப்பட் டனனே;
இன்றும், செருப்பறை கேட்டு விருப்புற்று மயங்கி
வேல்கைக் கொடுத்து வெளிதுவிரித்து உடீஇப்
பாறுமயிர்க் குடுமி எண்ணெய் நீவி
ஒருமகன் அல்லது இல்லோள்
செருமுகம் நோக்கிச் செல்கஎன விடுமே. *(279)*

ஒக்கூர் மாசாத்தியார்

திணை: வாகை

துறை: மூதின்முல்லை

விளக்கம்: மறவர்க்கு அல்லாமல் அம்மறக்குடியில் பிறந்த மகளிர்க்கும் அமைந்த வீர மேம்பாடு கூறுதல்.

அருஞ்சொற் பொருள்:

தன் ஐ - தந்தை. மயங்கி - மையல் கொண்டு. பாறுமயிர்- உலர்ந்து விரிந்த தலை.

சிறப்புக் குறிப்பு

'கெடுக சிந்தை, கடிது இவள் துணிவு' என்று கூறியது இகழ்வது போல் புகழ்வது என்பர் உரை வேந்தர் **ஔவை சு.துரைசாமிப்**

பிள்ளை (புறநானூறு: இரண்டாம் பகுதி, மூலமும் உரையும்,ப.).

29. ஐவர் கடமை

ஈன்று புறந்தருதல் என்தலைக் கடனே;
சான்றோன் ஆக்குதல் தந்தைக்குக் கடனே;
வேல்வடித்துக் கொடுத்தல் கொல்லற்குக் கடனே;
நன்னடை நல்கல் வேந்தற்குக் கடனே;
ஒளிறுவாள் அருஞ்சமம் முருக்கிக்
களிறுஎறிந்து பெயர்தல் காளைக்குக் கடனே.   (312)

பொன்முடியார்

திணை: வாகை

துறை: மூதின்முல்லை

அருஞ்சொற் பொருள்:

தலை - இடம். வடித்தல் - உருவாக்கல். நடை - நிலம். சமம் - போர். பெயர்தல் - மீளல்.

சிறப்புக் குறிப்பு

"ஆற்றொழுக்குப் போல அமைந்து கொண்டு கூட்ட வேண்டியது இல்லாதது இப்பாட்டு" (புறநானூறு: மக்கள் பதிப்பு, ப. 452).

30. வாழச் செய்த நல்வினை!

நாகத் தன்ன பாகார் மண்டிலம்
தமவே ஆயினும், தம்மொடு செல்லா;
வேற்றோர் ஆயினும் நோற்றோர்க்கு ஒழியும்;
ஏற்ற பார்ப்பார்க்கு ஈர்ங்கை நிறையப்
பூவும் பொன்னும் புனல்படச் சொரிந்து
பாசிழை மகளிர் பொலங்கலத்து ஏந்திய
நார்அரி தேறல் மாந்தி மகிழ்சிறந்து
இரவலர்க்கு அருங்கலம் அருகாது வீசி
வாழ்தல் வேண்டும்இவண் வரைந்த வைகல்;
வாழச் செய்த நல்வினை அல்லது
ஆழும் காலைப் புணைபிறிது இல்லை;
ஒன்றுபுரிந்து அடங்கிய இருபிறப் பாளர்
முத்தீப் புரையக் காண்தக இருந்த
கொற்ற வெண்குடைக் கொடித்தேர் வேந்திர்,

யான்அறி அளவையோ இதுவே; வானத்து
வயங்கித் தோன்றும் மீனினும், இம்மென
இயங்கு மாமழை உறையினும்,
உயர்ந்துமேந் தோன்றிப் பொலிகநும் நாளே. (367)

ஔவையார்

வரலாறு: சேரமான் மாவண்கோவும், பாண்டியன் கானப்பேர் தந்த உக்கிரப்பெருவழுதியும், சோழன் இராசசூயம் வேட்ட பெருநற் கிள்ளியும் ஒருங்கு இருந்தார். அவரைக் கண்டு பாடியது.

திணை: பாடாண்

துறை: வாழ்த்தியல்

அருஞ்சொற் பொருள்:

நாகம் - விண். பாகு ஆர் - பகுதியமைந்த. நோற்றார்- வலியர். அருகாது - குறையாது. புணை - மிதப்பு; துணை. புரைய - போல. வயங்கி - விளங்கி. இம் - இரைச்சல் குறிப்பு. உறை - மழைத்துளி.

சிறப்புக் குறிப்பு

“புறநானூற்றில் உள்ள நானூறு பாடல்களில் இந்த ஒரு பாடல் மட்டுமே மூவேந்தர்களும் ஒருங்கிருந்த பொழுது பாடப்பட்ட பாடல்” (புறநானூறு: பகுதி-2, மூலமும் எளிய உரையும், ப.322).

7

பதிற்றுப் பத்து

எட்டுத்தொகை நூல்களுள் **பதிற்றுப்பத்தும் புறநானூறும் புறப்பொருள் பற்றிய தொகை நூல்கள்**. இவை இரண்டும் அகவற் பாக்களால் அமைந்தவை. எனினும், இரண்டிற்கும் இடையே ஓர் இன்றியமையாத வேறுபாடு உண்டு. முடி மன்னர் மூவர், குறுநில மன்னர், வேளிர் முதலானோர் பற்றிய பாடல்களின் தொகுதி புறநானூறு. பதிற்றுப்பத்தோ **சேர மன்னர்களைப் பற்றி மட்டுமே அமைந்த பாடல்களின் தொகுதி** ஆகும்.

பத்துப் பத்துப் பாடல்களால் அமைந்த பத்துப் பகுதிகளைக் கொண்ட நூல் ஆதலின், இது 'பதிற்றுப்பத்து' என்னும் பெயரினைப் பெற்றது. ஒவ்வொரு பத்தும், தனித்தனியே, ஒவ்வொரு புலவரால், ஒவ்வொரு சேர மன்னரைக் குறித்துப் பாடப் பெற்றிருப்பது இந்நூலின் தனிச்சிறப்பு ஆகும். இதில் உள்ள பத்துப் பத்துக்களும் 'இரண்டாம் பத்து', 'நான்காம் பத்து' என்றாற் போல் எண்ணால் பெயர் பெற்றுள்ளன. இந்நூலினைத் தொகுத்தார், தொகுப்பித்தார் பற்றி யாதொரு குறிப்பும் கிடைக்கவில்லை.

ஒவ்வொரு பாடலின் இறுதியிலும் துறை, வண்ணம், தூக்கு, பெயர் ஆகியனவற்றைத் தெரிவிக்கும் பழங்குறிப்புக்கள் இடம்பெற்றுள்ளன. **அவ்வப்பாட்டில் அமைந்த சிறந்த ஒரு தொடரே பாட்டின் பெயராக அமைக்கப்பட்டிருப்பது குறிப்பிடத்தக்கது**. இக் குறிப்புக்கள் அந்தந்தப் பாடல்களின் முடிவில் தரப்பெற்றுள்ளன.

ஒவ்வொரு பத்தின் இறுதியிலும் மெய்க்கீர்த்திகளைப் போன்ற அமைப்பில் அப் பத்தைப் பாடியவர், அதன் பாட்டுடைத் தலைவர், அவர் செய்த அருஞ்செயல்கள், புலவருக்கு அவர் அளித்த பரிசில் முதலான செய்திகளைத் தெரிவிக்கும் '**பதிகம்**' உள்ளது.

இந்நூலுக்குப் பழைய உரை ஒன்று உள்ளது.

இத்தொகை நூலில் இப்பொழுது கிடைக்கும் பாடல்கள் 80; உரைகளால் தெரிய வரும் பாடல்கள் 6. நூலின் முதற் பத்தும், பத்தாம் பத்தும் பிரதிகளில் மறைந்து போயின.

"ஓர் அரச குலத்தினரை மேற்கொண்டு அவர்தம் வழியையும் ஆட்சியையும் போரையும் பண்புகளையும் மன்னாயத்துக்கு வேண்டு மளவு தொகுத்துச் சொல்லும் வரலாற்றிலக்கியம் பதிற்றுப்பத்தாகும்"

(சங்க நெறி, ப.118) எனப் பதிற்றுப்பத்தின் பெற்றியினை மொழிவார் மூதறிஞர் **வ.சுப.மாணிக்கம்.**

இரண்டாம் பத்து

ஆசிரியர்: குமட்டூர்க் கண்ணனார்

பாடப்பட்டவன்: இமயவரம்பன் நெடுஞ்சேரலாதன்

மன்னனுடைய பல குணங்களையும் ஆற்றலையும் ஒருங்கு கூறி வாழ்த்துதல்

சான்றோர் மெய்ம்மறை

நிலம், நீர், வளி, விசும்பு என்ற நான்கின்
அளப்பரி யையே;
நாள், கோள், திங்கள், ஞாயிறு, கனைஅழல்,
ஐந்துஒருங்கு புணர்ந்த விளக்கத்து அனையை;
போர்தலை மிகுத்த ஈர்ஐம் பதின்மரொடு
துப்புத் துறைபோகிய துணிவுஉடை ஆண்மை
அக்குரன் அனைய கைவண் மையையே;
அமர்கடந்து மலைந்த தும்பைப் பகைவர்
போர்பீடு அழித்த செருப்புகல் முன்ப!
கூற்றுவெகுண்டு வரினும் மாற்றும்ஆற் றலையே;
எழுமுடி கெழீஇய திருஞெமர் அகலத்து
நோன்புரித் தடக்கைச் சான்றோர் மெய்ம்மறை!
வான்உறை மகளிர் நலன்இகல் கொள்ளும்;
வயங்குஇழை கரந்த வண்டுபடு கதுப்பின்
ஒடுங்குஈர் ஓதிக் கொடுங்குழை கணவ!
பல்களிற்றுத் தொழுதியொடு வெல்கொடி நுடங்கும்
படைஏர் உழவ! பாடினி வேந்தே!
இலங்குமணி மிடைந்த பொலங்கலத் திகிரிக்
கடலக வரைப்பின்இப் பொழில்முழுது ஆண்டநின்
முன்திணை முதல்வர் போல, நின்றுநீ
கெடாஅ நல்இசை நிலைஇத்
தவாஅ லியோராஇவ் உலகமோடு உடனே! (14)

துறை: செந்துறைப் பாடாண் பாட்டு

வண்ணம்: ஒழுகு வண்ணமும் சொற்சீர் வண்ணமும்

தூக்கு: செந்தூக்கு

பெயர்: சான்றோர் மெய்ம்மறை

பாடிப் பெற்ற பரிசில்: உம்பற்காட்டு ஐந்நூறு ஊர் பிரமதாயம் கொடுத்து, முப்பத்து எட்டு யாண்டு தென்னாட்டுள் வருவதனில் பாகம் கொடுத்தான் அக்கோ.

இமயவரம்பன் நெடுஞ்சேரலாதன் ஐம்பத்து எட்டு யாண்டு வீற்றிருந்தான்.

அருஞ்சொற் பொருள்:

வளி-காற்று. விசும்பு-வானம். நாள்-நாள் மீன். கோள்-கோள் மீன். கனை அழல்-முழங்கி எரியும் தீ. விளக்கம்-ஒளி. துப்பு-வலிமை. அக்குரன், வீரம் சான்ற ஒரு வள்ளல். அமர்-போர். தும்பைப் பகைவர்-தும்பைப் பூமாலை அணிந்து போர் செய்யும் பகைவர்.தும்பை-ஒரு வகைச் செடி. புகல்-விருப்பம். முன்ப-வலிமை உடையவனே. எழுமுடி-தோற்ற பகையாளிகள் எழுவரின் முடிகளால் அமைந்த மாலை-கெழீஇய-பொருந்திய. திரு-வெற்றிச் செல்வி. ஞெமர் அகலம்-தங்கிய மார்பு. நோன்புரித் தடக்கை-வலி பொருந்திய பெரிய கை. சான்றோர்-வீரர். மெய்ம் மறை - கவசம். நலன்-அழகு. இகல்-மாறுபாடு. இழை-அணி. கதுப்பு-கூந்தல். ஈர் ஓதி - நெய்ப்பு உடைய கூந்தல். குழை-காதணி. பாடினி-பாண்மகள்; விறலி.பொலம்-பொன்னால் ஆகிய. திகிரி-ஆணைச் சக்கரம். தொழுதி-கூட்டம். வரைப்பு-உலகம். பொழில்-தீவு. திணை-குடி. முதல்வர்-முன்னோர். இசை- புகழ். தவாலிகர்-கெடாது வாழ்வாயாக.

மூன்றாம் பத்து

ஆசிரியர்: பாலைக் கௌதமனார்

பாடப்பட்டவன்: இமயவரம்பன் தம்பி

பல்யானைச் செல்கெழு குட்டுவன்

வென்றிச் சிறப்பு

கயிறு குறுமகவை

சினனே, காமம், கழிகண் ணோட்டம்,
அச்சம், பொய்ச்சொல், அன்புமிக உடைமை,
தெறல்கடு மையொடு பிறவும்இவ் உலகத்து
அறம்தெரி திகிரிக்கு வழியடை ஆகும்;
தீதுசேண் இகந்து, நன்றுமிகப் புரிந்து,
கடலும் கானமும் பலபயம் உதவப்

பிறர்பிறர் நலியாது, வேற்றுப்பொருள் வெஃகாது,
மைஇல் அறிவினர் செவ்விதின் நடந்து,தம்
அமர்துணைப் பிரியாது, பாத்துஉண்டு, மாக்கள்
மூத்த யாக்கையொடு பிணிஇன்று கழிய;
ஊழி உய்த்த உரவோர் உம்பல்!
பொன்செய் கணிச்சித் திண்பிணி உடைத்துச்
சிரறுசில ஊறிய நீர்வாய்ப் பத்தல்
கயிறுகுறு முகவை மூயின மொய்க்கும்
ஆகெழு கொங்கர் நாடுஅகப் படுத்த
வேல்கெழு தானை வெருவரு தோன்றல்!
உளைப் பொலிந்த மா,
இழைப் பொலிந்த களிறு,
வம்பு பரந்த தேர்,
அமர்க்கு எதிர்ந்த புகல் மறவரொடு,
துஞ்சுமரம் துவன்றிய மலர்அகன் பறந்தலை,
ஓங்குநிலை வாயில் தூங்குபு தகைத்த
வில்விசை மாட்டிய விழுச்சீர் ஐயவிக்
கடிமிளைக் குண்டுகிடங்கின்,
நெடுமதில் நிரைப்பதணத்து,
அண்ணல்அம் பெருங்கோட்டு அகப்பா எறிந்த
பொன்புனை உழிஞை வெல்போர்க் குட்டுவ!
போர்த்து எறிந்த பறையால் புனல்செறுக் குநரும்,
நீர்த்தரு பூசலின் அம்புஅழிக் குநரும்
ஒலித்தலை விழவின் மலியும் யாணர்
நாடுகெழு தண்பணை சீறினை ஆதலின்,
குடதிசை மாய்ந்து, குணமுதல் தோன்றிப்
பாய்இருள் அகற்றும் பயம்கெழு பண்பின்
ஞாயிறு கோடா நன்பகல் அமயத்துக்
கவலை வெண்நரி கடஉம்முறை பயிற்றிக்
கழல்கண் கூகைக் குழறுகுரல் பாணிக்
கருங்கண் பேய்மகள் வழங்கும்
பெரும்பாழ் ஆகும்மன்; அளிய, தாமே! (22)

துறை: வஞ்சித்துறைப் பாடாண்பாட்டு

வண்ணம்: ஒழுகு வண்ணமும் சொற்சீர் வண்ணமும்

தூக்கு: செந்தூக்கும் வஞ்சித் தூக்கும்

பெயர்: கயிறு குறு முகவை

பாடிப் பெற்ற பரிசில்: 'நீர் வேண்டியது கொண்மின்' என, 'யானும் என் பார்ப்பனியும் சுவர்க்கம் புகல் வேண்டும்' என, பார்ப்பாரில் பெரியோரைக் கேட்டு, ஒன்பது பெரு வேள்வி வேட்பிக்கப் பத்தாம் பெருவேள்வியில் பார்ப்பானையும் பார்ப் பனியையும் காணாராயினார்.

இமயவரம்பன் தம்பி பல்யானைச் செங்கெழு குட்டுவன் இருபத்தையாண்டு வீற்றிருந்தான்.

அருஞ்சொற்பொருள்:

கண்ணோட்டம்-இரக்கம். தெறல்-தண்டித்தல். சேண்-தொலை தூரம். வெஃகாது-விரும்பாமல். மை-குற்றம். அமர்-விரும்பிய. கழிய-நீங்க. ஊழி-நெடுங்காலம். உரவோர்-வலியவர். உம்பல்- மரபில் தோன்றியவர். பொன்-இரும்பு. திண்பிணி-வலிய பாறை. சிரறு-விசிறு. பத்தல்-குழி. முகவை-நீர் இறைக்கும் கருவி. மூயின- சூழ்ந்தன. கொங்கர்-கொங்கு நாட்டு மக்கள். தானை-சேனை. தோன்றல்-தலைவன். உளை-குதிரையின் அணி. மா-குதிரை. இழை- அணிகலன். வம்பு-தேர்ச் சீலை. அமர்-போர். துஞ்சுமரம்-கணைய மரம். பறந்தலை-அகன்று பரந்த இடம். தகைத்த-கட்டிய. மாட்டிய- இணைத்த. ஐயவி-துலாமரம். கடி-காவல். மிளை-காவற்காடு. பதணம்-மேடை. அகப்பா-அரணம். பூசல்-ஆரவாரம். யாணர்- புதுவருவாய். தண்பணை-குளிர்ந்த மருத நிலம். கோடா-சாயாத. கூகை-கோட்டான், பாணி-தாளம்.

நான்காம் பத்து

ஆசிரியர்: காப்பியாற்றுக் காப்பியனார்

பாடப்பட்டவன்: களங்காய்க் கண்ணி நார்முடிச்சேரல்

கொடைச் சிறப்பு

பரிசிலர் வெறுக்கை

உலகத் தோரே பலர்மன் செல்வர்;
எல்லா ருள்ளும்நின் நல்லிசை மிகுமே;
வளம்தலை மயங்கிய பைதிரம் திருத்திய
களங்காய்க் கண்ணி நார்முடிச் சேரல்!
எயில்முகம் சிதையத் தோட்டி ஏவலின்,
தோட்டி தந்த தொடிமருப்பு யானைச்
செவ்வுளைக் கலிமா, ஈகைவான் கழல்,
செயல்அமை கண்ணிச் சேரலர் வேந்தே!

பரிசிலர் வெறுக்கை! பாணர் நாளவை!
வாள்நுதல் கணவ! மள்ளர் ஏறே!
மைஅற விளங்கிய, வடுவாழ் மார்பின்
வசைஇல் செல்வ! வான வரம்ப!
'இனியவை பெறினே தனிதனி நுகர்கேம்,
தருக'என விழையாத் தாவில் நெஞ்சத்துப்
பகுத்தூண் தொகுத்த ஆண்மைப்
பிறர்க்குஎன வாழ்திநீ ஆகன் மாறே.   (38)

துறை: செந்துறைப் பாடாண் பாட்டு

வண்ணம் : ஒழுகு வண்ணம்

தூக்கு: செந்தூக்கு

பெயர்: பரிசிலர் வெறுக்கை

பாடிப் பெற்ற பரிசில்: நாற்பது நூறாயிரம் பொன் ஒருங்கு கொடுத்துத் தான் ஆள்வதில் பாகம் கொடுத்தான் அக் கோ.

களங்காய்க்கண்ணி நார்முடிச் சேரல் இருபத்தையாண்டு வீற்றிருந்தான்.

அருஞ்சொற்பொருள்:

இசை-புகழ். பைதிரம்-நாடு. நார்முடி-தலையணி. எயில்முகம்-மதில் வாயிலின் கதவு. தோட்டி-அங்குசம். கிம்புரி-யானை அணி. செவ்வுளை-குதிரை அணி. கலிமா-செருக்கு மிக்க குதிரை. ஈ.கை-பொன். கண்ணி-முடிமாலை. வெறுக்கை-வாழ்வு. நாள் அவை-நாள் ஓலக்கம். மள்ளர்-வீரர். ஏறு-ஆண் சிங்கம். மை-குற்றம். வடு-தழும்பு. வசை-குற்றம். தாஇல்-குற்றமற்ற. பகுத்தூண்-பகுத்து உண்ணும் உணவு. ஆகல்மாறு-ஆதலால்.

ஐந்தாம் பத்து

ஆசிரியர்: பரணர்

பாடப்பட்டவன்: கடல் பிறக்கு ஓட்டிய செங்குட்டுவன்

கொடைச் சிறப்பு

கரைவாய்ப் பருதி

இழையர், குழையர், நறுந்தண் மாலையர்,
சுடர்நிமிர் அவிர்தொடி செறித்த முன்கைத்
திறல்விடு திருமணி இலங்கு மார்பின்,

வண்டுபடு கூந்தல் முடிபுனை மகளிர்
தொடைபடு பேரியாழ் பாலை பண்ணிப்
பணியா மரபின் உழிஞை பாட,
இனிதுபுறந் தந்துஅவர்க்கு இன்மகிழ் சுரத்தலின்
சுரம்பல கடவும் கரைவாய்ப் பருதி
ஊர்பாட்டு எண்ணில் பைந்தலை துமியப்
பல்செருக் கடந்த கொல்களிற்று யானைக்
கோடுநரல் பௌவம் கலங்க வேல்இட்டு
உடைதிரைப் பரப்பின் படுகடல் ஓட்டிய
வெல்புகழ்க் குட்டுவன் கண்டோர்
செல்குவம் என்னார், பாடுபு பெயர்ந்தே. (46)

துறை: செந்துறைப் பாடாண் பாட்டு

வண்ணம்: ஒழுகு வண்ணம்

தூக்கு: செந்தூக்கு

பெயர்: கரைவாய்ப் பருதி

பாடிப்பெற்ற பரிசில்: உம்பற் காட்டு வாரியையும், தன் மகன் குட்டுவன் சேரலையும் கொடுத்தான் அக் கோ.

கடல் பிறக்கு ஓட்டிய செங்குட்டுவன் ஐம்பத்தையாண்டு வீற்றிருந்தான்.

அருஞ்சொற்பொருள்:

இழையர்-அணிகளை அணிந்தவர். தழையர்-தழைகளை அணிந்தவர். சுடர்-ஒளி. தொடி-வளையல். திறல்-ஒளி. பேரியாழ்-யாழின் ஒரு வகை. பாலை-பண். புறந்தந்து-பாதுகாத்து. செரு-போர். கோடு-சங்கு. நரல்-ஒலிக்கும். பௌவம்-கடல். திரை-அலை. படுகடல்-முழங்கும் கடல். பாடுபு-பாடி.

ஆறாம் பத்து

ஆசிரியர்: காக்கை பாடினியார் நச்செள்ளையார்

பாடப்பட்டவன்: ஆடுகோட்பாட்டுச் சேரலாதன்

மன்னவன் கொடைச் சிறப்பும் தன் குறையும் கூறி வாழ்த்துதல்

நில்லாத் தானை

வள்ளியை என்றலின் காண்கு வந்திசினே;
உள்ளியது முடித்தி; வாழ்க, நின் கண்ணி!

வீங்குஇறைத் தடைஇய அமைமருள் பணைத்தோள்,
ஏந்துஎழில் மழைக்கண், வனைந்துவரல் இளமுலைப்
பூந்துகில் அல்குல், தேம்பாய் கூந்தல்,
மின்இழை விறலியர் நின்மறம் பாட;
இரவலர் புன்கண் தீர, நாள்தொறும்,
உரைசால் நன்கலம் வரைவில வீசி,
அனையை ஆகல் மாறே, எனையதூஉம்
உயர்நிலை உலகத்துச் செல்லாது, இவண்நின்று
இருநில மருங்கின் நெடிதுமன் னியரோ;
நிலம்தப இடூஉம் ஏணிப்புலம் படர்ந்து,
படுகண் முரசம் நடுவண் சிலைப்பத்
தோமர வலத்தர் நாமம் செய்ம்மார்,
ஏவல் வியங்கொண்டு, இளையரொடு எழுதரும்
ஒல்லார் யானை காணின்,
நில்லாத் தானை இறைகிழ வோயே! (54)

துறை: காட்சி வாழ்த்து

வண்ணம்: ஒழுகு வண்ணம்

தூக்கு: செந்தூக்கு

பெயர்: நில்லாத் தானை

பாடிப் பெற்ற பரிசில்: 'கலன் அணிக' என்று அவர்க்கு ஒன்பது காப் பொன்னும், நூறாயிரம் காணமும் கொடுத்துத் தன் பக்கத்துக் கொண்டான் அக் கோ.

ஆடுகோட்பாட்டுச் சேரலாதன் முப்பத்தெட்டு யாண்டு வீற்றிருந்தான்.

அருஞ்சொற்பொருள்:

வள்ளியை-கொடைத்தன்மை உடையாய். தடைஇய-திரண்ட. பணை-பருத்த. மழைக்கண்-குளிர்ந்த கண். துகில்-ஆடை. தேம்-தேனீ; மணம். புண்கண்-வறுமைத் துயர். உரைசால்-புகழ்ச்சி மிக்க. தப-கெட. ஏணி-எல்லை. படுகண்-ஒலிக்கும், கண் சிலம்ப-ஒலிக்க, தோமரம்-தண்டு, தண்டாயுதம். வலத்தர்-வலக்கையில் ஏந்தியவர்களாய். நாமம்-அச்சம். செய்ம்மார்-செய்வதற்கு. ஏவல் -ஏவுதல். ஒல்லார் - பகையர். நில்லா-அடங்கி நிற்காமல். தானை-படை.

ஏழாம் பத்து

ஆசிரியர்: கபிலர்

பாடப்பட்டவன்: செல்வக்கடுங்கோ வாழியாதன்

வென்றிச் சிறப்போடு பிற சிறப்புக்களையும் கூறி வாழ்த்துதல்

பறைக்குரல் அருவி

களிறுகடைஇய தாள்,
மாஉடற்றிய வடிம்பு,
சமம்ததைந்த வேல்,
கல்அலைத்த தோள்,
வில்அலைத்த நல்வலத்து,
வண்டுஇசை கடாவாத் தண்பனம் போந்தைக்
குவிமுகிழ் ஊசி வெண்தோடு கொண்டு,
தீம்சுனை நீர்மலர் மலைந்து, மதம் செருக்கி,
உடைநிலை நல்லமர் கடந்து, மறம்கெடுத்துக்
கடுஞ்சின வேந்தர் செம்மல் தொலைத்த
வலம்படு வான்கழல் வயவர் பெரும!
நகையினும் பொய்யா வாய்மைப் பகைவர்
புறஞ்சொல் கேளாப் புரைதீர் ஒண்மைப்
பெண்மை சான்று பெருமடம் நிலைஇக்
கற்புஇறை கொண்ட கமழும் சுடர்நுதல்
புரையோள் கணவ! பூண்கிளர் மார்ப!
தொலையாக் கொள்கைச் சுற்றம் சுற்ற,
வேள்வியில் கடவுள் அருத்தினை; கேள்வி
உயர்நிலை உலகத்து ஐயர்இன் புறுத்தினை;
வணங்கிய சாயல், வணங்கா ஆண்மை
இளந்துணைப் புதல்வரின் முதியர்ப் பேணித்
தொல்கடன் இறுத்த வெல்போர் அண்ணல்!
மாடோர் உறையும் உலகமும் கேட்ப
இழுமென இழிதரும் **பறைக்குரல்** அருவி
முழுமுதல் மிசைய கோடுதொறும் துவன்றும்
அயிரை நெடுவரை போலத்
தொலையா தாகநீ வாழும் நாளே! (70)

துறை: செந்துறைப் பாடாண் பாட்டு

வண்ணம்: ஒழுகு வண்ணம்

தூக்கு: செந்தூக்கும் வஞ்சித் தூக்கும்

பெயர்: பறைக்குரல் அருவி

பாடிப் பெற்ற பரிசில் : சிறுபுறம் என நூறாயிரம் காணம் கொடுத்து, 'நன்றா' என்னும் குன்று ஏறி நின்று, தன் கண்ணிற் கண்ட நாடு எல்லாம் காட்டிக் கொடுத்தான் அக் கோ.

செல்வக் கடுங்கோ வாழியாதன் இருபத்தை யாண்டு வீற்றிருந்தான்.

அருஞ்சொற்பொருள்:

கடைஇய-செலுத்திய. உடற்றிய-தூண்டிய. வடிம்பு-பாதங்களின் ஓரம். சமம்-போர். கல்-பாறை. அலைத்த-வருத்திய. கடவாத-செலுத்தாத. வெண்கோடு-வெள்ளிய பனைமடல். மலைந்து-சூடி. மதம்-வலிமை. அமர், செரு-போர். வலம்-வெற்றி. வயவர்-வீரர். நகை-விளையாட்டு. புறஞ்சொல்-புறங்கூறும் சொல். புரை-குற்றம். ஒண்மை-விளக்கம். பெண்மை-அமைதித் தன்மை, இறை கொள்ளுதல்-தங்குதல். புரையோள்-உயர்ந்தவள். தொலையா-கழியாத. ஐயர்-முனிவர்கள். சாயல்-மென்மை. முதியர்-முன்னோர். தொல்-தொன்றுதொட்டு. கடன்- கடமை. மாடோர்-மேல் உலகத்தவர். பறை-ஒரு தோற்கருவி. மிசைய-மேலே உள்ள. கோடு-சிகரம். துவன்றும்-மிக்கிருக்கும். ஆயிரை-ஒரு மலை, தொலையாதாக-கெடாது விளங்குவதாக.

எட்டாம் பத்து

ஆசிரியர்: அரிசில்கிழார்

பாடப்பட்டவன்: தகடூர் எறிந்த பெருஞ்சேரல் இரும்பொறை

மன்னவனது பல குணங்களையும் ஒருங்கு புகழ்ந்து வாழ்த்துதல்

நிறம்படு குருதி

உயிர்போற் றலையே செருவத் தானே;
கொடைபோற் றலையே இரவலர் நடுவண்;
பெரியோர்ப் பேணிச் சிறியோரை அளித்தி;
நின்வயின் பிரிந்த நல்இசை கனவினும்

பிறர்நசை அறியா வயங்குசெந் நாவின்,
படியோர்த் தேய்த்த ஆண்மைத் தொடியோர்
தோளிடைக் குழைந்த கோதை மார்ப!
அனைய அளப்பருங் குரையை; அதனால்,
நின்னொடு வாரார் தம்நிலத்து ஒழிந்து,
கொல்களிற்று யானை எருத்தம் புல்என
வில்குலை அறுத்துக் கோலின் வாரா
வெல்போர் வேந்தர் முரசுகண் போழ்ந்து,அவர்
அரசுஉவா அழைப்பக் கோடுஅறுத்து இயற்றிய
அணங்குடை மரபின் கட்டில்மேல் இருந்து,
தும்பை சான்ற மெய்தயங்கு உயக்கத்து,
***நிறம்படு குருதி** புறம்படின் அல்லது,*
மடைஎதிர் கொள்ளா அஞ்சுவரு மரபின்
கடவுள் அயிரையின் நிலைஇ,
கேடுஇல வாக, பெரும!நின் புகழே! *(79)*

துறை: செந்துறைப் பாடாண் பாட்டு

வண்ணம்: ஒழுகு வண்ணம்

தூக்கு: செந்தூக்கு

பெயர்: நிறம்படு குருதி

பாடிப் பெற்ற பரிசில்: தானும் கோயிலாளும் புறம் போந்து நின்று, 'கோயில் உள்ள எல்லாம் கொண்மின்' என்று காணம் ஒன்பது நூறாயிரத்தோடு அரசு கட்டிற் கொடுப்ப, அவர், 'யான் இரப்ப, இதனை ஆள்க!' என்று அமைச்சுப் பூண்டார்.

தகடூர் ஏறிந்த பெருஞ்சேரல் இரும்பொறை பதினேழ் யாண்டு வீற்றிருந்தான்.

அருஞ்சொற்பொருள்:

செருவத்தால்-போரில். அளித்தி-அருள் செய்கின்றாய், நின்வயின்-உன்னிடம். நசை-விருப்பம். வயங்கி-விளங்கித் தோன்றும். படியோர்-பகைவர்கள். தொடியோர்-மகளிர். குழைந்த-வாடிய. கோதை-மலர் மாலை. அனய-அத்தகைய பண்புகள். அளப்பரும்-அளத்தல் இயலாத. வாரார்-பகைவர். எருத்தம்-பிடரி. புல் என-பொலிவு அழிய. வில் குலை-நாண். கோல்-செங்கோல். முரசு கண்-முரசில் அடிக்கும் இடம். அரசு உவா - பட்டத்து யானை. அணங்கு-தெய்வத்தன்மை, அச்சம். தும்பை-போர் புரிவோர் சூடும்

பூ. தயங்கு-அசையும் உயக்கம்-ஓய்ச்சல், வாட்டம்-நிறம். மார்பு, உயிர்நிலை. புறம்-புறத்தே. மடை-பலியுணவு. எதிர்கொள்ளா-ஏற்காத. அயிரை-ஒரு மலை.

ஒன்பதாம் பத்து

ஆசிரியர்: பெருங்குன்றூர் கிழார்

பாடப்பட்டவன்: குடக்கோ இளஞ்சேரல் இரும்பொறை

மன்னவனது தண்ணளியும், பெருமையும், கொடையும், சுற்றம் தழாலும் உடன்கூறி வாழ்த்துதல்

வலிகெழு தடக்கை

மீன்வயின் நிற்ப, வானம் வாய்ப்ப,
அச்சற்று, ஏமம் ஆகி, இருள்தீர்ந்து
இன்பம் பெருகத் தோன்றித் தம்துணைத்
துறையின் எஞ்சாமை நிறையக் கற்றுக்
கழிந்தோர் உடற்றும் கடுந்தூ அஞ்சா
ஒளிறுவாள் வயவேந்தர்
களிறொடு கலம்தந்து,
தொன்றுமொழிந்து தொழில் கேட்ப,
அகல்வையத்துப் பகல்ஆற்றி,
மாயாப் பல்புகழ் வியல்விசும்பு ஊர்தர,
வாள்வலி உறுத்துச் செம்மை பூஉண்டு,
அறன்வாழ்த்த நற்குஆண்ட
விறல்மாந்தரன் விறல் மருக!
ஈரம் உடைமையின், நீர்ஓர் அனையை;
அளப்பரு மையின் இருவிசும்பு அனையை;
கொளக்குறை படாமையின் முந்நீர் அனையை;
பல்மீன் நாப்பண் திங்கள் போலப்
பூத்த கற்றமொடு பொலிந்து தோன்றலை,
உருகெழு மரபின் அயிரை பரவியும்,
கடல்இகுப்ப வேல்இட்டும்,
உடலுநர் மிடல்சாய்த்தும்,
மலையவும் நிலத்தவும் அருப்பம் வெளவிப்
பெற்றபெரும் பெயர் பலர்கை இரீஇய
கொற்றத் திருவின் உரவோர் உம்பல்!
கட்டிப் புழுக்கின் கொங்கர் கோவே!

மட்டப் புகாவின் குட்டுவர் ஏறே!
எழாஅத் துணைத்தோள் பூழியர் மெய்ம்மறை!
இலங்குநீர்ப் பரப்பின் மரந்தையோர் பொருந!
வெண்பூ வேளையொடு சுரைதலை மயக்கிய
விரவுமொழிக் கட்டூர் வயவர் வேந்தே!
உரவுக்கடல் அன்ன தாங்கருந் தானையொடு
மாண்வினைச் சாபம் மார்புற வாங்கி,
ஞாண்பொர விளங்கிய **வலிகெழு தடக்கை,**
வார்ந்துபுனைந்து அன்ன ஏந்துகுவவு மொய்ம்பின்,
மீன்பூத்து அன்ன விளங்குமணிப் பாண்டில்,
ஆய்மயிர்க் கவரிப் பாய்மா மேல்கொண்டு,
காழ்எஃகம் பிடித்துஎறிந்து,
விழுமத்தின் புகலும் பெயரா ஆண்மைக்
காஞ்சி சான்ற வயவர் பெரும!
வீங்குபெருஞ் சிறப்பின் ஓங்குபுக ழோயே!
கழனி உழவர் தண்ணுமை இசைப்பின்,
பழன மஞ்ஞை மழைசெத்து ஆலும்,
தண்புனல் ஆடுநர் ஆர்ப்பொடு மயங்கி,
வெம்போர் மள்ளர் தெண்கிணை கறங்கக்
கூழுடை நல்இல் ஏறுமாறு சிலைப்பச்
செழும்பல இருந்த கொழும்பல் தண்பணைக்
காவிரிப் படப்பை நல்நாடு அன்ன
வளம்கெழு குடைச்சூல், அடங்கிய கொள்கை,
ஆறிய கற்பின் தேறிய நல்இசை,
வண்டுஆர் கூந்தல், ஒண்தொடி கணவ!
'நின்நாள் திங்கள் அனையஆக! திங்கள்
யாண்டுஓர் அனைய ஆக! யாண்டே
ஊழி அனைய ஆக! ஊழி
வெள்ள வரம்பின ஆக!'என உள்ளிக்
காண்கு வந்திசின், யானே செருமிக்கு
உரும்என முழங்கும் முரசின்,
பெருநல் யானை, இறைகிழ வோயே! (90)

துறை: காட்சி வாழ்த்து

வண்ணம்: ஒழுகு வண்ணமும் சொற்சீர் வண்ணமும்

தூக்கு: செந்தூக்கும் வஞ்சித் தூக்கும்

பெயர்: வலிகெழு தடக்கை

பாடிப் பெற்ற பரிசில்: 'மருள் இல்லார்க்கு மருளக் கொடுக்க' என்று, உவகையின் முப்பத்தீராயிரம் காணம் கொடுத்து, அவர் அறியாமை ஊரும் மனையும் வளம் மிகப் படைத்து, ஏரும் இன்பமும் இயல்வரப் பரப்பி, எண்ணற்கு ஆகா அருங்கல வெறுக்கையொடு, பன்னூறாயிரம் பாற்பட வகுத்துக் காப்பு மறம் தான் விட்டான் அக் கோ.

குடக்கோ இளஞ்சேரல் இரும்பொறை பதினாறாண்டு வீற்றிருந்தான்.

அருஞ்சொற்பொருள்:

மீன்-விண்மீன். வயின்-இடம். வாய்ப்ப-மழை பொழிய. ஏமம்-பாதுகாப்பு. எஞ்சாமை-குறையாமல். கழிந்தோர் - வலி மிக்கவர். உடற்றும்-மாறுபட்டு வருத்தும். கடும்தூ-மிக்க வலிமை. வயம்-வலிமை. தொன்று-பழமை. தொழில்-ஏவல். பகல்-நடுவு நிலைமை. வியல்-அகன்ற. உறுத்து-பொருதச் செய்து. செம்கை-செங்கோல் தன்மை. நற்கு-நன்றாக. மாந்தரன்-ஒரு சேர மன்னன். மருக-மரபில் உள்ளவனே. ஈரம்-அன்பு, இரக்கம். முந்நீர்-கடல். நாப்பண்-நடுவே. உரு-அச்சம். இருப்ப-தாழும் படி. உடலுநர்-மாறுபட்ட பகைவர். மிடல்-வலிமை. அருப்பம்-அரண். வெளவிடி-கவர்ந்து, கைப்பற்றி. பெயர்-பொருள். இரீஇய-இருத்திய; வழங்கிய. கொற்றத் திரு-வெற்றிச் செல்வம். உரவோ வழித்தோன்றல். கட்டி - சர்க்கரைக் கட்டி. புழுக்கு - உணவு. வலிமை மிக்கவர். உம்பல்-மட்டம்-மது; கண். புகா-உணவு, மெய்ம்மமழை-கவசம். இரங்கும்-ஒலிக்கும். மாந்தை-சேர நாட்டுக் கடற்கரை நகரம். பொருநன்-அரசன். வேளை-ஒரு செடி. சுரை-ஒரு கொடி. கட்டூர்-பாசறை. வயவர்-வீரர். சாபம்-வில். வால்கி-வளைத்தலால். ஞாண்-வில்லின் கயிறு. பொர-மோத. தடக்கை-வலியகை. குவவு-திரண்ட மொய்ம்பு-வலிமை. பாண்டில்-குதிரை அணி. கலரி-மயிர். எஃகம்-வேல். விழுமம்-துன்பம். புகலும்-விரும்பும். பெயரா-பின் வாங்காத. காஞ்சி-நிலையாமை உணர்வு. கழனி-வயல். தண்ணுமை-ஒரு வகைப் பறை, மஞ்ஞை-மயில். செத்து - நினைத்து. ஆலும்-ஆரவாரம் செய்யும். மள்ளர்-வீரர். தெண்கண்-கிணைப் பறை, கூழ்-உணவு. ஏறு-காளை. சிலைப்ப-ஒலி செய்ய. படப்பை-பக்கத்தில் உள்ள இடம். குடைச்சூல்-சிலம்பு, ஆறிய கற்பு-அறக்கற்பு. இசை-புகழ், வெள்ளம்-ஒரு பேரெண். வரம்பு-எல்லை, உள்ளி-நினைத்து. உரும்-இடி. இறை-இறைமைத் தன்மை.

8
பரிபாடல்

சங்கத் தொகை நூல்களுள் யாப்பால் பெயர் பெற்றவை இரண்டு. ஒன்று கலித்தொகை, மற்றொன்று பரிபாடல். பரிபாடல் என்பதற்குப் பரிந்து செல்லுகின்ற இசை நயம் மிக்க பாடல்கள் என்று பொருள். இது எழுபது பாடல்கள் கொண்டிருந்தது என்பதைப் பழம்பாடல் ஒன்று எடுத்துரைக்கிறது. ஆனால் இன்று 22 பாடல்களே கிடைத்துள்ளன. அவற்றுள் திருமாலுக்கு உரியவை- 6, செவ்வேளுக்கு உரியவை - 8, வையை பற்றியவை - 8.

இப்பாடல்களின் கீழே பாடியவர் பெயர், இசையமைத்தவர் பெயர், பண் விவரம் ஆகியவை குறிக்கப் பட்டுள்ளன.

1. திருமால்

ஆசிரியர்: கடுவன் இளவெயினனார்

இசை வகுத்தவர்: பெட்டனாகனார்

பண்: பண்ணுப் பாலையாழ்

திருமாலை நேர்முகமாக அழைத்தல் (விளி)

மாஅ யோயே! மாஅ யோயே!
மறுபிறப்பு அறுக்கும் மாசில் சேவடி
மணிதிகழ் உருபின் மாஅ யோயே!   (3)

உன்னிடமிருந்தே எல்லாப் பொருள்களும் விரிந்தன

தீவளி, விசும்பு, நிலன்,நீர் ஐந்தும்
ஞாயிறும் திங்களும் அறனும் ஐவரும்
திதியின் சிறாரும் விதியின் மக்களும்
மாசில் எண்மரும் பதினொரு கபிலரும்
தாமா இருவரும் தருமனும் மடங்கலும்
மூவேழ் உலகமும் உலகினுள் மன்பதும்
மாயோய்! நின்வயின் பரந்தவை உரைத்தேம்.
மாயா வாய்மொழி உரைதர வலந்து,   (11)

பிரமனும் அவன் தந்தையும் திருமாலே

வாய்மொழி ஓடை மலர்ந்த
தாமரைப் பூவினுள் பிறந்தோனும் தாதையும்
நீயென மொழியுமால் அந்தணர் அருமறை   (14)

ஊர்தியும் கொடியும் கருடனே

ஏஎர், வயங்குபூண் அமரரை வெளவிய அமிழ்தின்
பயந்தோள் இடுக்கண் களைந்த புள்ளினை!
பயந்தோள் இடுக்கண் களைந்த புள்ளின்
நிவந்தோங்கு உயர்கொடிச் சேவலோய்! நின்
சேவடி தொழாரும் உளரோ? அவற்றுள்
கீழ்ஏழ் உலகமும் உற்ற அடியினை! (20)

பன்றியும் அன்னமுமாகத் தோன்றுதல்

தீசெங் கனலியும் கூற்றமும் ஞமனும்
மாசில்ஆ யிரங்கதிர் ஞாயிறும் தொகூஉம்
ஊழி ஆழிக்கண் இருநிலம் உருகெழு
கேழலாய் மருப்பின் உழுதோய்! எனவும்,
மாவிசும்பு ஒழுகுபுனல் வறள அன்னச்
சேவலாய்ச் சிறகர்ப் புலர்த்தியோய்! எனவும்,
ஞாலத்து உறையுள் தேவரும் வானத்து
நால்எண் தேவரும் நயந்துநின் பாடுவோர்
பாடும் வகையே; எம் பாடல்தாம் அப்
பாடுவார் பாடும் வகை. (30)

உருவமும் பெயரும் அளவில்லாதவை

கூந்தல் என்னும் பெயரொடு கூந்தல்
எரிசினம் கொன்றோய்! நின்புகழ்உரு வினகை;
நகைஅச் சாக நல்லமிர்து கலந்த
நடுவுநிலை திறம்பிய நயமில் ஒருகை;
இருகை மாஅல்!
முக்கை முனிவ! நாற்கை அண்ணல்!
ஐங்கை மைந்த! அறுகை நெடுவேள்!
எழுகை யாள! எண்கை ஏந்தல்!
ஒன்பதிற்றுத் தடக்கை மன்பே ராள!
பதிற்றுக்கை மதவலி! நூற்றுக்கை யாற்றல்!
ஆயிரம் விரித்தகை மாய மள்ள!
பதினா யிரங்கை முதுமொழி முதல்வ!
நூறா யிரங்கை ஆறறி கடவுள்!
அனைத்தும் அல்லபல அடுக்கல் ஆம்பல்
இனைத்தென எண்வரம்பு அறியா யாக்கையை! (45)

அறிதற்கு அரிய பெருமையன்; முதல்வன்

நின்னைப் புரைநினைப்பின் நீயலது உணர்தியோ?
முன்னை மரபின் முதுமொழி முதல்வ!
நினக்குவிரிந் தகன்ற கேள்வி யனைத்தினும்
வலியினும் மனத்தினும் உணர்வினும் எல்லாம்
வனப்புவரம் பறியா மரபி னோயே!
அணிநிழல் வயங்கொளி ஈரெண் தீங்கதிர்ப்
பிறைவளர் நிறைமதி உண்டி,
அணிமணிப் பைம்பூண் அமரர்க்கு முதல்வன் நீ! (53)

பகையும் நட்பும் இல்லை

திணிநிலம் கடந்தக்கால் திரிந்தயர்ந்து அகன்றோடி,
நின்அஞ்சிக் கடற்பாய்ந்த பிணிநெகிழ்பு அவிழ்தண்தார்
அன்னவர் படஅல்லா அவுணர்க்கும் முதல்வன் நீ!
அதனால், பகைவர் இவர், இவர்நட்டோர் என்னும்
வகையும் உண்டோநின் மரபறி வோர்க்கே! (58)

கருடனின் செருக்கை அழித்தல்

ஆயிர அணர்தலை அரவுவாய்க் கொண்ட
சேவல் ஊர்தியும் செங்கண் மாஅல்
ஓவெனக் கிளக்கும் கால முதல்வனை!
ஏஎஇன கிளத்தலின் இனைமைநற்கு அறிந்தனம் (62)

எல்லாப் பொருளும் நீயே

தீயினுள் தெறல்நீ! பூவினுள் நாற்றம் நீ!
கல்லினுள் மணியும் நீ! சொல்லினுள் வாய்மை நீ!
அறத்தினுள் அன்புநீ! மறத்தினுள் மைந்துநீ!
வேதத்து மறைநீ! பூதத்து முதலும்நீ;
வெஞ்சுடர் ஒளியும்நீ! திங்களுள் அளியும்நீ!
அனைத்தும்நீ! அனைத்தினுள் பொருளும்நீ! ஆதலின்
உறையும் உறைவதும் இலையே; உண்மையும்
மறவியில் சிறப்பின் மாயமார் அனையை;
முதன்முறை, இடைமுறை, கடைமுறை தொழிலின்
பிறவாப் பிறப்பிலை; பிறப்பித்தோர் இலையே; (72)

உலகங்களை ஒரு குடையிற் காத்தல்

பறவாப் பூவைப் பூவி னோயே!
அருள்குடை யாக, அறங்கோ லாக,

இருநிழல் படாமை மூவேழ் உலகமும்
ஒருநிழல் ஆக்கிய ஏமத்தை மாதோ! (76)

தத்துவங்களின் வடிவம்

பாழெனக், காலெனப், பாகென, ஒன்றென,
இரண்டென, மூன்றென, நான்கென, ஐந்தென,
ஆறென, ஏழென, எட்டெனத், தொண்டென
நால்வகை ஊழிஎண் நவிற்றும் சிறப்பினை! (80)

நால்வகை வியூக நிலை

செங்கண் காரி! கருங்கண் வெள்ளை!
பொன்கண் பச்சை; பைங்கண் மாஅல்! (82)

பல்வகைத் திறமைகள்

இடவல! குடவல! கோவல! காவல!
காணா மரப! நீயா நினைவ!
மாயா மன்ன! உலகாள் மன்னவ!
தொல்லியற் புலவ! நல்லியாழ்ப் பாண!
மாலைச் செல்வ! தோலாக் கோட்ட!
பொலம்புரி ஆடை! வலம்புரி வண்ண!
பகுதி வலவ! பொருதிறல் மல்ல!
திருவின் கணவ! பெருவிறல் மள்ள!

காக்குங் கடவுள்

மாநிலம் இயலா முதல்முறை அமையத்து,
நாம வெள்ளத்து நடுவண் தோன்றிய
வாய்மொழி மகனொடு மலர்ந்த
தாமரைப் பொகுட்டுநின் நேமி நிழலே. (94)

அருஞ்சொற் பொருள்:

மாசு இல் சேவடி - குற்றமற்ற சிவந்த திருவடி. மாஅயோயே- திருமாலே. மணி - நீலமணி. உருபு - நிறம். வளி - காற்று. விசும்பு - ஆகாயம். ஞாயிறு - சூரியன். திங்கள் - சந்திரன். ஐவர்- செவ்வாய், புதன், வியாழன், வெள்ளி, சனி என்னும் ஐந்து கோள்கள். திதியின் சிறார் - விதியின் மக்கள். மாசில் எண்மர்- குற்றமற்ற அட்ட வசுக்கள். தாமா - தாவும் குதிரை. தருமன் - எமன். மடங்கல் - எமனுக்கு ஏவல் செய்யும் கூற்றம். மன்பது - பல்வகை உயிர்த்தொகுதி. மாயா வாய்மொழி - அழியாத வேதம். வலந்து - முறைமாறி. பிறந்தோன்- நான்முகன். தாதை - தந்தை. அருமறை - அருமையான வேதம்.

ஏஎர்- அழகு. வயங்கு பூண்- விளங்கும் அணிகலன். அமரர் - தேவர். வெளவிய - கவர்ந்த. பயந்தோள் - பெற்றவள். இடுக்கண் களைதல்- துன்பம் தீர்த்தல். புள் - பறவை. நிவந்து ஓங்கு உயர்கொடி - மிக உயர்ந்த கொடி. கொடிச் சேவலோய் - சேவற்கொடியோய். கனலி - நெருப்பு. கூற்றம் - மடங்கல். ஞமன் - எமன். ஊழி- இறுதிக்காலம். இருநிலம் - பேருலகம். ஆழிக்கண் - அழுந்தும்போது. மருப்பு- கொம்பு. வறள - உலர. சிறகு - சிறகர். ஞாலம் - உலகம். நயந்து- விரும்பி. கூந்தல் - கேசி. எரிசினம் - சினத்தீ.

உருவின - ஒத்தன. அச்சு - அச்சம். முதுமொழி - வேதம். ஆம்பல் - பேரெண்; குவளை.

புரை- உயர்வு. வலி - அகங்காரம். வனப்பு - அழகு. உண்டி- உணவு. தார் - மாலை. அவுணர் - அசுரர். நட்டோர்- நண்பர். அணர்தலை அரவு - உயர்த்திய தலைகளையுடைய பாம்பு. சேவல் ஊர்தி - கருட வாகனம்.

தெறல் - வெம்மை. நாற்றம் - மணம். மறவி - மறதி. வெஞ் சுடர் - சூரியன். மாயம் - பொய். பறவாப் பூவைப்பூ- காயாம்பூ. கோல் - காம்பு. ஏமத்தை - காவல் உடையாய்.

பாழ் - புருடன். கால் - முளை. பாகு - தொழிற் கருவிகள். ஏழு - அகங்காரம். எட்டு - மான். தொண்டு - மூலப்பகுதி. பச்சை- பிரத்யும்நன்.

நீயா - நீங்காத. மன்ன - நிலைபேறு உடையவனே. மாலை- துளசி மாலை. கோட்ட - சங்கினை உடையவனே. ஆடை- ஆடை அணிந்தவனே. பருதி - சக்கரம். மல்ல - மற்போர் புரிபவனே. திரு- திருமகள். விறல் - வெற்றி. மள்ள - வீரனே. வாய்மொழி மகன் - வேதங்களுக்குஉரிய பிரமன். நேமி - சக்கரம்

II. செவ்வேள்

ஆசிரியர்: கடுவன் இளவெயினனார்

இசை வகுத்தவர்: கண்ணனாகனார்

பண்: பண்ணுப் பாலையாழ்

செவ்வேளின் வீரச் செயல்

பாயிரும் பனிக்கடல் பார்துகள் படப்புக்குச்
சேயுயர் பிணிமுகம் ஊர்ந்துஅமர் உழக்கித்

தீயழல் துவைப்பத் திரியவிட்டு எறிந்து,
நோயுடை நுடங்குசூர் மாமுதல் தடிந்து,
வென்றியின் மக்களுள் ஒருமையொடு பெயரிய
கொன்றுணல் அஞ்சாக் கொடுவினைக் கொல்தகை
மாய அவுணர் மருங்கறத் தபுத்தவேல்
நாவலந் தண்பொழில் வடபொழில் ஆயிடைக்
குருகொடு பெயர்பெற்ற மால்வரை உடைத்து,
மலையாற்றுப் படுத்த மூவிரு கயந்தலை!
மூவிரு கயந்தலை, முந்நான்கு முழவுத்தோள்,
ஞாயிற்றேர் நிறத்தகை, நளினத்துப் பிறவியை! (12)

வெறியாட்டு

காஅய் கடவுள் சேஎய்! செவ்வேள்!
சால்வ! தலைவ!எனப் பேஎ விழவினுள்,
வேலன் ஏத்தும் வெறியும் உளவே;
அவை, வாயும் அல்ல; பொய்யும் அல்ல;
நீயே வரம்பிற்றுஇவ் வுலகம் ஆதலின்,
சிறப்போய்! சிறப்பின்றிப் பெயர்குவை;
சிறப்பினுள் உயர்பாகலும்
பிறப்பினுள் இழிபாகலும்
ஏனோர்நின் வலத்தினதே. (21)

செவ்வேளின் சிறப்பு

ஆதி அந்தணன் அறிந்துபரி கொளுவ,
வேத மாபூண் வையத்தேர் ஊர்ந்து,
நாகம் நாணா, மலைவில் லாக,

மூவகை, ஆரெயில் ஓரழல் அம்பின் முளிய,
மாதிரம் அழல, எய்துஅமரர் வேள்விப்
பாகம் உண்ட பைங்கண் பார்ப்பான்,
உமையொடு புணர்ந்த காம வதுவையுள்,
அமையாப் புணர்ச்சி அமைய நெற்றி

இமையா நாட்டத்து ஒருவரம் கொண்டு
விலங்கென, விண்ணோர் வேள்வி முதல்வன்,
விரிகதிர் மணிப்பூ ணவதற்குத்தான் ஈத்தது
அரிதென மாற்றான் வாய்மையன் ஆதலின்,
எரிகனன்று ஆனாக் குடாரிகொண்டு அவனுருவு

திரித்திட் டோன்இவ் வுலகேழும் மருளக்
கருப்பெற்றுக் கொண்டோர் கழிந்தசேய் ஆக்கை
நொசிப்பின் ஏழுறு முனிவர் நனியுணர்ந்து
வசித்ததைக் கண்ட மாக மாதவர்,
மனைவியர் நிறைவயின் வசிதடி சமைப்பின்

சாலார்; தானே தரிக்கென அவர்அவி
உடன்பெய் தோரே; அழல்வேட்டு அவ்வவித்
தடவுநிமிர் முத்தீப் பேணியமன் எச்சில்
வடவயின் விளங்குஆல் உறையெழு மகளிருள்
கடவுள் ஒருமீன் சாலினி ஒழிய,

அறுவர் மற்றையோரும் அந்நிலை அயின்றனர்;
மறுவறு கற்பின் மாதவர் மனைவியர்
நிறைவயின் வழாஅது நிற்சூ லினரே;
நிவந்தோங்கு இமயத்து நீலப் பைஞ்சுனைப்
பயந்தோர் என்ப; பதுமத்துப் பாயல்,
பெரும்பெயர் முருகநிற் பயந்த ஞான்றே,
அரிதமர் சிறப்பின் அமரர் செல்வன்,
எரியுமிழ் வச்சிரம் கொண்டு இகந்துவந்து எறிந்தென
அதுவேறு துணியும் அறுவர் ஆகி
ஒருவனை வாழி! ஓங்குவிறல் சேஎய்! *(54)*

படைக்கலம் அளித்தல்

ஆரா உடம்பின்நீ அமர்ந்துவிளை யாடிய
போரால் வறுங்கைக்குப் புரந்தரன் உடைய,
அல்லல்இல் அனலன் தன்மெய்யிற் பிரித்துச்
செல்வ வாரணம் கொடுத்தோன்; வானத்து
வளங்கெழு செல்வன்தன் மெய்யிற் பிரித்துத்
திகழ்பொறிப் பீலி அணிமயில் கொடுத்தோன்;
திருந்துகோல் ஞமன்தன் மெய்யிற் பிரிவித்து
இருங்கண் வெள்யாட்டு எழில்மறி கொடுத்தோன்,
ஆஅங்கு, அவரும் பிறரும் அமர்ந்துபடை யளித்த
மறியும் மஞ்ஞையும் வாரணச் சேவலும்
பொறிவரிச் சாபமும் மரனும் வாளும்
செறியிலை ஈட்டியும் குடாரியும் கணிச்சியும்
தெறுகதிர்க் கனலியும் மாலையும் கைக்கொண்டு,
வேறுவேறு உருவின்இவ் வாறுஇரு கைக்கொண்டு,

மறுவில் துறக்கத்து அமரர் செல்வன்தன்
பொறிவரிக் கொட்டையொடு புகழ்வரம்பு இகந்தோய்! (70)

சேவடி சேர்வோரும் சேராரும்

நின்குணம் எதிர்கொண்டோர், அறங்கொண்டோர் அல்லதை,
மன்குணம் உடையோர், மாதவர் வணங்கியோர் அல்லதை,
செறுதீ நெஞ்சத்துச் சினம்நீடி னோரும்
சேரா அறத்துச் சீரி லோரும்
அழிதவப் படிவத்து அயரி யோரும்
மறுபிறப்பு இல்லெனும் மடவோரும் சேரார்;
நின்நிழல் அன்னோர் அல்லது இன்னோர்
சேர்வார் ஆதலின், யாஅம் இரப்பவை, (78)

வேண்டும் வரங்கள்

பொருளும் பொன்னும் போகமும் அல்ல; நின்பால்
அருளும் அன்பும் அறனும் மூன்றும்
உருள்இணர்க் கடம்பின் ஒலிதா ரோயே! (81)

அருஞ்சொற் பொருள்:

பா - பரந்த. இரும் - கரிய. பார் - பாறை. துகள் - தூள். சேய் உயர் - மிக உயர்ந்த. தீ அழல் துவைப்ப - தீயின் கொழுந்து ஒலி செய்ய. சூர் - சூரபன்மன். மா -மாமரம். குருகு - அன்றிற் பறவை. மால்வரை - பெரிய மலை. கயம் - மென்மை. நளினம்- தாமரை. காஅய் கடவுள்- திரிபுரம் எரித்த சிவபெருமான். செவ்வேள்- செந்நிற முருகன். பேஎ - அச்சம். வாய் - வாய்மை. சிறப்பு - நல்வினை. ஆதி அந்தணன் - நான்முகன். பரி - செலவு. மா- குதிரை. வையம்- பூமி. நாணா - கயிறாக. எயில் - மதில். அமரர்- தேவர். நாட்டத்து - கண்களையுடைய சிவனிடத்து. விண்ணோர் முதல்வன்- இந்திரன். நொசிப்பு - மனத்தை ஒருமைப்படுத்திய நுண்ணுணர்வு. மாக- பெரிய. நிறைவயின் - கற்பிடத்து. வசி - பிளந்த துண்டம். சாலார்- நிறையார். தடவு நிமிர் - வேள்வியில் எழுந்த. வடவயின் - வடப்பக்கம். ஆல் - ஆரல். நிறை - கற்பு. வழாஅது- தவறாமல். சூலினர் - கருக் கொண்டனர். நிவந்தோங்கு- மிக உயர்ந்த. பைஞ்சுனை - பசுமையான பொய்கை. பெரும் பெயர் - மிகுந்த புகழ். அமரர் செல்வன் - இந்திரன். வச்சிரம் - வச்சிரப்படை. இகந்து - மாறுபட்டு. விறல் - வெற்றி. சேஎய் - முருகன். ஆரா உடம்பு - வளர்ச்சியடையாத மேனி. அல்லல் - துன்பம். வானத்து வளங்கெழு செல்வன் - இந்திரன். மெய் - உடம்பு. பொறி- புள்ளி.

எழில் - அழகு. மஞ்ஞை - மயில். அமர்ந்து - விரும்பி. துறக்கம்- விண்ணுலகம். கொட்டை - பொகுட்டு. குணம் - அருள். மன் - நிலைபெற்ற. சீர் - புகழ். படிவம் - விரத நெறி. நிழல் - திருவடி நிழல். இரப்பவை - வேண்டுபவை. உருள் - தேர்ச்சக்கரம். இணர் - பூங்கொத்து. ஒலி - தழைத்தல். தாரோய் - மாலையை உடையவனே.

சிறப்புக் குறிப்பு

கடுவன் இளவெயினனார் வேண்டும் வரங்கள் சிறப்புடையவை. உலக மக்களில் பெரும்பாலோர் கேட்கும் நிலையற்றனவாகிய பொருள், பொன், போகங்களை அவர் கேட்கவில்லை. நிலைத்த இன்பத்திற்கு அடிப்படையான **அருளும் அன்பும் அறனும்** வேண்டுகிறார். **பரிமேலழகர்** அருள் - இறைவனது அருள்; அன்பு - இறைவனிடம் செலுத்தும் அன்பு; அறம் - அருளாலும் அன்பாலும் தோன்றும் அறம் என்று உரை கூறியிருத்தல் சிறப்பாக உள்ளது. அருளை அன்பின் முதிர்ச்சியாகக் கொள்க. 'அருளென்னும் அன்பீன் குழவி' (757) என்னும் குறள் நினைக்கத் தக்கது (இரா.சாரங்கபாணி, பரிபாடல்: மக்கள் பதிப்பு, ப.100).

III. வையை

ஆசிரியர்: நல்லந்துவனார்

இசை வகுத்தவர்: நாகனார்

பண்: பண்ணுப் பாலையாழ்

இப்பாடல் வரைவு மலிந்த தோழி, கன்னிப் பருவத்துத் தைந்நீராடத் தவம் தலைப்பட்டேம் என வையையை நோக்கித் தலைமகன் கேட்பச் சொல்லியது.

வையையின் பெருவெள்ளம்

விரிகதிர் மதியமொடு வியல்விசும்பு புணர்ப்ப,
எரிசடை எழில்வேழம் தலையெனக் கீழிருந்து
தெருவிடைப் படுத்தமூன்று ஒன்பதிற்று இருக்கையுள்
உருகெழு வெள்ளிவந்து ஏற்றியல் சேர,

வருடையைப் படிமகன் வாய்ப்பப் பொருள்தெரி
புந்தி மிதுனம் பொருந்தப் புலர்விடியல்
அங்கி உயர்நிற்ப, அந்தணன் பங்குவின்
இல்லத் துணைக்குஉப்பால் எய்த, இறையமன்

வில்லிற் கடைமகரம் மேவப்பாம்பு ஒல்லை

மதியம் மறைய வருநாளில், வாய்ந்த
பொதியில் முனிவன் புரைவரைக் கீறி
மிதுனம் அடைய, விரிகதிர் வேனில்
எதிர்வரவு மாரி இயைகெனஇவ் வாற்றால்
புரைகெழு சையம் பொழிமழை தாழ, (15)

நெரிதரூஉம் வையைப் புனல்.

மருதந் துறை

வரையன புன்னாகமும்
கரையன சுரபுன்னையும்
வண்டு அறைஇய சண்பகநிரை தண்பதம்
மனைமாமரம், வாள்வீரம்
சினைவளர் வேங்கை, கணவிரி, காந்தள்,
தாய தோன்றி தீயென மலரா,
ஊதை அவிழ்த்த உடையிதழ் ஒண்ணீலம்,
வேய்பயில் சோலை அருவி தூர்த்தரப்
பாய்திரை உந்தித் தருதலான், ஆய்கோல்

வயவர் அரிமலர்த் துறைஎன்கோ;
அரிமலர் மீப்போர்வை ஆரம்தாழ் மார்பில்
திரைநுரை மென்பொகுட்டுத் தேமணச் சாந்தின்
அரிவை யதுதானை என்கோ, கள் உண்ணூஉப்
பருகு படிமிடறு என்கோ, பெரிய (30)

திருமருத நீர்ப்பூந் துறை.

வையையின் நிலை

ஆநாள் நிறைமதி அலர்தரு பக்கம்போல்,
நாளின் நாளின் நளிவரைச் சிலம்புதொட்டு
நிலவுப்பரந் தாங்கு நீர்நிலம் பரப்பி,
உலகுபயம் பகர ஓம்புபெரும் பக்கம்

வழியது பக்கத்து அமரர் உண்டி
மதிநிறைவு அழிவதின் வரவு சுருங்க,
எண்மதி நிறைஉவா இருள்மதி போல,
நாள்குறை படுதல் காணுநர் யாரே?
சேண்இகந்து கல்லூர்ந்த மாணிழை வையை!

வயத்தணிந்து ஏகுநின் யாணர்இரு நாள்பெற
மாமயில் அன்னார் மறையிற் புணர்மைந்தர்
காமங் களவிட்டுக் கைகொள்கற்பு உற்றென,
மல்லல் புனல்வையை மாமலை விட்டிருத்தல்
இல்லத்து நீதனிச்சேறல், இளிவரல்.

எனவாங்கு,
கடையழிய நீண்டகன்ற கண்ணாளைக் காளை
படையொடுங் கொண்டு பெயர்வானைச் சுற்றம்
இடைநெறித் தாக்குற்றது ஏய்ப்ப, அடல்மதுரை
ஆடற்கு நீரமைந்தது யாறு. *(49)*

நீர் விளையாட்டு

ஆற்றணி, வெள்வாள் விதிர்ப்போர், மிளிர்குந்தம் ஏந்துவோர்,
கொள்வார் கோல்கொள்ளக் கொடித்திண்தேர் ஏறுவோர்,
புள்ளேர் புரவி பொலம்படைக் கைம்மாவை
வெள்ளநீர் நீத்தத்துள் ஊர்பூர்பு உழக்குநரும்
கண்ணாரும் சாயல் கழித்துரப் போரை

வண்ணநீர் கரந்த வட்டுவிட்டு எறிவோரும்
மணம்வரு மாலையின் வட்டிப் போரைத்
துணிபிணர் மருப்பின் நீர்எக்கு வோரும்
தெரிகோதை நல்லார்தம் கேளிர்த் திளைக்கும்
உருகெழு தோற்றம் உரைக்குங்கால், நாளும்

பொருகளம் போலும் தகைத்தே, பரிகவரும்
பாய்தேரான் வையை யகம்;
நீர்அணி வெறிசெறி மலருறு கமழ்கண்
தார்வரை அகலத்துஅவ் ஏரணி நேரிழை
ஒளிதிகழ்தகை வகைசெறிபொறி

புனைவினைப் பொலங் கோதை யவரொடு
பாகர் இறைவழை மதுநுகர்பு களிபரந்து
நாகரின்நல் வளவினை வயவேற நளிபுணர்மார்
காரிகைமது ஒருவரின் ஒருவர் கண்ணின் கவர்புறச்
சீரமை பாடற் பயத்தால் கிளர்செவிதெவி

உம்பர் உறையும் ஒளிகிளர்வான் ஊர்பு ஆடும்
அம்பி கரவா வழக்கிற்றே, ஆங்கதை
கார்ஒவ்வா வேனில் கலங்கித் தெளிவரல்
நீர்ஒவ்வா வையை நினக்கு. *(73)*

தைந்நீராடல்

கனைக்கும் அதிர்குரல் கார்வானம் நீங்கப்
பனிப்படு பைதல் விதலைப் பருவத்து,
ஞாயிறு காயா நளிமாரிப் பிற்குளத்து
மாயிரும் திங்கள் மறுநிறை ஆதிரை
விரிநூல் அந்தணர் விழவு தொடங்கப்
புரிநூல் அந்தணர் பொலங்கலம் ஏற்ப,

வெம்பா தாக, வியன்நில வரைப்பென
அம்பா ஆடலின் ஆய்தொடிக் கன்னியர்
முனித்துறை முதல்வியர் முறைமை காட்டப்
பனிப்புலர் பாடிப் பருமணல் அருவியின்
ஊதை ஊர்தர, உறைசிறை வேதியர்

நெறிநிமிர் நுடங்குஅழல் பேணிய சிறப்பின்
தையல் மகளிர் ஈரணி புலர்த்தர,
வையை நினக்கு மடைவாய்த் தன்று;
மையாடல் ஆடல் மழபுலவர் மாறெழுந்து
பொய்யாடல் ஆகும் புணர்ப்பின் அவரவர்

தீயெரிப் பாலும் செறிதவமுன் பற்றியோ?
தாயருகா நின்று தவத்தைந்நீ ராடுதல்
நீ உரைத்தி வையை நதி.

பெண்களின் செயல்

ஆயிடை, மாயிதழ் கொண்டோர் மடமாதர் நோக்கினாள்
வேய்எழில் வென்று வெறுத்ததோள் நோக்கிச்
சாய்குழை பிண்டித் தளிர்காதில் தையினாள்;
பாய்குழை நீலம் பகலாகத் தையினாள்;
குவளை, குழைக்காதின் கோலச் செவியின்
இவள்செரீஇ நான்கு விழிபடைத்தாள் என்று
நெற்றி விழியா நிறைத்திலகம் இட்டாளே,
கொற்றவைகோ லங்கொண்டோர் பெண்;
பவள வளைசெறித்தாட் கண்டு அணிந்தாள், பச்சைக்
குவளைப் பசுந்தண்டு கொண்டு;
கல்லகா ரப்பூவால் கண்ணி தொடுத்தாளை,
நில்லிகா என்பாள்போல் நெய்தல் தொடுத்தாளே,
மல்லிகா மாலை வளாய். (105)

காதலர் நிலை

தண்டு தழுவாத் தாவுநீர் வையையுள்
கண்ட பொழுதில் கடும்புனல் கைவாங்க,
நெஞ்சம் அவள்வாங்க, நீடுபுணை வாங்க,
நேரிழை நின்றுழிக் கண்நிற்ப, நீரவன்
தாழ்வுழி உய்யாது தான்வேண்டு மாறுய்ப்ப,
ஆயத் துடன்நில்லாள் ஆங்கவன் பின்தொடரூஉத்
தாய்அத் திறமறியாள், தாங்கித் தனிச்சேறல்;
ஆயத்திற் கூடு, என்று அரற்றுஎடுப்பத் தாக்கிற்றே
சேயுற்ற கார்நீர் வரவு. *(114)*

மகளிர் வரம் கேட்டல்

நீதக்காய் தைந்நீர் நிறந்தெளிந்தாய் என்மாரும்
கழுத்தமை கைவாங்காக் காதலர்ப் புல்ல
விழுத்தகை பெறுகென வேண்டுதும் என்மாரும்
பூவீழ் அரியின் புலம்பப் போகாது
யாம்வீழ்வார் ஏமம் எய்துக என்மாரும்
கிழவர் கிழவியர் என்னாதுஏழ் காறும்
மழவீன்று மல்லல்கேள் மன்னுக என்மாரும் *(121)*

தோழி கூற்று

கண்டார்க்குத் தாக்கணங்குஇக் காரிகை காண்மின்
பண்டாரம் காமன் படைஉவள் கண்காண்மின்
நீல்நெய்தாழ் கோதை அவர்விலக்க நில்லாது
பூஊது வண்டினம் யாழ்கொண்ட கொளை கேண்மின்
கொளைப்பொருள் நெரிதரக் கொளுத்தாமல் குரல்கொண்ட
கிளைக்குற்ற உழைச்சுரும்பின் கேழ்கெழு பாலை இசைஓர்மின்
பண்கண்டு திறன்எய்தாப் பண்தாளம் பெறப்பாடிக்
கொண்ட இன்னிசைத் தாளங்(?) கொளை சீர்க்கும் விரித்தாடும்
தண்தும்பி இனம்காண்மின்; தான்வீழ்பூ நெரித்தாளை
முனைகெழு சினநெஞ்சின் முன்எறிந்து பின்னும்
கனைவரல் ஒருதும்பி காய்சினத்து இயல்காண்மின். *(132)*

தலைவியின் விழைவு

என வாங்கு
இன்ன பண்பின் இன்தைந்நீ ராடல்
மின்னிழை நறுநுதல் மகள்மேம் பட்ட

கன்னிமை கனியாக் கைக்கிளைக் காம
இன்னியல்மாண் தேர்ச்சி இசைபரி பாடல்
முன்முறை செய்தவத்தின் இம்முறை இயைந்தேம்,
மறுமுறை அமையத்தும் இயைக
நறுநீர் வையை! நயத்தகு நிறையே. (140)

அருஞ்சொற் பொருள்:

வியல் விசும்பு - அகன்ற வானம். தெரு - வீதி. இருக்கை- இராசி. உருகெழு - நிறம் பொருந்திய. பங்கு - சனி. துணை இல்லம்- இரட்டை வீடு. உப்பால் - மேலுள்ள மீன ராசி. வில் - தனுசு. மதியம் மறைய வருநாள் - சந்திர கிரகண நாள். புரைவரை- உயர்ந்த இடம். புரைகெழு - உயர்ச்சி பொருந்திய. வரை - மலை. அறைஇய - ஒலிக்கின்ற. தாய - தழைத்த. தண்பதம் - குளிர்ந்த தன்மை. சினை - கிளை. மலரா - மலர்ந்து. ஊதை - வாடைக் காற்று. வேய் - மூங்கில். ஆய்கோல் - அழகிய பூப்பறிக்குங்கோல். வயவர் - வலிமை பெற்றவர். மீ - மேல். ஆரம் - முத்துமாலை. அரி - அழகு. பொகுட்டு - குமிழி. சாந்து - சந்தனம். அரிவை - பெண். தானை - முன்தானை. படி - நிலமகள். என்கோ - என்று சொல்லுவேனோ. ஆம் - தோன்றும். அலர்தரு பக்கம் - வளர் பிறைப்பக்கம். நளிவரை - செறிந்த மலை. சிலம்பு - மலைச்சாரல். பயம் - பயன். பெரும்பக்கம் - வளர்பிறைநாள். வழியது - பின்னது. நிறைவு அழிவதின் - நிறைவிலிருந்து தேய்தல் போல. சேண் - உயரம். எண்மதி - எட்டாம் நாள் சந்திரன். இகந்து - நீங்கி. கல்- மலை. வயம் - வேகம். அன்னார் - ஒத்தவர். மறையிற்புணர்தல்- களவுப் புணர்ச்சி. களவிட்டு - களவுவிட்டு. கை - சிறுமை. மல்லல் - வளம். இல்லம் - கடலாகிய வீடு. சேறல் - செல்லுதல். ஏய்ப்ப - ஒப்ப. அடல்- வெற்றி. விதிர்ப்போர் - சுழற்றுவோர். கோல்- சாட்டைக் கோல். புள்ஏர் - பறவை ஒத்த. பொலம்படை - பொன்னாலான நெற்றிப் பட்டம். ஊர்பு - ஊர்ந்து. நீத்தம்- ஆழம். கழி - மூங்கிற்குழாய். பிணர் - சொரசொரப்பு. மருப்பு - கொம்பு. வண்ண நீர் - அரக்கு நீர். கோதை - மாலை. கேளிர் - கணவர். உரு- அழகு. பரி - குதிரை. வெறி - தேன். உறு - மிக்க. தார் - மாலை. அகலம் - மார்பு. ஏர்- அழகு. தகை - அழகு. பொறிவினைபுனை- வேலைப்பாடுகளால் அமைந்த. பொலங்கோதை. பொன்னரி மாலை. பாகர் - இனிமை. இறை - தங்குதல். வழை - இளமை. நாகர் - நாகருலகில் வாழ்பவர். வளவினை - அறச்செயல். வயவு ஏற- இன்பம் மிக. காரிகை மது - அழகாகிய கள். சீர் - தாளம். பயம்- இன்பம்.

தெவி - நிறைத்து. புணர்மார் - கூடும் பொருட்டு. உம்பர்- தேவர். ஊர்பு ஆடும் - ஊர்ந்து செல்லும். அம்பி - விமானம். கரவா- மறைக்காமல். வழக்கிற்று- ஓட்டத்தை உடையது. நீர் - தன்மை. கார்- கார்ப் பருவம். வானம் - மேகம். கனைக்கும் - ஒலிக்கும். பைதல் - குளிர். விதலை - நடுக்கம். நளி - குளிர்ச்சி. குளம் - மார்கழி மாதம். வெம்பாதாக - வெம்மை உறாதாக. வரைப்பு - எல்லை. ஆம்பா ஆடல் - தைந்நீராடல். முனித்துறை - சடங்கு. புலர்பு- விடியற்காலை. ஊர்தர - வீச. சிறை - கரை. நுடங்குதல் - அசைதல். தையல் - ஒப்பனை (அழகு). ஈரணி- ஈர ஆடை. மடை - அவி. மையாடல்- சுவடி தூக்கல். மழபுலவர்- இளஞ்சிறார். செறி - மனவடக்கம். மா- கரிய. வெறுத்த - மிக்க. குழை - தளிர். பிண்டி - அசோகு. தையினாள் - அணிந்தாள். கல்லகாரம் - குளிரி. கண்ணி - தலை மாலை. நில்லிகா - நில்+இகா. இகா - அசைச்சொல். வளாய் - கலந்து. தண்டு - வாழைத்தண்டு. தாழ்வுழி - விரும்பிய இடத்து. உய்ப்ப - செலுத்த. தாங்கி - தடுத்து. ஆயம் - மகளிர் கூட்டம். அரற்று எடுப்ப - அழ. சேயுற்ற - செந்நிறம் பொருந்திய. கார் - கார்காலம். தைந்நீர் - தை மாதத்தில் ஆடுதற்குரிய நீர். விழுத்தகை- சிறந்த பேறு. அரியின் - வண்டு போல. புலம்ப - தனித்திருந்த. வீழ்வார்- விரும்பப்படுவார். ஏமம்- இன்பம். ஏழ்காறும் - மகளிரின் ஏழு பருவம் வரை. மழவு- இளமை. மல்லல்- செல்வம். கேள் - உறவினர். தாக்கணங்கு- தீண்டி வருத்தும் தெய்வம். பண்டாரம் - கருவூலம். நீல்நெய்- நீல நிறமுடைய தேன். கொளை - பாட்டு. கரும்பு - வண்டு. தும்பி - வண்டில் சிறந்த இனம். முனை - மாறுபாடு. கனைவரல்- ஒலித்து வரல். நுதல் - நெற்றி. கைக்கிளை - ஒருதலைக் காமம். முன்முறை - முற்பிறப்பு. மறுமுறை - மறுபிறப்பு. நயத்தகு - விரும்பத்தக்க. நிறை - நிறைந்த நீர்.

சிறப்புக் குறிப்பு

"இப்பாடலின் ஆசிரியர் அந்துவனார் சிறந்த **வான நூற் புலவர்**. வையைப் பெருவெள்ளத்திற்குக் காரணமான மழை பெய்தமைக்குரிய நாள்கோள்களின் நிலையை அவர் இப் பாடலில் விரித்துரைத்துள்ளார்.

கன்னிப் பெண்கள் தம் தாயர் அருகே நின்று நீராடுதலால், தைந்நீராடல் **அம்பாவாடல்** எனவும் பெயர் பெற்றது. தைந்நீராடல் பெண்களால் தை மாதத்தில் விடியற் காலத்தில் மேற்கொள்ளப் பெற்றது. இது தவச்செயல் எனவும் கருதப் பெற்றது...

தைந்நீராடல் பிற்காலத்துச் சமயச் சார்புடையதாயிற்று. அது மார்கழி நீராடலாக (பாவை நோன்பாக) மாறியது. திருப்பாவை திருவெம்பாவைகளில் பாவை நோன்பை விளக்கமாகக் காணலாம்" *(பரிபாடல்: மக்கள் பதிப்பு, பக்.185-188).*

II. பத்துப் பாட்டு

சங்க நூல்கள் என்று பழைய உரையாசிரியர்களால் பாராட்டப் பட்டவை பாட்டும் தொகையும் என்று சிறப்பிக்கப் பெறுகிற பதினெண்மேல் கணக்கு நூல்களே ஆகும். தொகை என்பது எட்டுத் தொகை நூல்களைக் குறிக்கும். பல புலவர்கள் பாடிய பாக்களை எட்டுத் தொகுதிகளாக வகுத்து வைத்த நூல்கள் இவை. இவற்றில் வரும் பாக்களில் மிக நீண்டு வரும் பாக்களைப் 'பாட்டு' என வழங்கி, அத்தகைய பாட்டுக்கள் பத்தினையும் திரட்டி வைத்த நூலே பத்துப் பாட்டு ஆகும். இதில் வரும் பாட்டில் சிற்றளவு 103 அடிகள் (*முல்லைப் பாட்டு*); பேரளவு 782 அடிகள் (*மதுரைக் காஞ்சி*).

1
திருமுருகாற்றுப்படை

குமரவேளை மதுரைக் கணக்காயனார் மகனார் நக்கீரனார் பாடியது திருமுருகாற்றுப் படை. இது பத்துப்பாட்டிற்குக் கடவுள் வாழ்த்துப் போன்று அமைந்துள்ளது. இதைப் புலவராற்றுப்படை எனவும் வழங்குவர். பிற ஆற்றுப்படைகள் பொருள் பெறச் செல்வோன் பெயரால் அமையும். இது பொருள் தருவோன் பெயரால் அமைந்திருப்பது குறிப்பிடத்தக்கது. வீடு பெறுவதற்குச் சமைந்தான் ஓர் இரவலனை வீடு பெற்றான் ஒருவன் முருகனிடத்தே ஆற்றுப் படுத்துவது என்று பொருள் கூறுவார் நச்சினார்க்கினியர்.

1. திருப்பரங்குன்றம்
முருகனின் தோற்றமும் பெருமையும்

உலகம் உவப்ப வலன்ஏர்பு திரிதரு
பலர்புகழ் ஞாயிறு கடற்கண் டாஅங்கு
ஓஅற இமைக்கும் சேண்விளங்கு அவிர்ஒளி,
உறுநர்த் தாங்கிய மதன்உடை நோன்தாள்,
செறுநர்த் தேய்த்த செல்உறழ் தடக்கை,
மறுஇல் கற்பின் வாள்நுதல் கணவன் -

கடப்ப மாலை புரளும் மார்பினன்

கார்கோள் முகந்த கமம்சூல் மாமழை,
வாள்போல் விசும்பில் வள்உறை சிதறித்,
தலைப்பெயல் தலைஇய தண்நறுங் கானத்து
இருள்படப் பொதுளிய பராரை மராஅத்து
உருள்பூந் தண்தார் புரளும் மார்பினன்...
சீர்திகழ் சிலம்புஅகம் சிலம்பப் பாடிச்
சூரா மகளிர் ஆடும் சோலை,

காந்தளங் கண்ணி சூடிய சென்னியன்

மந்தியும் அறியா மரன்பயில் அடுக்கத்து,
சுரும்பும் மூசாச் சுடர்ப்பூங் காந்தள்
பெருந்தண் கண்ணி மிலைந்த சென்னியன் -

சூரனை வென்ற வேலன்

பார்முதிர் பனிக்கடல் கலங்கஉள் புக்குச்
சூர்முதல் தடிந்த சுடர்இலை நெடுவேல்...

மாமரத்தை வெட்டிய செல்வன்

இருபேர் உருவின் ஒருபேர் யாக்கை,
அறுவேறு வகையின் அஞ்சுவா மண்டி,
அவுணர் நல்வலம் அடங்கக் கவிழ்இணர்
மாமுதல் தடிந்த மறுஇல் கொற்றத்து
எய்யா நல்இசைச் செவ்வேல் சேஎய்

ஆற்றுப்படுத்தல்

சேவடி படரும் செம்மல் உள்ளமொடு,
நலம்புரி கொள்கைப் புலம்பிரிந்து உறையும்,
செலவுநீ நயந்தனை ஆயின், பலவுடன்
நன்னர் நெஞ்சத்து இன்னசை வாய்ப்ப
இன்னே பெறுதி,நீ முன்னிய வினையே:...
அஞ்சிறை வண்டின் அரிக்கணம் ஒலிக்கும்
குன்று அமர்ந்து உறைதலும் உரியன், அதாஅன்று...

2. திருச்சீர் அலைவாய் - திருச்செந்தூர்

ஆறுமுகங்களின் இயல்புகள்

மாஇருள் ஞாலம் மறுஇன்றி விளங்கப்
பல்கதிர் விரிந்தன்று, ஒருமுகம்; ஒருமுகம்,

ஆர்வலர் ஏத்த, அமர்ந்துஇனிது ஒழுகிக்,
காதலின் உவந்து வரம்கொடுத் தன்றே; ஒருமுகம்
மந்திர விதியின் மரபுளி வழாஅ
அந்தணர் வேள்விஓர்க் கும்மே; ஒருமுகம்
எஞ்சிய பொருள்களை ஏமுற நாடித்
திங்கள் போலத் திசைவிளக் கும்மே; ஒருமுகம்
செறுநர்த் தேய்த்துச் செல்சமம் முருக்கிக்
கறுவுகொள் நெஞ்சமொடு களம்வேட் டன்றே; ஒருமுகம்
குறவர் மடமகள், கொடிபோல் நுசுப்பின்
மடவரல், வள்ளியொடு நகைஅமர்ந் தன்றே;
ஆங்குஅம் மூஇரு முகனும், முறைநவின்று ஒழுகலின் -

தோள்

ஆரம் தாழ்ந்த அம்பகட்டு மார்பின்
செம்பொறி வாங்கிய மொய்ம்பின், சுடர்விடுபு,
வண்புகழ் நிறைந்து, வசிந்துவாங்கு, நிமிர்தோள்

பன்னிரு கைகளின் தொழில்கள்

விண்செலல் மரபின் ஐயர்க்கு ஏந்தியது
ஒருகை; உக்கம் சேர்த்தியது ஒருகை;
நலம்பெறு கலிங்கத்துக் குறங்கின்மிசை அசைஇயது ஒருகை;
அங்குசம் கடாவ ஒருகை; இருகை
ஐயிரு வட்டமொடு எஃகுவலம் திரிப்ப; ஒருகை
மார்பொடு விளங்க; ஒருகை
தாரொடு பொலிய; ஒருகை
கீழ்வீழ் தொடியொடு மீமிசைக் கொட்ப; ஒருகை
பாடுஇன் படுமணி இரட்ட; ஒருகை
நீல்நிற விசும்பின் மலிதுளி பொழிய; ஒருகை
வான்அர மகளிர்க்கு வதுவை சூட்ட;
ஆங்குஅப் பன்னிரு கையும் பாற்பட இயற்றி...
உலகம் புகழ்ந்த ஓங்குஉயர் விழுச்சீர்
அலைவாய்ச் சேறலும் நிலைஇய பண்பே, அதாஅன்று...

3. திருஆவினன் குடி - பழனி

திருமால்

பாம்புபடப் புடைக்கும் பல்வரிக் கொடுஞ்சிறைப்
புள்அணி நீள்கொடிச் செல்வனும் -

சிவன்

உமைஅமர்ந்து விளங்கும் இமையா முக்கண்,
மூஎயில் முருக்கிய, முரண்மிகு செல்வனும் -

இந்திரன்

இரண்டு ஏந்திய மருப்பின், எழில்நடைத்
தாழ்பெருந் தடக்கை உயர்த்த யானை
எருத்தம் எறிய திருக்கிளர் செல்வனும் -

பிரமனுக்காகத் தேவர்கள் வந்தமை

நான்முக ஒருவற் சுட்டிக், காண்வர...
நால்வேறு இயற்கைப் பனிஒரு மூவரொடு,
ஒன்பதிற்று இரட்டி உயர்நிலை பெறீஇயர்...
உறுகுறை மருங்கில்தம் பெறுமுறை கொண்மார்,
அந்தரக் கொட்பினர், வந்துஉடன் காண,

முருகன் மடந்தையொடு வீற்றிருத்தல்

தாஇல் கொள்கை மடந்தையொடு, சில்நாள்
ஆவி னன்குடி அசைதலும் உரியன்.
அதா அன்று...

4. திருஏரகம்

இருபிறப்பாளரின் இயல்பு

அறுநான்கு இரட்டி இளமை நல்யாண்டு
ஆறினில் கழிப்பிய, அறன்நவில் கொள்கை;
மூன்றுவகைக் குறித்த முத்தீச் செல்வத்து,
இருபிறப் பாளர், பொழுதுஅறிந்து நுவல

அந்தணர் வழிபடும் முறை

ஒன்பது கொண்ட மூன்றுபுரி நுண்ஞாண்,
புலராக் காழகம் புலர உடீஇ,
உச்சிக் கூப்பிய கையினர்...
விரைஉறு நறுமலர் ஏந்திப் பெரிதுஉவந்து,
ஏரகத்து உறைதலும் உரியன். அதா அன்று...

5. குன்றுதோறு ஆடல்

...வேலன்...
குன்றகச் சிறுகுடிக் கிளையுடன் மகிழ்ந்து,
தொண்டகச் சிறுபறைக் குரவை அயர...

மயில்கண் டன்ன மடநடை மகளிரொடு...
முழவுஉறழ் தடக்கையின் இயல ஏந்தி,
மென்தோள் பல்பிணை தழீஇ, தலைத்தந்து,
குன்றுதொறு ஆடலும் நின்றதன் பண்பே. அதாஅன்று,

6. பழமுதிர்சோலை

முருகன் இருப்பிடங்கள்

சிறுதினை மலரொடு விரைஇ, மறிஅறுத்து,
வாரணக் கொடியொடு வயிற்பட நிறீஇ,
ஊர்ஊர் கொண்ட சீர்கெழு விழவினும்,
ஆர்வலர் ஏத்த மேவரு நிலையினும்,
வேலன் தைஇய வெறிஅயர் களனும்,
காடும் காவும், கவின்பெறு துருத்தியும்,
யாறும் குளனும், வேறுபல் வைப்பும்,
சதுக்கமும் சந்தியும், புதுப்பூங் கடம்பும்,
மன்றமும் பொதியிலும், கந்துடை நிலையினும்...

குறமகள் முருகாற்றுப்படுத்த நகர்

இமிழ்இசை அருவியொடு இன்இயம் கறங்க,
உருவப் பல்பூத் தூஉய், வெருவரக்
குருதிச் செந்தினை பரப்பிக், குறமகள்
முருகுஇயம் நிறுத்து, முரணினர் உட்க,
முருகுஆற்றுப் படுத்த உருகெழு வியல்நகர்

முருகனை வழிபடல்

ஆடுகளம் சிலம்பப் பாடிப், பலவுடன்
கோடுவாய் வைத்துக், கொடுமணி இயக்கி,
ஓடாப் பூட்கைப் பிணிமுகம் வாழ்த்தி,
வேண்டுநர் வேண்டியாங்கு எய்தினர் வழிபட,
ஆண்டுஆண்டு உறைதலும் அறிந்த வாறே.

முருகனைப் புகழ்தல்

ஆண்டு ஆண்டு ஆயினும்ஆக, காண்தக
முந்துநீ கண்டுழி முகன்அமர்ந்து ஏத்திக்,
கைதொழூஉப் பரவிக், கால்உற வணங்கி,
நெடும்பெருஞ் சிமையத்து நீலப் பைஞ்சுனை,
ஐவருள் ஒருவன் அங்கை ஏற்ப,
அறுவர் பயந்த ஆறுஅமர் செல்வ!
ஆல்கெழு கடவுள் புதல்வ! மால்வரை

மலைமகள் மகனே! மாற்றோர் கூற்றே!..
... ...
யான்அறி அளவையின் ஏத்தி, ஆனாது

கருதி வந்ததைச் சொல்லுதல்

'நின்அளந்து அறிதல் மன்னுயிர்க்கு அருமையின்,
நின்அடி உள்ளி வந்தனென்; நின்னொடு
புரையுநர் இல்லாப் புலமையோய்!'எனக்
குறித்தது மொழியா அளவையின் - குறித்துஉடன்
வேறுபல் உருவின் குறும்பல் கூளியர்,
சாறுஅயர் களத்து வீறுபெறத் தோன்றி,
'அளியன் தானே முதுவாய் இரவலன்;
வந்தோன் பெரும! நின் வண்புகழ் நயந்து'என!
இனியவும் நல்லவும் நனிபல ஏத்தித்

முருகன் அருள் புரிதல்

தெய்வம் சான்ற திறல்விளங்கு உருவின்,
வான்தோய் நிவப்பின், தான்வந்து எய்தி,
அணங்குசால் உயர்நிலை தழீஇப், பண்டைத்தன்
மணம்கமழ் தெய்வத்து இளநலம் காட்டி,
'அஞ்சல் ஓம்புமதி, அறிவல்நின் வரவு'என,
அன்புடை நல்மொழி அளைஇ, விளிவுஇன்று,
இருள்நிற முந்நீர் வளைஇய உலகத்து
ஒருநீ ஆகித் தோன்ற, விழுமிய
பெறல்அரும் பரிசில் நல்குமதி...
இழுமென இழிதரும் அருவிப்
பழமுதிர் சோலை மலைகிழ வோனே! (317)

அருஞ்சொற் பொருள்:

உவப்ப - மகிழ. வலன் - வலப்பக்கம்; வெற்றி. கண்டாங்கு- கண்டதைப் போல. சேண் - தூரம். அவிர் - விளங்குதல். உறுநர்- தம்மைச் சார்ந்தவர்கள். மதன் - அழகு. நோன்- வலிமை. தாள்- பாதம். செறுநர் - பகைவர். செல் - இடி. உறழ் - போன்ற. வாள்- ஒளி. நுதல் - நெற்றி.

கார்கோள் - கடல். கமம் - நிறைவு. வாள் - ஒளி. வள்-பெரிய. சிதறுதல் - வீசுதல். தலைப்பெயல் - முதல் மழை. கானம் - காடு. பராரை - பெரிய அடி. மராத்து - செங்கடம்ப மரம். உருள்பூ - தேர்ச்சக்கரம் போன்ற பூ. தண்- குளிர்ச்சி. தார் - மாலை.

சிலம்பு - மலை. சிலம்ப - ஒலிக்க. மந்தி - குரங்கு. அடுக்கம் - பக்க மலை. சுரும்பு - வண்டு. மூசா - மொய்க்காத.

பார் - பாறை, பனி - குளிர்ச்சி. சூர் - சூரபன்மன். முதல்- அசுர குலத்திற்கு முதல்வனாகிய சூரபன்மன். தடிந்த- பிளந்த; கொன்ற. சுடர் - ஒளி. நெடு - நீண்ட

இருபேர் உரு - குதிரை முகம் மனித உடல். அவுணர்- அசுரர். இணர் - பூங்கொத்து. மா - மாமரம். மறு - குற்றம். கொற்றம் - வெற்றி. எய்யா - குறையாத; அறியமுடியாத. இசை - புகழ்

சேவடி - செம்மையான, சிவந்த பாதங்கள். செம்மல்- நற்பண்புகளை உடையவன். புலம் - இடம். நயத்தல் - விரும்புதல். நன்னர் - நல்ல. நசை - விருப்பம். அரி - அழகு. உறைதல் - தங்குதல்.

மா - மிகுதியான; பெரிய. ஞாலம் - உலகம். ஆர்வலர்- விரும்பியோர். உவந்து - மகிழ்ந்து. வரம் கொடுத்தல் - வேண்டியதை வேண்டியவாறு கொடுத்தல். மரபுளி - மரபின் வழியில். ஓர்க்கும்- ஆழ்ந்து கவனிக்கும். ஏம் - காவல். செறுநர் - பகைவர். சமம் - போர். முருக்கி - செய்து வென்று. கறுவு - சினம்.

ஆரம் - முத்து மாலை; சந்தன மாலை. தாழ்தல் - தொங்குதல்; தங்குதல். அம் - அழகிய. பகடு - பெருமை. செம்பொறி - சிவந்த வரிகள். வண் - மிகுதி. வசிந்து - பிளந்து.

ஐயர் - முனிவர். உக்கம் - இடுப்பு. கலிங்கம் - ஆடை. குறங்கு- தொடை. அசைதல் - தங்குதல். கடாவ - செலுத்த. ஐ - அழகு, இரு - பெரிய. ஐயிரு வட்டம் - கேடயம். எஃகு- வேல். தார் - மாலை. தொடி - கையில் அணியும் ஆபரணம். கொட்ப - சுழல. இரட்ட - ஒலிக்க. துளி - மழை. வதுவை- மணம்; மணமாலை.

முன்னி - விரும்பி. ஆறு - வழி. அலைவாய் - அலைகள் அடிக்கின்ற இடம்; திருச்செந்தூர். சிறை - சிறகுகள். புள் - பறவை. புள் அணி நீல்கொடிச் செல்வன் - திருமால்.

முக்கண் - வலம் இடம் மற்றும் நெற்றிக்கண். மூஎயில்- வெள்ளி, பொன், இரும்பு இவற்றால் ஆன அசுரரின் மதில்கள். முருக்கிய - அழித்த; வென்ற.

நாட்டம் - கண். முற்றிய - செய்த. கொற்றம் - வெற்றி. மருப்பு- யானைக் கொம்பு. தடக்கை - தும்பிக்கை. எருத்தம்- பிடரி.

நால்வேறு இயற்கை - ஆதித்தர், உருத்திரர், வசு, மருத்துவர். ஒன்பதிற்று இரட்டி - பதினெண் கணங்கள். தா- குற்றம். மடந்தை- தேவயானை. அசைதல் - தங்குதல்.

இருமூன்று - ஆறு அந்தணர் தொழில்கள். வழாஅது- வழுவாமல். இருவர் - பெற்றோர். தொல்குடி - பழமையான குடி. அறுநான்கு இரட்டி - நாற்பத்து எட்டு. ஆறு - வழி. இரு பிறப்பாளர் - அந்தணர். காழகம் - ஆடை. ஆறு எழுத்து- ஆறெழுத்து மந்திரம்.

தொண்டகம் - பறவைகளுள் ஒன்று. குரவை - கூத்து. மடநடை- மென்மையான நடை. தடம் - பெரிய. தழீஇ - தழுவி. தலை - தலைக்கை தருதல். தினை - தினைஅரிசி. விரைஇ - விரவி. மறி- ஆட்டுக்கிடாய். வாரணம் - கோழி. வயின் - இடம். நிறீஇ - நிறுத்தி.

ஆர்வலர் - அவனை விரும்புவோர். மேவரு - விரும்பி வருகின்றன. தைஇய - இயற்றிய. வெறிஅயர் களன் - வெறியாடும் இடம். கா - சோலை. கவின் - அழகு. துருத்தி- ஆற்றிடைக்குறை. வைப்பு - இடம். சதுக்கம் - நாலு வீதிகள் கூடுகின்ற இடம். சந்தி- மூன்று வீதிகள் சந்திக்கின்ற இடம். கடம்பு - கடம்ப மரம். மன்றம்- பொது இடம். கந்து -கல்தூண்.

இயம் - இசைக் கருவி. தூஉய் - தூவி. வெருவர - அச்சம் பொருந்த. குருதி - இரத்தம். முருகு இயம் - முருகன் விரும்புகின்ற இசைக்கருவிகள்.

ஆடுகளம் - வேலன் வெறியாடுகின்ற இடம். சிலம்ப- எதிர் ஒலிக்க. கோடு - ஊதுகொம்பு. ஓடா - புறங்கொடுக்காத; கெடாத. பூட்கை - வலிமை. பிணிமுகம் - யானை, மயில்.

ஆண்டு - அவ்விடம். அமர்ந்து - விரும்பி. ஏத்தி - துதித்து; புகழ்ந்து. பரவி - வாழ்த்தி. சிமையம் - இமயம். நீலம் - தருப்பை. ஐவருள் ஒருவன் - அக்கினி. அங்கை - உள்ளங்கை. அறுவர் - கார்த்திகைப் பெண்டிர். ஆல் - கல்லால மரம். மால் - பெரிய. வரை- மலை. மாற்றோர் - பகைவர். கூற்று - எமன்.

புரையுநர் - ஒப்போர். புலமையோய் - அறிவுடையவனே. கூளியர் - ஏவலாளர்; பூத கணங்கள். சாறு - திருவிழா. அளியன்- இரங்கத்தக்கவன். முதுவாய் - அறிவுடையவன்.

திறல் - ஆற்றல். உரு - வடிவு. நிவப்பு - உயரம். அணங்கு- அச்சம். அளைஇ - கலந்து. விளிவு - அழிவு;கெடுதி. பெறல் அரும் பரிசில் - பெறுதற்கரிய பரிசாகிய வீடுபேறு.

2
பொருநர் ஆற்றுப்படை

சோழன் கரிகால் பெருவளத்தானை முடத்தாமக் கண்ணியார் பாடியது, பொருநர் ஆற்றுப்படை.

பொருதல் என்றால் போர் செய்தல் என்பது பொருள். பொருதல் - ஒப்பாக இருத்தல் என்றும் பொருள் அமையும். பொருநன் என்ற சொல்லுக்குப் படை வீரன், உவமிக்கப் படுபவன், கூத்தன், நடிகன் எனப் பல பொருள்கள் உண்டு. இங்குப் பாடி நடிக்கின்ற பொருநரைக் குறிப்பிடுகின்றது.

பொருநர் ஏர்க்களம் பாடுவோர், போர்க்களம் பாடுவோர், பரணி பாடுவோர் என மூவகைப்படுவர். இப்பாட்டில் கூறப்பெறும் பொருநன் தடாரிப்பறை கொட்டிப் போர்க்களம் பாடுவோன் ஆவான்.

பரிசில் பெற்றுத் திரும்பி வரும் பொருநன், பரிசில் பெறச் செல்லும் பொருநனை வழிப்படுத்துகின்ற பாடல் பொருநர் ஆற்றுப்படை.

பொருநனை அழைத்தல்

அறாஅ யாணர் அகன்தலைப் பேரூர்
சாறுகழி வழிநாள், சோறுநசை உறாது,
வேறுபுலம் முன்னிய விரகுஅறி பொருந!

யாழின் அமைப்பு

குளப்புவழி அன்ன கவடுபடு பத்தல்;
விளக்குஅழல் உருவின் விசிஉறு பச்சை,
எய்யா இளஞ்சூல் செய்யோள் அவ்வயிற்று
ஐதுமயிர் ஒழுகிய தோற்றம் போல,
பொல்லம் பொத்திய பொதியுறு போர்வை;

அளைவாழ் அலவன் கண்கண் டன்ன
துளைவாய் தூர்ந்த துரப்புஅமை ஆணி
எண்நாள் திங்கள் வடிவிற்று ஆகி,
அண்-நா இல்லா அமைவரு வறுவாய்ப்;
பாம்புஅணந் தன்ன ஓங்குஇரு மருப்பின்;
மாயோள் முன்கை ஆய்தொடி கடுக்கும்;

கண்கூடு இருக்கைத் திண்பிணித் திவவின்
ஆய்திணை யரிசி அவையல் அன்ன
வேய்வை போகிய விரல்உளர் நரம்பின்,
கேள்வி போகிய நீள்விசித் தொடையல்;
மணம்கமழ் மாதரை மண்ணி யன்ன,

அணங்கு மெய்ந்நின்ற அமைவரு காட்சி
ஆறுஅலை கள்வர் படைவிட அருளின்
மாறுதலை பெயர்க்கும் மருவுஇன் பாலை
வாரியும் வடித்தும் உந்தியும் உறழ்ந்தும்,
சீருடை நன்மொழி நீரொடு சிதறி

பாடினியின் முடி முதல் அடி வரை உள்ள வருணனை

அறல்போல் கூந்தல், பிறைபோல் திருநுதல்,
கொலைவில் புருவத்துக், கொழுங்கடை மழைக்கண்,
இலவுஇதழ் புரையும் இன்மொழித் துவர்வாய்ப்,
பலஉறு முத்தின் பழிதீர் வெண்பல்,
மயிர்குறை கருவி மாண்கடை அன்ன

பூங்குழை ஊசற் பொறைசால் காதின்,
நாண்அடச் சாய்ந்த நலம்கிளர் எருத்தின்,
ஆடுஅமைப் பணைத்தோள், அரிமயிர் முன்கை,
நெடுவரை மிசைஇய காந்தள் மெல்விரல்,
கிளிவாய் ஒப்பின் ஒளிவிடு வள்உகிர்,

அணங்குஎன உருத்த சுணங்குஅணி ஆகத்து,
ஈர்க்குஇடை போகா ஏர்இள வனமுலை,
நீர்ப்பெயர்ச் சுழியின் நிறைந்த கொப்பூழ்,
உண்டுஎன உணரா உயவும் நடுவின்,
வண்டுஇருப்பு அன்ன பல்காழ் அல்குல்,

இரும்பிடித் தடக்கையின் செறிந்துதிரள் குறங்கின்,
பொருந்துமயிர் ஒழுகிய திருந்துதாட்கு ஒப்ப

வருந்துநாய் நாவின் பெருந்தகு சீறடி,
அரக்குஉருக்கு அன்ன செந்நிலன் ஒதுங்கலின்,
பரற்பகை உழந்த நோயொடு சிவணி,

மரல்பழுத் தன்ன மறுகுநீர் மொக்குள்
நன்பகல் அந்தி நடைஇடை விலங்கலின்,
பெடைமயில் உருவின், பெருந்தகு பாடினி

காடுறை தெய்வத்திற்குக் கடன் கழித்தல்

பாடின பாணிக்கு எற்ப, நாள்தொறும்
களிறு வழங்குஅதர்க் கானத்து அல்கி,
இலைஇல் மராஅத்த, எவ்வம் தாங்கி,
வலைவலந் தன்ன மென்நிழல் மருங்கில்,
காடுஉறை கடவுட்கடன் கழிப்பிய பின்றைப்

பரிசு பெற்றோன், பரிசு பெறச் செல்வோனை அழைத்தல்

பீடுகெழு திருவின், பெரும்பெயர், நோன்தாள்,
முரசு முழங்கு தானை மூவருங் கூடி

அரசவை இருந்த தோற்றம் போலப்
கோடியர் தலைவ! கொண்டது அறிந!
அறியா மையின் நெறிதிரிந்து ஒராஅது,
ஆற்றுஎதிர்ப் படுதலும் நோற்றதன் பயனே;

போற்றிக் கேண்மதி, புகழ்மேம் படுந!
ஆடுபசி உழந்தநின் இரும்பேர் ஒக்கலொடு
நீடுபசி ஒராஅல் வேண்டின், நீடுஇன்று
எழுமதி வாழி, ஏழின் கிழவ!

பரிசு பெற்றோன் பாடிய முறை

பழுமரம் உள்ளிய பறவையின், யானும், அவன்
இழுமென் சும்மை இடனுடை வரைப்பின்,
நசையுநர்த் தடையா நன்பெரு வாயில்
இசையேன் புக்குஎன் இடும்பை தீர,
எய்த்த மெய்யேன் ஆகிப்
பைத்த பாம்பின் துத்தி ஏய்ப்பக்

கைக்கசடு இருந்தஎன் கண்அகன் தடாரி
இருசீர்ப் பரணிக்கு ஏற்ப, விரிகதிர்

வெள்ளி முளைத்த நள்ளிருள் விடியல்
ஒன்றுயான் பெட்டா அளவையின் ஒன்றிய

அரசனின் விருந்தோம்பல் சிறப்பு

கேளிர் போலக் கேள்கொளல் வேண்டி,
வேளாண் வாயில் வேட்பக் கூறி,
கண்ணில் காண நண்ணுவழி இரீஇ,
பருகு அன்ன அருகா நோக்கமோடு,
உருகு பவைபோல் என்பு, குளிர்கொளீஇ,
ஈரும் பேனும் இருந்துஇறை கூடி,

வேரொடு நனைந்து, வேற்றுஇழை நுழைந்த
துன்னற் சிதாஅர் துவர நீக்கி,
நோக்கு நுழைகல்லா நுண்மைய, பூக்கனிந்து
அரவுஉரி அன்ன அறுவை நல்கி,
மழைஎன மருளும் மகிழ்செய் மாடத்து,

இழைஅணி வனப்பின் இன்நகை மகளிர்,
போக்குஇல் பொலங்கலம் நிறையப் பல்கால்
வாக்குபு தரத்தர, வருத்தம் வீட,
ஆர உண்டு, பேரஞர் போக்கிச்,
செருக்கொடு நின்ற காலை, மற்றுஅவன்

இரவில் தங்கும் இடம்

திருக்கிளர் கோயில் ஒருசிறைத் தங்கி,
தவம்செய் மாக்கள் தம்உடம்பு இடர்அது
அதன்பயம் எய்திய அளவை மான,
ஆறுசெல் வருத்தம் அகல நீக்கி,
அனந்தர் நடுக்கம் அல்லது யாவதும்
மனம்கவல்பு இன்றி, மாழாந்து எழுந்து,

காலையில் அரசவை செல்லல்

மாலை அன்னதுஓர் புன்மையும், காலைக்
கண்டோர் மருளும் வண்டுசூழ் நிலையும்,
கனவுஎன மருண்டஎன் நெஞ்சுஏ மாப்ப,
வல்அஞர் பொத்திய மனம்மகிழ் சிறப்ப,

கல்லா இளைஞர் சொல்லிக் காட்டக்,
கதுமெனக் கரைந்து, வம்எனக் கூஉய்,
அதன்முறை கழிப்பிய பின்றைப், பதன்அறிந்து,

அரசன் உணவு கொடுத்து ஓம்பிய முறை

துராஅய் துற்றிய துருவைஅம் புழுக்கின்
பராஅரை வேவை பருகு எனத்தண்டி

காழின் சுட்ட கோழ்ஊன் கொழுங்குறை
ஊழின் ஊழின் வாய்வெய்து ஒற்றி,
அவைஅவை முனிகுவம் எனினே, சுவைய
வேறுபல் உருவின் விரகுதந்து இரீஇ,
மண்அமை முழவின் பண்அமை சீறியாழ்

ஒண் நுதல் விறலியர் பாணி தூங்க
மகிழ்ப்பதும் பல்நாள் கழிப்பி, ஒருநாள்
அவிழ்ப்பதும் கொள்களன்று இரப்ப, முகிழ்த்தகை
முரவை போகிய முரியா அரிசி
விரல்என நிமிர்ந்த நிரல்அமை புழுக்கல்,
பரல்வறைக் கருனை, காடியின் மிதப்ப
அயின்ற காலைப், பயின்று இனிதுஇருந்து,
கொல்லை உழுகொழு ஏய்ப்ப பல்லே
எல்லையும் இரவும் ஊன்தின்று மழுங்கி,
உயிர்ப்பிடம் பெறாஅது, ஊண்முனிந்து ஒருநாள்,

அரசனிடம் ஊர் செல்ல விரும்புவதைக் கூறல்

'செயிர்த்துஎழு தெவ்வர் திறைதுறை போகிய
செல்வ! சேறும்எம் தொல்பதிப் பெயர்ந்து' என,
மெல்லெனக் கிளந்தனம் ஆக, 'வல்லே

பரிசு தந்து அனுப்பல்

அகறி ரோஎம் ஆயம் விட்டு!' என,
சிரறிய வன்போல் செயிர்த்த நோக்கமொடு,

'துடிஅடி அன்ன தூங்குநடைக் குழவியொடு
பிடிபுணர் வேழம் பெட்டவை கொள்க!' எனத்,
தன்அறி அளவையின் தரத்தர, யானும்
என்அறி அளவையின் வேண்டுவ முகந்துகொண்டு,
இன்மை தீர வந்தனென். வென்வேல்

கரிகால் வளவன் சிறப்புக்கள்

உருவப் பல்தேர் இளையோன் சிறுவன்,
முருகற் சீற்றத்து உருகெழு குருசில்,

தாய்வயிற் றிருந்து தாயம் எய்தி,
எய்யாத் தெவ்வர் ஏவல் கேட்பச்,
செய்யார் தேஎம் தெருமரல் கலிப்பப்

பவ்வ மீமிசைப் பகற்கதிர் பரப்பி,
வெவ்வெஞ் செல்வன் விசும்பு படர்ந் தாங்கு,
பிறந்துதவழ் கற்றதன் தொட்டுச், சிறந்தநல்
நாடுசெகிற் கொண்டு நாள்தொறும் வளர்ப்பு

வெண்ணிப் போர் வெற்றி

ஆளி நன்மான் அணங்குடைக் குருளை
மீளி மொய்ம்பின் மிகுவலி செருக்கி
முலைக்கோள் விடாஅ மாத்திரை, ஞெரேரென,
தலைக்கோள் வேட்டம் களிறுஅட் டாங்கு
இரும்பனம் போந்தைத் தோடும், கருஞ்சினை
அரவாய் வேம்பின் அம்குழைத் தெரியலும்,
ஓங்குஇருஞ் சென்னி மேம்பட மிலைந்த
இருபெரு வேந்தரும் ஒருகளத்து அவிய,
வெண்ணித் தாக்கிய வெருவரு நோன்தாள்,
கண்ஆர் கண்ணிக் கரிகால் வளவன்
தாள்நிழல் மருங்கின் அணுகுபு குறுகித்
தொழுதுமன் நிற்குவிர் ஆயின், பழுதுஇன்று,

கரிகாலனது கொடைச் சிறப்பு

ஈற்றுஆ விருப்பின் போற்றுபு நோக்கி, நும்
கையது கேளா அளவை, ஒய்யெனப்
பாசி வேரின் மாசொடு குறைந்த
துன்னற் சிதாஅர் நீக்கித், தூய

கொட்டைக் கரைய பட்டுடை நல்கிப்,
'பெறல்அருங் கலத்தில் பெட்டாங்கு உண்க'எனப்
பூக்கமழ் தேறல் வாக்குபு தரத்தர,
வைகல் வைகல் கைகவி பருகி,
எரிஅகைந் தன்ன ஏடுஇல் தாமரை

சுரிஇரும் பித்தை பொலியச் சூட்டி,
நூலின் வலவா நுணங்குஅரில் மாலை
வால்ஒளி முத்தமொடு பாடினி அணியக்,
கோட்டின் செய்த கொடுஞ்சி நெடுந்தேர்
ஊட்டுஉளை துயல்வர, ஓரி நுடங்கப்,

பால்புரை புரவி நால்குஉடன் பூட்டிக்,
காலின் ஏழ்அடிப் பின்சென்று, 'கோலின்
தாறுகளைந்து, ஏறு'என்று ஏற்றி, வீறுபெறு
பேர்யாழ் முறையுளிக் கழிப்பி, நீர்வாய்த்
தண்பணை தழீஇய தளரா இருக்கை

நன்பல் ஊரநாட்டொடு, நன்பல்,
வெரூஉப் பறைநுவலும், பரூஉப்பெருந் தடக்கை,
வெருவரு செலவின் வெகுளி வேழம்
தரவிடைத் தங்கல் ஓவிலனே, வரவிடைப்
பெற்றவை பிறர்பிறர்க்கு ஆர்த்தித், தெற்றெனச்
செலவுகடைக் கூட்டுதிர் ஆயின், பலபுலந்து,
நில்லா உலகத்து நிலைமை தூக்கி,
'செல்க'என விடுக்குவன் அல்லன் ஒல்லெனத்

சோழ நாட்டின் வளமும் அழகும்

திரைபிறழிய இரும்பௌவத்துக்
கரைசூழ்ந்த அகன்கிடக்கை,

மாமாவின் வயின்வயின்நெல்,
தாழ்தாழைத் தண்தண்டலைக்
கூடுகெழீஇய, குடிவயினான்.
செஞ்சோற்ற பலிமாந்திய
கருங்காக்கை கவவு முனையின்,

மனைநொச்சி நிழல் ஆங்கண்,
ஈற்றுயாமைதன் பார்ப்புஓம்பவும்
இளையோர் வண்டல் அயரவும் முதியோர்
அவைபுகு பொழுதில்தம் பகைமுரண் செலவும்
முடக்காஞ்சிச் செம்மருதின்,

மடக்கண்ண மயில்ஆல,
பைம்பாகற் பழம், துணரிய
செஞ்சுளைய கனி மாந்தி
அறைக்கரும்பின் அரிநெல்லின்
இனக்களமர் இசைபெருக,

வறள்அடும்பின் இவர்பகன்றைத்
தளிப்புன்கின் தாழ்காவின்
நனைஞாழலொடு மரம்குழீஇய

அவண்முனையின், அகன்றுமாறி,
அவிழ்தளவின் அகன்தோன்றி,

நகுமுல்லை, உருதேறுவீ,
பொன்கொன்றை, மணிக்காயா,
நற்புறவின் நடைமுனையின்,
சுறவழங்கும் இரும்பௌவத்து
இறவுஅருந்திய இனநாரை
பூம்புன்னைச் சினைச்சேப்பின்
ஓங்குதிரை ஒலிவெரீஇ,
தீம்பெண்ணை மடல்சேப்பவும்
கோள்தெங்கின், குலைவாழை,
கொழுங்காந்தள், மலர்நாகத்து,

துடிக்குடிஞை, குடிப்பாக்கத்து
யாழ்வண்டின் கொளைக்குஏற்ப,
கலவம்விரித்த மடமஞ்ஞை
நிலவுஎக்கர்ப் பலபெயரத்

பண்டமாற்றும் திணை மயக்கமும், நல்லாட்சியும்

தேன்நெய்யொடு கிழங்குமாறியோர்
மீன்நெய்யொடு நறவுமறுகவும்;
தீங்கரும்போடு அவல்வகுத்தோர்
மான்குறையொடு மதுமறுகவும்;
குறிஞ்சி பரதவர் பாட, நெய்தல்
நறும்பூங் கண்ணி குறவர் சூட;

கானவர் மருதம் பாட, அகவர்
நீல்நிற முல்லைப் பல்திணை நுவல;
கானக்கோழி கதிர்குத்த,
மனைக்கோழி தினைக்கவர;
வரைமந்தி கழிமூழ்க,

கழிநாரை வரைஇறுப்ப;
தண்வைப்பின்நால் நாடுகுழீஇ,
மண்மருங்கினான் மறுஇன்றி,
ஒருகுடையான் ஒன்றுகூற,
பெரிதுஆண்ட பெருங்கேண்மை,

அறனொடு புணர்ந்த திறன்அறி செங்கோல்,
அன்னோன் வாழி, வெண்வேற் குருசில்!

காவிரி வெள்ளச் சிறப்பு

மன்னர் நடுங்கத் தோன்றிப் பல்மாண்
எல்லை தருநன் பல்கதிர் பரப்பிக்,
குல்லை கரியவும், கோடுஎரி நைப்பவும்,
அருவி மாமலை நிழத்தவும், மற்றுஅக்
கருவி வானம் கடற்கோள் மறப்பவும்,
பெருவறன் ஆகிய பண்புஇல் காலையும்
நறையும் நரந்தமும் அகிலும் ஆரமும்,
துறைதுறைதோறும், பொறை உயிர்த்து ஒழுகி,
நுரைத்தலைக் குரைப்புனல் வரைப்புஅகம் புகுதொறும்,
புனல்ஆடு மகளிர் கதுமெனக் குடையக்

காவிரி நாட்டு வயல்வளம்

கூனிக் குயத்தின் வாய்நெல் அரிந்து,
சூடு கோடாகப் பிறக்கி, நாள்தொறும்,
குன்றுஎனக் குவைஇய குன்றாக் குப்பை
கடுந்தெற்று மூடையின் இடம்கெடக் கிடக்கும்,
சாலிநெல்லின், சிறைகொள் வேலி,
ஆயிரம் விளையுட்டு ஆகக்,
காவிரி புரக்கும் நாடுகிழ வோனே. *(248)*

அருஞ்சொற் பொருள்:

யாணர் - புதுவருவாய். தலை - இடம்- சாறு - திருவிழா. நசை - விருப்பம். புலம் - இடம். விரகு - திறமை; வழிவகை.

குளப்பு - குளம்பு, குளப்பாயிற்று. கவடு - பிளவு. பத்தல்- யாழில் உள்ள குடம் போன்ற உறுப்பு. விசித்தல் - இறுக்கிக் கட்டுதல். பச்சை - தோல். ஐது - மென்மை. பொல்லல் பொத்துதல்- இரு பக்கமும் இணைத்தல். போர்வை - யாழின் உறுப்பு. அளை- துளை - நண்டுப்பொந்து. அலவன் - நண்டு. ஆணி - யாழின் உறுப்பில் ஒன்று. அண்ணா - உள்நாக்கு. மருப்பு - தண்டு. தொடி- வளையல். திவவு - வார்க்கட்டு. அவையல் - குத்துதல். வேய்வை - குற்றம். கேள்வி - இசைக்கு ஆகுபெயர். தொடையல் - தொடர்ச்சி. மருவுதல் - இணைதல்; பிணைதல்.

அறல் - கருமணல். நுதல் - நெற்றி. துவர் - சிவப்பு. மயிர்குறை கருவி - கத்தரிக்கோல். எருத்து - புறக்கழுத்து. அமை - மூங்கில். பணை - பெரிய. அரி - மென்மையான. வரை - மலை. உகிர் - நகம். சுணங்கு - தேமல். அல்குல் - அடிவயிறு. குறங்கு - தொடை. ஒதுங்கல் - பாதை; வழி. பெடை மயில் - பெண் மயில்.

அதர் - வழி. களிறு - ஆண்யானை. கானம் - காடு. எவ்வம் - வருத்தம்; துன்பம். வலத்தல் - கட்டுதல்.

பீடு - பெருமை. நோன்தாள் - முயற்சி. கோடியர் - கூத்தர். நெறி - வழி. ஒராஅது - நீங்காது. ஆடு, அடு - கொல்லுதல். ஒராஅல் - நீங்குதல்.

இமும் - ஓசைக்குறிப்பு. வரைப்பு - மலை போன்ற வாயில். இடும்பை - துன்பம். எய்த்தல் - இளைத்தல். துத்தி - புள்ளி. தடாரி- உடுக்கை. பாணி - பாட்டு.

கேளிர் - சுற்றத்தார். வேளாண்மை - விருந்தோம்பல். இரீஇ- இருத்தி. வேரொடு - வேர்வையொடு. துன்னல்-தைத்தல். சிதாஅர்- ஆடை. அரவுஉரி - பாம்பின் தோல். அறுவை - ஆடை.

கோயில் - அரண்மனை. சிறை - பக்கம். ஆறு - வழி. அனந்தர்- தேறல் மயக்கம். கவல்பு - கவலை. மாழாந்து - மயங்கி.

புன்மை - வறுமை. மருள்தல் - வியத்தல். ஏமாத்தல் - பெருமிதம் அடைதல். கதும் - விரைவாக. வம் - வருக.

துராய் - அறுகம் புல்லால் திரிந்த கயிறு. துற்றிய - ஊட்டிய. துருவை - செம்மறிக்கிடாய். புழுக்கல் - அவித்தது. வேவை - வேக வைக்கப்பட்ட தசை. தண்டி - வற்புறுத்தி. காழ் - இரும்புக் கம்பி. கோழ்ஊன் - கொழுத்த இறைச்சி. ஊழின்ஊழின் - முறையாக முறையாக. விரகு - பணியாரம்; உபாயம். மண் - மத்தளத்திற்கு இடும் மார்ச்சனை. முழவு - மத்தளம். பாணி - தாளம்; பாட்டு.

அவிழ்ப்பதம் - அரிசிச்சோறு. இரப்ப - வேண்டிக் கொள்ள. முரவை - வரி. நிரல் - கலப்பில்லாத. காடி - புளியங்கறி. அயிலுதல்- உண்ணுதல்.

சிரறியவன் - சினந்தவன். செயிர்த்தல் - வருந்துதல். குழவி- யானைக்கன்று. பிடி - பெண்யானை. வேழம் - ஆண்யானை. பெட்டவை - விரும்பிய பொருள்கள்.

உருவம் - அழகு. இளையோன் - இளஞ்சேட்சென்னி. உரு - அச்சம். குருசில் - தலைவன். எய்யா - அறியாத. தெவ்வர் - பகைவர். செய்யார் - ஏவல் செய்யாத பகைவர். தெருமரல் - மனக்கவலை. செகில் - தோள்.

ஆளி - சிங்கம் போன்ற விலங்கு. குருளை - குட்டி. மீளி - மீட்கும் தன்மை. மொய்ம்பு - வலிமை. மாத்திரை- அளவு. ஞெரேரென - விரைவாக. பனம் போந்தைத் தோடு- பனம்பூ மாலை. வேம்பின் தெரியல் - வேப்பம்பூ மாலை பாண்டியனுக்குஉரியது. ஆர் - ஆத்தி மாலை.

பழுது - குற்றம். ஈற்றுஆ - சமீபத்தில் ஈன்ற பசு. கை- செயல். ஒய்யென - விரைவாக; உடனே. துன்னல் - தைத்தல். சிதார் - ஆடை. பொட்டாங்கு - விரும்பியபடி. வைகல் வைகல் - தினந்தோறும்.

எரி - நெருப்பு. ஏடில் தாமரை - பொன்னாலாகிய தாமரை. பித்தை - ஆடவர் முடி. வலவா - கட்டப்படாத. அரில்மாலை- பொன்னால் செய்த மாலை. வால் - வெண்மை. கோடு - யானைக்கொம்பு. கொடுஞ்சி - தேர்மொட்டு. ஊட்டு உளை- அரக்கு ஊட்டப்பட்ட குதிரையின் தலையாட்டம். துயல்வர- அசைய. ஓரி- பிடரிமயிர். தண்பணை - மருத நிலம். பருஉ - பருத்த. வெகுளி- சினம். ஓவிலன் - ஒழிதல் இலன்.

ஆர்த்தி - கொடத்து, புலந்து - வருந்தி. ஒல்லென - ஓசை ஒலிக்குறிப்பு. பெளவம் - கடல். மா - ஒரு நில அளவு. தண்டலை- சோலை. பார்ப்பு - குட்டி.

இளையோர் - மருத நில மகளிர். வண்டல் - சிறுவீடு கட்டி விளையாடுதல். முடம் - வளைவு. மடம் - மென்மை. துணரிய - கொத்தாக உள்ள.

களமர் - உழவர். அடும்பு - அடும்பங்கொடி. பகன்றை- பகன்றைக் கொடி. புங்கு - புன்னை மரம். ஞாழல் - தாழை மரம். தளவு - முல்லை. தேறு - தேற்றா மரம். தோன்றி - காந்தள். நற்புறவு - நல்ல முல்லைக்கோடு. வீ - மலர். கோள்- குலை. தெங்கு- தென்னை. நாகம் - சுரபுன்னை. குடிஞை - பேராந்தை. கொளை - இசை; பாட்டு. கலவம் - மயில் தோகை. மஞ்ஞை - மயில். எக்கர் - மணல் மேடு.

கானவர் - முல்லை நில மக்கள். அகவர் - உழவர். வரை- மலை. மந்தி - குரங்கு. கழி - நெய்தல் நில நீரோடை. இறுப்ப- தங்க.

தண் வைப்பு - வளமுடைய குளிர்ச்சியான நிலம். நால்நாடு- குறிஞ்சி, முல்லை, மருதம், நெய்தல். மறு - குற்றம். ஒன்றுகூற - ஒரே ஆணையால் - ஒப்பற்ற ஆணையால்.

குல்லை - கஞ்சங்குல்லை எனும் கஞ்சாச்செடி. கோடு- மலை. நிழத்தல் - தவிர்த்தல். நறை - ஒருவகைக் கொடி. நரந்தம்- ஒருவகைப் புல். அகில் - மணமுடைய மரம். ஆரம் - சந்தனம். குரைப்புனல்- ஓசையோடு வரும் ஆறு. கூனி - வளைந்த. குயம் - பன்னரிவாள். கோடு - மலை. குப்பை - தொகுதி.

3
சிறுபாண் ஆற்றுப்படை

ஓய்மானாட்டு நல்லியக்கோடனை இடைக்கழி நாட்டு நல்லூர் நத்தத்தனார் பாடியது சிறுபாண் ஆற்றுப்படை.

சிறிய யாழ் கொண்டு பாடும் பாணனை வழிப்படுத்திய பாடல்.

'இன்குரல் சீறியாழ் இடவயின் தழீஇ' (35) என்ற அடி இனிய குரலையுடைய சிறிய யாழை, தம் இடப்பக்கத்து அணைத்துத் தழுவிக்கொண்டு செல்வதைக் கூறும். இதனால் இவர் சிறுபாணர் எனப்பட்டனர். சிறிய யாழை உடையோர் என்பது பொருள்.

'கூத்தரும் பாணரும் பொருநரும் விறலியும்
ஆற்றிடைக் காட்சி உறழத் தோன்றிப்
பெற்ற பெருவளம் பெறாஅர்க்கு அறிவுறீஇச்
சென்று பயன்எதிரச் சொன்ன பக்கமும்'

(தொல்காப்பியம் 1037: 3-6)

என்பது தொல்காப்பியர் ஆற்றுப்படைக்குத் தரும் இலக்கணம். ஆறு - வழி; படை - படுத்துதல். வழிப்படுத்துதல் என்று பொருள்.

பழங்காலத்தில் பழுத்த மரம் தேடிச் செல்லும் பறவைகள் போல், பரிசில் பெறுவோர் (இரவலர்) பரிசில் கொடுப்போரை (புரவலர்) நாடி, தேடிச் சென்றனர். ஏற்கனவே பரிசில் பெற்று வருகின்ற கூத்தர், பாணர், பொருநர், விறலி ஆகியோர் பரிசில் பெறச் செல்லுகின்ற கூத்தர், பாணர், பொருநர், விறலி ஆகியோரை வரும் வழியில் பார்த்து, தாங்கள் பெற்று வந்த மிகுதியான செல்வத்தைக் கூறி அப்புரவலர் (அரசர்) இருக்கும் இடத்திற்கு வழியைச் சொல்லி, அவர்களைப் பயன்பெறச் செய்தல் என்பது ஆற்றுப்படை இலக்கணம்.

வேனிற்காலம்

*வெயில்உருப் புற்ற வெம்பரல் கிழிப்ப,
வேனில் நின்ற வெம்பத வழிநாள்
காலைஞா யிற்றுக் கதிர்கடா வுறுப்ப,
பாலை நின்ற பாலை நெடுவழிச்
சுரன்முதல் மராஅத்த வரிநிழல் அசைஇ ...*

இரவலனை விளித்தல்

*பொன்வார்ந் தன்ன புரிஅடங்கு நரம்பின்
இன்குரல் சீறியாழ் இடவயின் தழீஇ
நைவளம் பழுநிய நயம்தெரி பாலை
கைவல் பாண்மகன் கடன்அறிந்து இயக்க
இயங்கா வையத்து வள்ளியோர் நசைஇத்,
துனிகூர் எவ்வமொடு துயர்ஆற்றுப் படுப்ப,
முனிவுஇகந் திருந்த முதுவாய் இரவல!...*

வஞ்சி நகரின் சிறப்பு

*குடபுலம் காவலர் மருமான் - ஒன்னார்
வடபுல இமயத்து, வாங்குவில் பொறித்த
எழுஉறழ் திணிதோள், இயல்தேர்க் குட்டுவன்
வருபுனல் வாயில் வஞ்சியும் வறிதே; அதாஅன்று...*

மதுரையின் மாண்பு

*கண்ஆர் கண்ணிக் கடுந்தேர்ச் செழியன்
தமிழ்நிலை பெற்ற, தாங்குஅரு மரபின்
மகிழ்நனை மறுகின் மதுரையும் வறிதே; அதாஅன்று...*

உறந்தையின் சிறப்பு

*தூங்குஎயில் எறிந்த தொடிவிளங்கு தடக்கை,
நாடா நல்லிசை நல்தேர்ச் செம்பியன்
ஓடாப் பூட்கை உறந்தையும் வறிதே; அதாஅன்று...*

கடை ஏழு வள்ளல்களின் சிறப்பு – பேகன்

*வானம் வாய்த்த வளமலைக் கவாஅன்
கான மஞ்ஞைக்குக் கலிங்கம் நல்கிய
அருந்திறல் அணங்கின் ஆவியர் பெருமகன்
பெருங்கல் நாடன் பேகனும்;*

பாரி

சுரும்புஉண
நறுவீ உறைக்கும் நாக நெடுவழிச்
சிறுவீ முல்லைக்குப் பெருந்தேர் நல்கிய
பிறங்குவெள் ளருவி வீழும் சாரல்
பறம்பின் கோமான் பாரியும்;

காரி

கறங்குமணி
வால்உளைப் புரவியொடு வையகம் மருள,
ஈர நன்மொழி இரவலர்க்கு ஈந்த
அழல்திகழ்ந்து இமைக்கும் அஞ்சுவரு நெடுவேல்
கழல்தொடித் தடக்கைக் காரியும்;

ஆய்

நிழல்திகழ்
நீல நாகம் நல்கிய கலிங்கம்
ஆலமர் செல்வற்கு அமர்ந்தனன் கொடுத்த
சாவம் தாங்கிய சாந்துபுலர் திணிதோள்
ஆர்வ நன்மொழி ஆயும்;

அதிகன்

மால்வரைக்
கமழ்பூஞ் சாரல் கவினிய நெல்லி
அமிழ்துவிளை தீங்கனி ஔவைக்கு ஈந்த
உரவுச்சினம் கனலும் ஒளிதிகழ் நெடுவேல்
அரவக் கடல் தானை அதிகனும்;

நள்ளி

கரவாது
நட்டோர் உவப்ப, நடைப்பரி காரம்
முட்டாது கொடுத்த முனைவிளங்கு தடக்கைத்
துளிமழை பொழியும் வளிதுஞ்சு நெடுங்கோட்டு
நளிமலை நாடன் நள்ளியும்;

ஓரி

நளிசினை
நறும்போது கஞலிய நாகுமுதிர் நாகத்துக்
குறும்பொறை நன்னாடு கோடியர்க்கு ஈந்த
காரிக் குதிரைக் காரியொடு மலைந்த
ஓரிக் குதிரை ஓரியும் எனவாங்கு,

நல்லியக் கோடனின் தலைமைச் சிறப்பு

எழுசமம் கடந்த எழுஉறள் திணிதோள்
எழுவர் பூண்ட ஈகைச் செந்நுகம்,
விரிகடல் வேலி வியலகம் விளங்க
ஒருதான் தாங்கிய உரனுடை நோன்தாள்...
நன்மா இலங்கை மன்ன ருள்ளும்
மறுவின்றி விளங்கிய வடுவில் வாய்வாள்
உறுபுலித் துப்பின் ஓவியர் பெருமகன்...

அவனிடம் சென்றமை

நல்லியக் கோடனை நயந்த கொள்கையொடு,
தாங்கரு மரபின் தன்னும், தந்தை
வான்பொரு நெடுவரை வளனும் பாடி
முன்னாள் சென்றன மாக, இந்நாள்
திறவாக் கண்ண சாய்செவிக் குருளை
கறவாப் பால்முலை கவர்தல் நோனாது
புனிற்றுநாய் குரைக்கும் புல்லென் அட்டில்
காழ்சோர் முதுகவர்க் கணச்சிதல் அரித்த
பூழி பூத்த புழல்கா ளாம்பி
ஒல்குபசி உழந்த ஒடுங்குநுண் மருங்குல்
வளைக்கைக் கிணைமகள் வள்ளுகிர்க் குறைத்த
குப்பை வேளை உப்பிலி வெந்ததை
மடவோர் காட்சி நாணிக் கடையடைத்து
இரும்பேர் ஒக்கலொடு ஒருங்குடன் மிசையும்
அழிபசி வருத்தம் வீடப் பொழிகவுள்
தறுகண் பூட்கைத் தயங்குமணி மருங்கின்
சிறுகண் யானையொடு பெருந்தேர் எய்தி
யாம்அவண் நின்றும் வருதும்.

நீங்களும் சென்றால் பரிசில் பெறலாம்

நீயிரும்
இவண்நயந் திருந்த இரும்பேர் ஒக்கல்
செம்மல் உள்ளமொடு செல்குவி ராயின்...

எயில் பட்டினம் – நெய்தல் நில வருணனை

கானல் வெண்மணல் கடல்உலாய் நிமிர்தர
பாடல் சான்ற நெய்தல் நெடுவழி
மணிநீர் வைப்பு மதிலொடு பெயரிய
பனிநீர்ப் படுவின் பட்டினம் படரின்...
பழம்படு தேறல் பரதவர் மடுப்பக்
கிளைமலர்ப் படப்பைக் கிடங்கில் கோமான்

தளைஅவிழ் தெரியல் தகையோன் பாடி
அறல்குழல் பாணி தூங்கி அவரொடு
வறல்குழல் சூட்டின் வயின்வயின் பெறுகுவிர்!...

வேலூர் செல்லும் வழி – முல்லை நில வருணனை

முல்லை சான்ற முல்லையம் புறவின்...
விறல்வேல் வென்றி வேலூர் எய்தின்
உறுவெயிற்கு உலைஇய உருப்பவிர் குரம்பை
எயிற்றியர் அட்ட இன்புளி வெஞ்சோறு
தேமா மேனிச் சில்வளை ஆயமொடு
ஆமான் சூட்டின் அமைவரப் பெறுகுவிர்;...

ஆமூர் வழி – மருத நில வருணனை

மருதம் சான்ற மருதத் தண்பணை
அந்தணர் அருகா அருங்கடி வியல்நகர்
அம்தண் கிடங்கின்அவன் ஆமூர் எய்தின்
வலம்பட நடக்கும் வலிபுணர் எருத்தின்
உரன்கெழு நோன்பாட்டு உழவர் தங்கை
பிடிக்கை அன்ன பின்னுவீழ் சிறுபுறத்துத்
தொடிக்கை மகடூஉ மகமுறை தடுப்ப
இருங்காழ் உலக்கை இரும்புமுகம் தேய்த்த
அவைப்புமாண் அரிசி அமலை வெண்சோறு
கவைத்தாள் அலவன் கலவையொடு பெறுகுவிர்...!

இருப்பிடம் அண்மையில்

... ...

பேர்உகிர்ப் பணைத்தாள்
அண்ணல் யானை அருவிதுகள் அவிப்ப,
நீறுஅடங்கு தெருவின்அவன் சாறுஅயர் மூதூர்
சேய்த்தும் அன்று; சிறிது நணியதுவே.

அரண்மனைச் சிறப்பு

பொருநர்க்கு ஆயினும், புலவர்க்கு ஆயினும்,
அருமறை நாவின் அந்தணர்க்கு ஆயினும்
கடவுள் மால்வரை கண்விடுத் தன்ன
அடையா வாயில்அவன் அருங்கடை குறுகி...

பரிசிலர் பாராட்டும் பண்புகள்

அறிவுமடம் படுதலும் அறிவுநன்கு உடைமையும்
வரிசை அறிதலும் வரையாது கொடுத்தலும்
பரிசில் வாழ்க்கைப் பரிசிலர் ஏத்தப்;

பல்மீன் நடுவண் பால்மதி போல,
இன்னகை ஆயமொடு இருந்தோற் குறுகி...
'முதுவோர்க்கு முகிழ்த்த கையினை' எனவும்,
'இளையோர்க்கு மலர்ந்த மார்பினை' எனவும்,
'ஏரோர்க்கு நிழன்ற கோலினை' எனவும்,
'தேரோர்க்கு அழன்ற வேலினை' எனவும்
நீசில மொழியா அளவை

பரிசிலரை உண்பிக்கும் சிறப்பு

மாசுஇல்
காம்புசொலித் தன்ன அறுவை உடீஇப்
பாம்புவெகுண் டன்ன தேறல் நல்கிக்
காளரி ஊட்டிய கவர்கணைத் தூணிப்
பூவிரி கச்சைப் புகழோன் தன்முன்
பனிவரை மார்பன் பயந்த நுண்பொருள்
பனுவலின் வழாஅப் பல்வேறு அடிசில்
வாள்நிற விசும்பின் கோள்மீன் சூழ்ந்த
இளங்கதிர் ஞாயிறு எள்ளுந் தோற்றத்து
விளங்குபொன் கலத்தில் விரும்புவன பேணி,
ஆனா விருப்பின் தான்நின்று ஊட்டித்

பரிசில் தரும் சிறப்பு

திறல்சால் வென்றியொடு தெவ்வுப்புலம் அகற்றி
விறல்வேல் மன்னர் மன்எயில் முருக்கி
நயவர் பாணர் புன்கண் தீர்த்தபின்
வயவர் தந்த வான்கேழ் நிதியமொடு
பருவ வானத்துப் பால்கதிர் பரப்பி
உருவ வான்மதி ஊர்கொண் டாங்குக்
கூர்உளி பொருத வடுஆழ் நோன்குறட்டு
ஆரம் சூழ்ந்த அயில்வாய் நேமியொடு
சிதர்நனை முருக்கின் சேண்ஓங்கு நெடுஞ்சினைத்
ததர்பிணி அவிழ்ந்த தோற்றம் போல
உள்அரக்கு எறிந்த உருக்குறு போர்வைக்
கருந்தொழில் வினைஞர் கைவினை முற்றி
ஊர்ந்துபெயர் பெற்ற எழில்நடைப் பாகரொடு
மாசெலவு ஒழிக்கும் மதனுடை நோன்தாள்
வாள்முகப் பாண்டில் வலவனொடு தரீஇ

அன்றே விடுக்கும் அவன் பரிசில்...
செல்லிசை நிலைஇய பண்பின்
நல்லியக் கோடனை நயந்தனிர் செலினே. *(269)*

அருஞ்சொற் பொருள்:

கடாவுறுப்ப - செலுத்துதலைச் செய்ய. அசைஇ - தங்கி. நிலமகளைப் பெண்ணாக வருணிப்பது. நைவளம் - நட்டபாடை என்னும் பண். பாலை - பாலைப்பண். வள்ளியோர்- வள்ளல் தன்மையுடையோர். நசைஇ - விரும்பி. எவ்வம்- துன்பம். முதுவாய்- பேரறிவு. குட - மேற்கு. ஒன்னார் - பகைவர், எழு - கணையமரம். பூட்கை - வலிமை.

வானம் - மழை. கவாஅன் - பக்கமலை. மஞ்ஞை- மயில். கலிங்கம் - ஆடை; போர்வை. சுரும்பு - வண்டு. வீ-பூ. நாகம் - சுரபுன்னை. வால் - வெண்மை. உளை - பிடரி மயிர். புரவி - குதிரை.

மால் - பெருமை. சாரல் - பக்கமலை. உரவு - வலிமை. அரவம்- ஆரவாரம். முட்டாது - குறையாது. கோடியர் - கூத்தாடுவோர். பொறை - பொற்றை; சிறிய குன்றுகள். நுகம்- காளைகளின் கழுத்தில் பூட்டப்பெறும் நுகத்தடி. துப்பு - வலிமை. களிறு - ஆண்யானை. பிடி - பெண்யானை. கோடியர்- கூத்தர்.

குருளை - குட்டி. புனிற்றுநாய் - ஈன்று அணிமையான நாய். அட்டில் - அடுக்களை. காழ் - கம்பு. சிதல் - கறையான். பூழி - புழுதி. புழல் - உள்துளை. களாம்பி - காளான். ஒல்கு - வருத்தும். வள் - கூர்மை. உகிர் - நகம். மடவோர்- புறங்கூறுவோர். ஒக்கல் - சுற்றம். மிசையும் - உண்ணும். கவுள் - கன்னம். தறுகண் - ஆற்றல். பூட்கை - வலிமை.

கானல் - கடற்கரைச் சோலை. பனிநீர்ப்படு - குளிர்ந்த நீரையுடைய குளங்கள். தேறல் கள் தெளிவு. படப்பை தோட்டங்கள். குழல் வேய்ங்குழல்; மீன்வகை. வயின் - இடந்தொறும்; மனைதொறும்.

சுடர் - ஞாயிறு; கதிரவன். உருப்பு - வெப்பம். அவிர்- பொருந்துதல். குரம்பை - குடில். எயிற்றியர் - முல்லை நில மக்கள். அட்ட - சமைத்த.

பணை - வயல். கிடங்கு - அகழி. எருது - காளைமாடு. தொடி - வளையல். மகடூஉ - மகள்;பெண். காழ் - வயிரம். அமலை - கட்டி. கவை - பிளவு. அலவன் - நண்டு.

அருவி - மதநீர். சாறு - திருவிழா. சேய்த்து - தூரம். நணித்து- பக்கம். வரிசை - தகுதி. ஆயம் - கூட்டம். இளையோர்- வீரர்; மகளிர் ஏரோர் - உழவர்.

காம்பு - மூங்கில். சொலித்தல் - உரித்தல். அறுவை - ஆடை. உடீஇ - உடுக்கச் செய்து. தூணி - அம்பு வைக்கும் கூடு. தன்முன் - அண்ணன்; மூத்தோன். பனிவரை - இமயமலை. அடிசில் - உணவு. எள்ளல் - இகழல்.

தெவ்வுப் புலம் - பகை நிலம். எயில் - அரண். முருக்கி- அழித்து. நயவர் - விரும்பியோர். புன்கண் - வறுமைத் துன்பம். வயவர் - படைவீரர். குறடு - ஆரங்களைத் தைத்தற்குஉரிய உருளையின் நடுவிடத்துள்ள உருப்பு. ஆரம் - கால். நேமி - சக்கரம். முருக்கு - முள் முருக்கு. போர்வை - தேர்த்தட்டின் மேலுள்ள பலகை. கருந்தொழில் வினைஞர் - கொல்லர்; தச்சர். பாகர் - தேர்; ஆகுபெயர். பாண்டில்- வெள்ளை எருது; ஆகுபெயர். வலவன் - செலுத்துவோன்.

4
பெரும்பாண் ஆற்றுப்படை

தொண்டைமான் இளந்திரையனைக் கடியலூர் உருத்திரங் கண்ணனார் பாடியது பெரும்பாண் ஆற்றுப்படை.

பண் என்றால் இசை என்று பொருள். பெரிய யாழை வைத்து இசை பாடுபவன் பெரும்பாணன். இதனைப் பேரியாழ் என்று கூறுவர்.

பாணனது யாழின் வருணனை

பொன்வார்ந் தன்ன, புரிஅடங்கு நரம்பின்
தொடை அமை கேள்வி இடவயின் தழீஇ,

பாணனது வறுமை

வெந்தெறற் கனலியொடு மதிவலம் திரிதரும்
தண்கடல் வரைப்பில், தாங்குநர்ப் பெறாது,
பொழிமழை துறந்த புகைவேய் குன்றத்துப்
பழுமரம் தேரும் பறவை போலக்,
கல்லென் சுற்றமொடு கால்கிளர்ந்து திரிதரும்
புல்லென் யாக்கைப் புலவுவாய்ப் பாண!

தொண்டைமான் இளந்திரையனின் மாண்பு

இருநிலம் கடந்த திருமறு மார்பின்
முந்நீர் வண்ணன் பிறங்கடை, அந்நீர்த்
திரைதரு மரபின் உரவோன் உம்பல்,
மலர்தலை உலகத்து மன்உயிர் காக்கும்
முரசுமுழங்கு தானை மூவ ருள்ளும்,
இலங்குநீர்ப் பரப்பின் வளைமீக் கூறும்
வலம்புரி அன்ன, வசைநீங்கு சிறப்பின்,
அல்லது கடிந்த அறம்புரி செங்கோல்,
பல்வேல் திரையற் படர்குவிர் ஆயின்
கேள்அவன் நிலையே, கெடுகநின் அவலம்!

திரையனது ஆட்சியின் பெருமை

அத்தம் செல்வோர் அலறத் தாக்கிக்,
கைப்பொருள் வௌவும் களவுஏர் வாழ்க்கைக்
கொடியோர் இன்று,அவன் கடியுடை வியன்புலம்;
உருமும் உரறாது; அரவும் தப்பா;
காட்டுமாவும் உறுகண் செய்யா; வேட்டு, ஆங்கு,
அசைவுழி அசைஇ, நசைவுழித் தங்கி,
சென்மோ, இரவல! சிறக்கநின் உள்ளம்!...

உப்பு வணிகர் செல்லும் நெடிய வழி

சில்பத உணவின் கொள்ளை சாற்றிப்
பல்எருத்த உமணர் பதிபோகு நெடுநெறி...

கழுதைச் சாத்தொடு செல்லும் காட்டுவழி

தடவுநிலைப் பலவின் முழுமுதற் கொண்ட
சிறுசுளைப் பெரும்பழம் கடுப்ப, மிரியல்
புணர்ப்பொறை தாங்கிய வடுஆழ் நோன்புறத்து
அணர்ச்செவிக் கழுதைச் சாத்தொடு, வழங்கும்
உல்குடைப் பெருவழிக் கவலைக் காக்கும்
வில்லுடை வைப்பின் வியன்காட்டு இயவின் ...

எயினர் குடிசை

வேல்தலை அன்ன வைந்நுதி நெடுந்தகர்,
ஈத்துஇலை வேய்ந்த எய்ப்புறக் குரம்பை.

எயிற்றியர் அளிக்கும் உணவு

பார்வை யாத்த பறைதாள் விளவின்
நிழல் முன்றில், நிலஉரல் பெய்து,
குறுங்காழ் உலக்கை ஓச்சி, நெடுங்கிணற்று
வல்ஊற்று உவரி தோண்டித் தொல்லை
முரவுவாய்க் குழிசி முரிஅடுப்பு ஏற்றி,
வாராது அட்ட, வாடுஊன், புழுக்கல்
வாடாத் தும்பை வயவர் பெருமகன்,
ஓடாத் தானை, ஒண்தொழிற் கழற்கால்,
செவ்வரை நாடன், சென்னியம் எனினே
தெய்வ மடையின் தேக்கிலைக் குவைஇ,நும்
பைதீர் கடும்பொடு பதம்மிகப் பெறுகுவிர்...

எயினரது அரண்களில் பெறும் பொருள்கள்

கொடுவில் எயினக் குறும்பில் சேப்பின்,
களர்வளர் ஈந்தின் காழ்கண் டன்ன,
சுவல்விளை நெல்லின் செவ்அவிழ்ச் சொன்றி,
ஞமலி தந்த மனவுச்சூல் உடும்பின்
வறைகால் யாத்தது, வயின்தொறும் பெறுகுவிர்.

குறிஞ்சி நில மக்கள் வாழ்க்கை

யானை தாக்கினும், அரவுமேல் செலினும்,
நீல்நிற விசும்பின் வல்ஏறு சிலைப்பினும்,
சூல்மகள் மாறா மறம்பூண் வாழ்க்கை...
கேளா மன்னர் கடிபுலம் புக்கு,
நாள்ஆ தந்து, நறவுநொடை தொலைச்சி,
இல்அடு கள்ளின் தோப்பி பருகி...
பகல்மகிழ் தூங்கும் தூங்கா இருக்கை

கோவலர் குடியிருப்பு

முரண்தலை கழிந்த பின்றை மறிய
குளகுஅரை யாத்த குறுங்கால் குரம்பை...
இடுமுள் வேலி எருப்படு வரைப்பின்,
நள்இருள் விடியல் புள்எழப் போகிப்,
புலிக்குரல் மத்தம் ஒலிப்ப வாங்கி,
ஆம்பி வான்முகை அன்ன கூம்புமுகிழ்
உறைஅமை தீம்தயிர் கலக்கி, நுரைதெரிந்து,
புகர்வாய்க் குழிசி பூஞ்சுமட்டு இரீஇ,
நாள்மோர் மாறும் நல்மா மேனிச்,
சிறுகுழை துயல்வரும் காதின், பணைத்தோள்,
குறுநெறிக் கொண்ட கூந்தல், ஆய்மகள்
அளைவிலை உணவின் கிளைஉடன் அருத்தி,
நெய்விலைக் கட்டிப் பசும்பொன் கொள்ளாள்,
எருமை, நல்ஆன், கருநாகு பெறூஉம்,
மடிவாய்க் கோவலர் குடிவயிற் சேப்பின்,
இருங்கிளை ஞெண்டின் சிறுபார்ப்பு அன்ன
பசுந்தினை மூரல் பாலொடும் பெறுகுவிர்...

முல்லை நிலத்தில் கிடைக்கும் பொருள்கள்

எழுகாடு ஓங்கிய தொழுவுடை வரைப்பில்...
கருவை வேய்ந்த, கவின்குடிச் சீறூர்

நெடுங்குரல் பூளைப் பூவின் அன்ன,
குறுந்தாள் வரகின் குறுள்அவிழ்ச் சொன்றிப்
புகர்இணர் வேங்கை வீகண் டன்ன,
அவரை வான்புழுக்கு அட்டிப், பயில்வுற்று,
இன்சுவை மூரல் பெறுகுவிர்;...

மருத நிலத்து ஊர்களில் பெறும் உணவுகள்

பகட்டுஆ ஈன்ற கொடுநடைக் குழவிக்
கவைத்தாம்பு தொடுத்த காழ்ஊன்று அல்குல்,
ஏணி எய்தா நீள்நெடு மார்பின்,
முகடு துமித்து அடுக்கிய பழம்பல் உணவின்,
குமரி மூத்த கூடுஓங்கு நல்இல்;
தச்சச் சிறாஅர் நச்சப் புனைந்த
ஊரா நல்தேர் உருட்டிய புதல்வர்
தளர்நடை வருத்தம் வீட, அலர்முலைச்
செவிலிஅம் பெண்டிர்த் தழீஇப், பால் ஆர்ந்து,
அமளித் துஞ்சும் அழகுடை நல்இல்;
தொல்பசி அறியாத் துளங்கா இருக்கை
மல்லல் பேர்ஊர் மடியின், மடியா
வினைஞர் தந்த வெண்ணெய் வல்சி
மனைவாழ் அளகின் வாட்டொடும் பெறுகுவிர்...

கருப்பஞ் சாறு

கணம்சால் வேழம் கதழ்வுற் றாஅங்கு,
எந்திரம் சிலைக்கும் துஞ்சாக் கம்பலை
விசயம் அடூஉம் புகைசூழ் ஆலைதொறும்,
கரும்பின் தீஞ்சாறு விரும்பினிர் மிசைமின்;...

வலைஞர் குடியிருப்பில் பெறும் உணவு

கொடுமுடி வலைஞர் குடிவயின் சேப்பின்
அவையா அரிசி அம்களித் துழவை
மலர்வாய்ப் பிழாவில் புலர ஆற்றிப்,
பாம்புஉறை, புற்றின் குரும்பி ஏய்க்கும்
பூம்புற நல்அடை அளைஇத் தேம்பட
எல்லையும் இரவும் இருமுறை கழிப்பி,
வல்வாய்ச் சாடியின் வளைச்சுஅற விளைந்த,
வெந்நீர், அரியல் விரல்அலை, நறும்பிழி,
தண்மீன் சூட்டொடு தளர்தலும் பெறுகுவிர்;...

அந்தணர் குடியிருப்பும் அங்குப் பெறும் உணவும்

செழுங்கன்று யாத்த சிறுதாள் பந்தர்ப்,
பைஞ்சேறு மெழுகிய படிவ நல்நகர்,
மனைஉறை கோழியொடு ஞமலி துன்னாது,
வளைவாய்க் கிள்ளை மறைவிளி பயிற்றும்
மறைகாப் பாளர் உறைபதிச் சேப்பின்
பெருநல் வானத்து வடவயின் விளங்கும்
சிறுமீன் புரையும் கற்பின், நறுநுதல்,
வளைக்கை மகடூஉ வயின்அறிந்து அட்ட,
சுடர்க்கடைப் பறவைப் பெயர்ப்படு வத்தம்
சேதா நறுமோர் வெண்ணெயின் மாதுளத்து
உருப்புறு பசுங்காய்ப் போழொடு கறிகலந்து,
கஞ்சக நறுமுறி அளைஇப், பைந்துணர்
நெடுமரக் கொக்கின் நறுவடி விதிர்த்த
தகைமாண் காடியின், வகைபடப் பெறுகுவிர்.

நீர்ப்பெயற்று என்னும் ஊரின் சிறப்பு

வண்டல் ஆயமொடு உண்துறைத் தலைஇப்,
புனல்ஆடு மகளிர் இட்ட பொலங்குழை
இரைதேர் மணிச்சிரல் இரைசெத்து எறிந்தெனப்,
புள்ஆர் பெண்ணைப் புலம்புமடற் செல்லாது
கேள்வி அந்தணர் அருங்கடன் இறுத்த
வேள்வித் தூணத்து அசைஇ, யவனர்
ஓதிம விளக்கின், உயர்மிசைக் கொண்ட,
வைகுறு மீனின், பைபயத் தோன்றும்
நீர்ப்பெயற்று எல்லைப் போகிப் பாற்கேழ்

துறைமுகப் பட்டினத்தின் சிறப்பு

வால்உளைப் புரவியொடு வடவளம் தரூஉம்
நாவாய் சூழ்ந்த நளிநீர்ப் படப்பை,
மாடம் ஓங்கிய மணல்மலி மறுகின்,
பரதர் மலிந்த பல்வேறு தெருவின்...
பட்டின மருங்கின் அசையின் முட்டுஇல்...

பட்டினத்து மக்களின் விருந்தோம்பல்

ஈர்ஞ்சேறு ஆடிய இரும்பல் குட்டிப்
பல்மயிர்ப் பிணவொடு பாயம் போகாது,

நெல்மா வல்சி தீற்றிப், பல்நாள்
குழிநிறுத்து, ஓம்பிய குறுந்தாள் ஏற்றைக்
கொழுநிணத் தடியொடு கூர்நறாப் பெறுகுவிர்...

உழவர்களின் விருந்தோம்பல் பண்பு

தண்டலை உழவர் தனிமனைச் சேப்பின்
தாழ்கோட் பலவின் சூழ்சுளைப் பெரும்பழம்,
வீழ்இல் தாழைக் குழவித் தீம்நீர்,
கவைமுலை இரும்பிடிக் கவுள்மறுப்பு ஏய்க்கும்
குலைமுதிர் வாழைக் கூனி வெண்பழம்,
திரள்அரைப் பெண்ணை நுங்கொடு, பிறவும்,
தீம்பல் தாரம் முனையின், சேம்பின்
முளைப்புற முதிர்கிழங்கு ஆர்குவிர்...

திருவெஃகாவின் சிறப்பும் திருமால் வழிபாடும்

நாடுபல கழிந்த பின்றை நீடுகுலைக்
காந்தள்அம் சிலம்பில் களிறுபடிந் தாங்கு,
பாம்பணைப் பள்ளி அமர்ந்தோள் ஆங்கண்,
வெயில்நுழைபு அறியா, குயில்நுழை பொதும்பர்க்
குறுங்காற் காஞ்சி சுற்றிய நெடுங்கொடிப்
பாசிலைக் குருகின் புன்புற வரிப்பூக்,
கார்அகல் கூவியர் பாகொடு பிடித்த
இழைசூழ் வட்டம் பால்கலந் தவைபோல்,
நிழல்தாழ் வார்மணல் நீர்முகத்து உறைப்ப...
மடவரல் மகளிரொடு பகல் விளையாடி;
பெறற்குஅருந் தொல்சீர்த் துறக்கம் ஏய்க்கும்
பொய்யா மரபின் பூமலி பெருந்துறைச்,
செவ்விகொள் பவரோடு அசைஇ; அவ்வயின்
அருந்திறற் கடவுள் வாழ்த்திச், சிறிதுநும்
கருங்கோட்டு இன்னியம் இயக்கினிர் கழிமின்...

கச்சி மூதூரின் சிறப்பு

படைதொலைபு அறியா மைந்துமலி பெரும்புகழ்க்
கடைகால் யாத்த பல்குடி கெழீஇக்
கொடையும் கோளும், வழங்குநர்த் தடுத்த
அடையா வாயில், மிளைசூழ் படப்பை,
நீல்நிற உருவின் நெடியோன் கொப்பூழ்
நான்முக ஒருவற் பயந்த பல்லிதழ்த்

தாமரைப் பொகுட்டின் காண்வரத் தோன்றிக்,
சுடுமண் ஓங்கிய நெடுநகர் வரைப்பின்...
மலர்தலை உலகத் துள்ளும் பலர்தொழ,
விழவுமேம் பட்ட பழவிறல் மூதூர்...

அரசனது முற்றச் சிறப்பு

அளியும் தெறலும் எளிய ஆகலின்,
மலைந்தோர் தேஎம் மன்றம் பாழ்பட,
நயந்தோர் தேஎம் நன்பொன் பூப்ப,
நட்புக்கொளல் வேண்டி நயந்தி சினோரும்,
துப்புக்கொளல் வேண்டிய துணையி லோரும்,
கல்வீழ் அருவி கடற்படர்ந் தாங்குப்
பல்வேறு வகையின் பணிந்த மன்னர்
இமையவர் உறையும் சிமையச் செவ்வரை...
செவ்வி பார்க்கும் செழுநகர் முற்றத்து...
முறைவேண்டு நர்க்கும், குறைவேண்டு நர்க்கும்,
வேண்டுப வேண்டுப வேண்டினர்க்கு அருளி
இடைத்தெரிந்து உணரும் இருள்நீர் காட்சிக்
கொடைக்கடன் இறுத்த கூம்பா உள்ளத்து,
உரும்பில் சுற்றமோடு இருந்தோற் குறுகி...

பாணன் அரசனைப் போற்றிய வகை

... ...

தொண்டையோர் மருக!
மள்ளர் மள்ள! மறவர் மறவ!
செல்வர் செல்வ! செருமேம் படுந!
வெண்திரைப் பரப்பின் கடுஞ்சூர் கொன்ற
பைம்பூண் சேஎய் பயந்தமா மோட்டு,
துணங்கைஅம் செல்விக்கு அணங்கு நொடித்தாங்கு
தண்டா ஈகைநின் பெரும்பெயர் ஏத்தி,
வந்தேன், பெரும! வாழிய நெடிது! என,
இடனுடைப் பேரியாழ் முறையுளிர் கழிப்பிக்
கடன்அறி மரபின் கைதொழூஉப் பழிச்சி,
நின்நிலை தெரியா அளவை அந்நிலை

பாணர்க்கு விருப்புடன் உணவளித்தல்

நாவலம் தம்பொழில் வீவுஇன்று விளங்க,
நில்லா உலகத்து நிலைமை தூக்கி,

அந்நிலை அணுகல் வேண்டி, நின்அரைப்
பாசி அன்ன சிதர்வை நீக்கி,
ஆவி அன்ன அவிர்நூற் கலிங்கம்
இரும்பேர் ஒக்கலொடு ஒருங்குஉடன் உடீஇக்,
கொடுவாள் கதுவிய வடுஆழ் நோன்கை
வல்லோன் அட்ட பல்ஊன் கொழுங்குறை
அரிசெத்து உணங்கிய பெருஞ்செந் நெல்லின்
தெரிகொள் அரிசித் திரள்நெடும் புழுக்கல்,
அருங்கடித் தீம்சுவை அமுதொடு, பிறவும்,
விருப்புடை மரபின் கரப்புடை அடிசில்,
மீன்பூத் தன்ன வான்கலம் பரப்பி,
மகமுறை, மகமுறை நோக்கி, முகன்அமர்ந்து,
ஆனா விருப்பின் தான்நின்று ஊட்டி,
மங்குல் வானத்துத் திங்கள் ஏய்க்கும்

பரிசு வழங்குதல்

ஆடுவண்டு இமிரா அழல்அவிர் தாமரை
நீடுஇரும் பித்தை பொலியச் சூட்டி;
... ...
பொன்னின்
தொடைஅமை மாலை விறலியர் மலைய;
நூலோர் புகழ்ந்த மாட்சிய, மால்கடல்
வளைகண் டன்ன வால்உளைப் புரவி,
துணைபுணர் தொழில, நால்குஉடன் பூட்டி,
அரித்தேர் நல்கியும் அமையான், செருத்தொலைத்து
ஒன்னாத் தெவ்வர் உலைவிடத்து ஒழித்த
விசும்புசெல் இவுளியொடு பசும்படை தரீஇ,
அன்றே விடுக்கும்அவன் பரிசில் ...
ஒளிறுஇலங்கு அருவிய மலைகிழ வோனே. *(500)*

அருஞ்சொற் பொருள்:

கேள்வி - யாழ். கனலி - கதிரவன்; சூரியன். மதி - திங்கள், சந்திரன். வரைப்பு - எல்லை. தாங்குநர் - பாதுகாப்போர்; புரவலர். கல்லென் - அழுகை ஒலியுடைய. புல் - பொலிவற்ற தன்மை. புலவு- கல்வி; அறிவு.

முந்நீர் வண்ணன் - திருமால்; உரவோன் - வலிமையுடையோன். உம்பல் - குடிப்பிறந்தோன். வளை - சங்கு. வலம்புரி - வலம்புரிச்

சங்கு. திரையன் - இளந்திரையன். அவலம் - மனத்துன்பம்.

அத்தம் - வழி. வெளவும் - கொள்ளையடிக்கும். ஏர்- உழவுத் தொழில், கடி - காவல். வியன்புலம் - அகன்றகடு. உரும - இடி. உரறுதல் - இடித்தல். அரவு - பாம்பு. காட்டுமா- காட்டு விலங்குகள். உறுகண் - துன்பம். வேட்டாங்கு - விரும்பிய படி. அசைவுழி - இளைப்பாறி.

அணர்செவி - தூக்கிய காது. சாத்து - வணிகக் கூட்டம். உல்கு - சுங்க வரி. வைப்பு - இடம். வியல் - பெரிய. இயவு- வழி.

பார்வை - பார்வைமான். பறை - தேய்தல். தாள்- அடிமரம். விளவு - விளாமரம். முன்றில் - முற்றம். நிலஉரல்- நிலத்திலேயே குழிஉண்டாக்கி உரல் அமைப்பது. குறுங்காழ்-குட்டையான வைரம் பாய்ந்த. உவரி - உவரிநீர். முரவு - முறிந்த. குழிசி - பானை. வாராது- தூய்மை செய்யாது; கழுவாது. வாடுஊன் - கருவாடு. புழுக்கல் - அவித்தது. தும்பை - தும்பைமாலை. வயவர் - மறவர்; வீரர். பெருமகன்- தலைவன். ஓடாத்தானை - புறமுதுகு இட்டு ஓடாத சேனை. கழல்- வீரக்கழல். சென்னியம் - பாணச்சாதியேம். மடை - உணவு. குவைஇ - குவித்து. பைதீர் - பசுமை இல்லாத. சுடும்பு - சுற்றம். பதம்- உணவு.

காழ் - விதை, சுவல் - மேட்டுநிலம். அவிழ் - சோற்றுப் பருக்கை. சொன்றி - சோறு. ஞமலி - நாய். மனவு - அக்குமணி. வறை - வறுத்தது. வயின் - வீடு. அரவு - பாம்பு. ஏறு - இடி. சிலைத்தல் - ஒலித்தல்; இடித்தல். சூழ்மகள் - கர்ப்பமுற்ற பெண். கடி - காவல். புலம் - நிலம்; இடம். நறவு - கள். நொடை - விலை. தோப்பி - நெல்லால் சமைத்த கள். விடை - ஆட்டுக்கிடாய். கெண்டி - உண்டு. தண்ணுமை - மத்தளம். சிலைப்ப - ஒலிக்க. சிலை- கல். எறுழ் - வலிமை. வளையூஉ - வளைத்து. தூங்கும் - ஆடும். தூங்கா - சோம்பல் இல்லாத. இருக்கை - குடியிருப்புகள்.

வரைப்பு - ஊர். மத்தம் - தயிர் மத்து. ஆம்பி - காளான். நுரை- வெண்ணெய். புகர் - புள்ளி. குழிசி - பானை. பூ - மென்மை. சுமடு - சும்மாடு. நாள்மோர் - தினந்தோறும் எடுக்கும் மோர். குழை - காதணி. பணை - மூங்கில். அளை- மோர். கிளை - சுற்றம். நாகு- கன்று. சேப்பின் - தங்கினால். மூரல் - சோறு.

தொழு - மாடு, ஆடுகள் கட்டக்கூடிய இடம். குரல் - கொத்து. குறள் - சிறிய. அவிழ் - பருக்கை. சொன்றி - சோறு. வீ - பூ. மூரல்- பருப்புச்சோறு. பகடு - அழகிய. ஆ - பசு. கொடு - வளைந்த. குழவி- கன்று. சுவைத்தாம்பு- இரட்டைக்கயறு. காழ் - முளை. அல்குல் - பக்கம். மார்பு- குதிரின் நடுப்பகுதி. முகடு - உச்சி.

துமித்தல் - வெட்டுதல். குமரிமூத்தகூடு - நெற்கதிர்.

சிறாஅர் - சிறுவர். நச்ச - விரும்ப. புனைந்த - செய்த. ஊரா நல்தேர் - நடைவண்டி. ஆர்ந்து - குடித்து; உண்டு. அமளி - படுக்கை. துஞ்சும் - உறங்கும்.

தொல் - பழமை. துளங்கா - அசையாத. மல்லல் - வளம். மடியின் - தங்கினால். மடியா - சோர்வடையாத. வினைஞர் - உழவர். வல்சி - உணவு. அளகு - கோழி. வாட்டு - பொரியல்; வாட்டப்பெற்றது.

வேழம் - யானை. கதழ்வுற்று - பயந்து கதறுதல். எந்திரம்- கரும்பு அரைக்கும் கருவி. சிலைக்கும் - ஒலிக்கும். துஞ்சா - குறையாத. கம்பலை - ஆரவாரம்; ஓசை. விசயம் - கருப்பஞ்சாறு; சர்க்கரை. அடுஉம் - உண்டாக்கும். ஆலை - கொட்டில். சேப்பின் - தங்கினால்

அவையா - குற்றாத. துழவை - கூழ். பிழா - வாய் அகன்ற பாத்திரம். குரும்பி - புற்றாஞ்சோறு. ஏய்க்கும் - ஒக்கும். தேம்பட - சுவைமிக. கழிப்பி - கழித்து. பிழி - நறவு; மது. தண்மீன் - பச்சை மீன். சூட்டு - சுட்டது.

செழுங்கன்று - கன்றுக்குட்டி. யாத்த - கட்டிய. பந்தர்- பந்தல். பைஞ்சோறு - பசுஞ்சாணம். நகர் - வீடு. ஞமலி - நாய். துன்னாது- நெருங்காது. கிள்ளை - கிளி. பயிற்றும் - ஒலிக்கும். சேப்பின் - தங்கினால். வடவயின் விளங்கும் சிறுமீன்- அருந்ததி. சுர்க்கடை- மாலைக் காலத்து, பறைப்பெயர். படுவத்தம் - கருடச் சம்பா என்ற நெல் சோறு. சேதா - சிவந்த பசு. மாதுளம் - கொம்மட்டி மாதுளை. கறி - மிளகுப் பொடி. கஞ்சகம் - கருவேம்பு. நறுமுறி- நல்ல இலை. துணர் - கொத்து. கொக்கு - மாமரம். காடி - ஊறுகறி; ஊறுகாய்.

வண்டல் - மகளிர் விளையாட்டு. ஆயம் - கூட்டம். உண்துறை- நீர் உண்ணும் துறை. புனல் ஆடு மகளிர் - நீராடும் பெண்டிர். பொலங்குழை - பொன்னாலாகிய காதணி. மணிச்சிரல் - மீன் கொத்திப் பறவை. பெண்ணை - பனைமரம். புலம்பு - தனிமை. வேள்வித்தூண் - யூபத்தூண். யவனர் - சோனகர். ஓதிம விளக்கு- அன்னம் மேலே உள்ள விளக்கு. கேழ - போன்ற. வால் - வெண்மையான. உளை - தலையாட்டம். நாவாய் - மரக்கலம். நளி- செறிவு. படப்பை - இடம். அசையின் - தங்கினால்.

இரும் - கரிய. பிணவு - பெண் பன்றி. பாயம் - பாசம். தீற்றி - தின்னச் செய்து. ஏற்றை - ஆற்றை பன்றி. கூர் நறா- களிப்பு மிக்க கள். தண்டலை - சோலை. சேப்பின் - தங்கினால். தாழ்கோள்- தாழ்ந்த குலை. தாழைக்குழவி - தென்னம் பிள்ளை.

பிடி - பெண்யானை. மருப்பு - தந்தம். கூனி - வளைந்த. பெண்ணை- பனை. தீம் - சுவையான. தாரம் - பணியாரம்; பண்டம். முனையின்- வெறுத்தால். சேம்பு - சேப்பங்கிழங்கு.

நீடுகுலைக்காந்தள் - காந்தள் மலர்கள். சிலம்பு - மலை. பொதும்பர் - சோலை. குருகு - குருக்கத்தி. கூவியர் - அப்ப வாணிகர். நீலப்பைங்குடம் - பாக்குக் குலைகள். மடவரல்- மென்மைத் தன்மை யுடைய. துறக்கம் - மேல்உலகம்; சொர்க்கம். அசைஇ - தங்கி. அவ்வயின் - அவ்விடத்து. அருந்திறற்கடவுள்- கிடந்த திருக்கோலத் திருமால்.

படைதொலைபு - புறம் கொடாத; தோல்வி அடையாத. மைந்து - வலிமை. கொடை - கொடுத்தல். கோள் - கொள்ளுதல். வழங்குநர் - செல்வோர். மிளை - காவல்காடு. படப்பை - பக்கம். நெடியோன் - உயர்ந்த தோற்றம் உடையோன்; திருமால். நான்முகன்- பிரமன். சுடுமண் - செங்கல். நெடுநகர் - படைவீடு. வரைப்பு - மதில். கோளி - பூவாமற் காய்க்கும் மரம். விறல்- வெற்றி; சிறப்பு.

நச்சுதல் - விரும்புதல். ஏமம் - பாதுகாவல். அளி - அருள்; இரக்கம். தெறல் - அழிக்கும் ஆற்றல்; வெல்லும் ஆற்றல். மலைந்தோர் - எதிர்த்துப் போர்செய்தோர். தேஎம்- தேசம். மன்றம் - பொதுவிடம். நயந்தோர் - விரும்பியோர். நயந்திசினோர் - விரும்புவோர். துப்பு- வலிமை. சிமையம்- இமயமலை. கோடு - உச்சி. இரியல் - அஞ்சி ஓடல். ஒருமரம்- தோணி. பாணி - காலம். தூங்கியாங்கு - காத்திருத்தல் போல. தொய்யா - குறையாத. வெறுக்கை - செல்வம். துவன்றுபு - நெருங்காது. செவ்வி - அதற்குஉரிய காலம். நகர் - அரண்மனை. இடைதெரிந்து - வரும்போதே தெரிந்து. இருள்தீர் காட்சி- மயக்கமற்ற அறிவு. இறுத்த - செய்துமுடித்த. கூம்பா - குவியாத.

வீவு - அழிதல். தூக்கி - ஆராய்ந்து; சீர்தூக்கி. சிதர்வை- கந்தல் ஆடை. அவிர் - ஒளியுடைய. கலிங்கம் - ஆடை. இரும் - பெரிய. ஒக்கல் - சுற்றம். உடீஇ - உடுத்தி; உடுக்கச் செய்து. கொடுவாள்- அரிவாள். கதுவுதல் - பிடித்தல். கொழுங்குறை - வளமையான இறைச்சித் துண்டு. புழுக்கல்- புழுங்கல் அரிசிச் சோறு. கடி - காவல். கரப்பு - மறைத்து; மூடிவைத்திருந்த. அடிசில் - சோறு; உணவுப்பொருள். மீன்பூத்தன்ன வான்கலம் - நட்சத்திரக் கூட்டம் போன்ற ஒளியுடைய தட்டக்கள். ஆனாவிருப்பு - குறையாத.

நூலோர் - குதிரை இலக்கண நூலோர். ஒன்னா - மனம் பொருந்தாத. உலைவிடத்து - தோற்றபோது. ஒளிறு - ஒளியுடைய.

5

முல்லைப் பாட்டு

ஆசிரியர்: காவிரிப் பூம்பட்டினத்துப் பொன் வாணிகனார் மகனார் நப்பூதனார்.

பத்துப்பாட்டில் **பாட்டு** என்ற தலைப்பில் அமையும் பாடல்கள் இரண்டு. ஒன்று, **முல்லைப் பாட்டு**; மற்றது, **குறிஞ்சிப் பாட்டு**.

முல்லை என்ற சொல் ஐவகை நிலங்களுள் ஒன்றாகிய முல்லை நிலம், முல்லைக் கொடி, முல்லை மலர், முல்லைத் திணை, கற்பு, இயல்பு போன்ற பல பொருள்களைக் குறிக்கும். இங்கு முல்லைத் திணை என்ற பொருளில் முல்லை ஒழுக்கமாகிய **ஆற்றி இருத்தலைக்** குறிக்கும்.

"போரின் கொடுமையைக் காட்டி, அதில் தலைவன் வெல்லுவான் என்று தன்னுடன் இருந்தார் கூறியதைத் தலைவி கேளாது அவன் அன்புள்ளத்தை அறிந்தவளாகையால் போரில் புண்படுவார் புண்ணையெல்லாம் தனதாகக் கொண்டு வருந்தித் தூங்காது கிடப்பான் என அவனோடு அஞ்சி, அன்பால், அருளால் நடுங்குகின்றனள் அரசி. **அசோகனது அருள் உபதேசத்தை** நமக்கு நினைப்பூட்டுவதோடு ஈருடலும் ஓருயிருமாய் இருக்கின்ற அகவாழ் வின் நுட்பத்தையும் காட்டி நிற்கின்றாள் இந்தத் தலைவி. இன்பத்தில் முடிகின்றது இந்தப் பாடல்." (தெ.பொ.மீ. களஞ்சியம் -5, சங்கத் தமிழ், பக்.46-47) என்பது **பேராசிரியர் தெ.பொ.மீனாட்சிசுந்தரனாரின்** கருத்தாகும்.

கார் கால மாலைப் பொழுது

நனந்தலை உலகம் வளைஇ, நேமியொடு
வலம்புரி பொறித்த மாதாங்கு தடக்கை
நீர்செல நிமிர்ந்த மாஅல் போலப்
பாடுஇமிழ் பனிக்கடல் பருகி, வலன்ஏர்பு
கோடுகொண்டு எழுந்த கொடுஞ்செலவு எழிலி
பெரும்பெயல் பொழிந்த சிறுபுன் மாலை

வயதான பெண்டிர் நற்செயல் கேட்க நிற்றல்

அருங்கடி மூதூர் மருங்கில் போகி
யாழிசை இனவண்டு ஆர்ப்ப, நெல்லொடு

நாழி கொண்ட நறுவீ முல்லை
அரும்புஅவிழ் அலரி தூஉய்க் கைதொழுது
பெருமுது பெண்டிர் விரிச்சி நிற்பச்

நற்சொல் கேட்டல்

சிறுதாம்பு தொடுத்த பசலைக் கன்றின்
உறுதுயர் அலமரல் நோக்கி, ஆய்மகள்
நடுங்குசுவல் அசைத்த கையள், 'கைய
கொடுங்கோல் கோவலர் பின்னின்று உய்த்தர
இன்னே வருகுவர், தாயர்' என்போள்
நன்னர் நன்மொழி கேட்டனம்; அதனால்

தலைவியிடம் செய்தி கூறல்

'நல்ல நல்லோர் வாய்ப்புள்; தெவ்வர்
முனைகவர்ந்து கொண்ட திறையர் வினைமுடித்து
வருதல் தலைவர் வாய்வது; நீநின்
பருவரல் எவ்வம் களை, மாயோய்!' எனக்

தலைவியின் கண்ணீர்

காட்டவும் காட்டவும் காணாள் கலுழ்சிறந்து
பூப்போல் உண்கண் புலம்பு முத்துஉறைப்பக்

பாசறை – படைவீடு

கான்யாறு தழீஇய அகல்நெடும் புறவில்
சேணாறு பிடவமொடு பைம்புதல் எருக்கி
வேட்டுப்புழை அருப்பம் மாட்டிக், காட்ட
இடுமுள் புரிசை ஏமுற வளைஇப்
படுநீர்ப் புணரியின் பரந்த பாடி

யானைக்குச் சோறு கொடுத்தல்

உவலைக் கூரை ஒழுகிய தெருவில்
கவலை முற்றம் காவல் நின்ற
தேம்படு கவுள சிறுகண் யானை
ஓங்குநிலைக் கரும்பொடு கதிர்மிடைந்து யாத்த
வயல்விளை இன்குளகு உண்ணாது, நுதல்துடைத்து
அயில்நுனை மருப்பில்தம் கையிடைக் கொண்டெனக்
கவைமுள் கருவியின் வடமொழி பயிற்றிக்
கல்லா இளைஞர் கவளம் கைப்ப,

படைவீட்டு அரண்

கல்தோய்த்து உடுத்த படிவப் பார்ப்பான்
முக்கோல் அசைநிலை கடுப்ப நற்போர்
ஓடா வல்வில் தூண் நாற்றிக்
கூடங் குத்திக் கயிறுவாங்கு இருக்கைப்
பூந்தலை குந்தம் குத்திக் கிடுகுநிரைத்து
வாங்குவில் அரணம் அரணம் ஆக

விளக்கேற்றும் மகளிர்

வேறுபகல் பெரும்படை நாப்பண் வேறோர்
நெடுங்காழ்க் கண்டம் கோலி அகம்நேர்பு
குறுந்தொடி முன்கைக் கூந்தலஞ் சிறுபுறத்து
இரவுபகல் செய்யும் திண்பிடி ஒள்வாள்
விரவுவரிக் கச்சின் பூண்ட மங்கையர்
நெய்யுமிழ் சுரையர் நெடுந்திரி கொளீஇக்
கையமை விளக்கம் நந்துதொறும் மாட்ட

மெய்க்காப்பாளர் காவல்

நெடுநா ஒண்மணி நிழத்திய நடுநாள்
அதிரல் பூத்த ஆடுகொடிப் படாஅர்
சிதர்வரல் அசைவளிக்கு அசைவந் தாங்குத்
துகின்முடித்துப் போர்த்த தூங்கல் ஓங்குநடைப்
பெருமூ தாளர் ஏனம் சூழ.

பொழுதறிந்து கூறுவோர்

பொழுதுஅளந்து அறியும் பொய்யா மாக்கள்
தொழுதுகாண் கையர் தோன்ற வாழ்த்தி
'எறிநீர் வையகம் வெலீஇய செல்வோய்! நின்
குறுநீர்க் கன்னல் இனைத்து'என்று இசைப்ப,

அரசனின் பள்ளியறைக் காவலர்

மத்திகை வளைஇய மறிந்துவீங்கு செறிவுஉடை
மெய்ப்பை புக்க வெருவரும் தோற்றத்து
வலிபுணர் யாக்கை வன்கண் யவனர்
புலித்தொடர் விட்ட புனைமாண் நல்லில்
திருமணி விளக்கம் காட்டித் திண்ஞாண்
எழினி வாங்கிய ஈரறைப் பள்ளியுள்
உடம்பின் உரைக்கும், உரையா நாவின்
படம்புகு மிலேச்சர் உழையர் ஆக,

படைவீட்டில் அரசன் சிந்தனை

மண்டுஅமர் நசையொடு கண்படை பெறாஅது,
எடுத்தெறி எஃகம் பாய்தலின் புண்கூர்ந்து
பிடிக்கணம் மறந்த வேழம் வேழத்துப்
பாம்பு பதைப்பன்ன பரூஉக்கை துமியத்
தேம்பாய் கண்ணி நல்வலந் திருத்திச்
சோறுவாய்த்து ஒழிந்தோர் உள்ளியும் தோல்துமிபு
வைந்நுனைப் பகழி மூழ்கலின் செவிசாய்த்து
உண்ணாது உயங்கும் மாசிந் தித்தும்,

படைவீட்டில் வென்றிருந்த அரசன் நிலை

ஒருகை பள்ளி ஒற்றி, ஒருகை
முடியொடு கடகம் சேர்த்தி, நெடிதுநினைந்து
பகைவர்ச் சுட்டிய படைகொள் நோன்விரல்,
நகைதாழ் கண்ணி நல்வலந் திருத்தி
அரசுஇருந்து பனிக்கும் முரசுமுழங்கு பாசறை
இன்துயில் வதியுநன்; காணாள் துயருழந்து

தலைவியின் நிலை

நெஞ்சாற்றுப் படுத்த நிறைதபு புலம்பொடு
நீடுநினைந்து தேற்றியும் ஓடுவளை திருத்தியும்
மையல் கொண்டும் ஓய்யென உயிர்த்தும்
ஏவுறு மஞ்ஞையின் நடுங்கிஇழை நெகிழ்ந்து
பாவை விளக்கில் பரூஉச்சுடர் அழல
இடம்சிறந்து உயரிய எழுநிலை மாடத்து
முடங்கிறைச் சொரிதரு மாத்திரள் அருவி
இன்பல் இமிழிசை ஓர்ப்பனள் கிடந்தோன்
அஞ்செவி நிறைய ஆலின; வென்றுபிறர்

தலைவன் வருகையும் வழியும்

வேண்டுபுலங் கவர்ந்த ஈண்டுபெருந் தானையொடு,
விசய வெல்கொடி உயரி வலன்ஏர்பு
வயிரும் வளையும் ஆர்ப்ப, அயிர
செறியிலைக் காயா அஞ்சனம் மலர,
முறியிணர்க் கொன்றை நன்பொன் காலக்
கோடல் குவிமுகை அங்கை அவிழத்,
தோடார் தோன்றி குருதி பூப்பக்,
கானம் நந்திய செந்நிலப் பெருவழி
வானம் வாய்ந்த வாங்குகதிர் வரகின்
திரிமருப்பு இரலையொடு மடமான் உகள,

எதிர்செல் வெண்மழை பொழியுந் திங்களின்
முதிர்காய் வள்ளியங் காடுபிறக்கு ஒழியத்
துனைபரி துரக்கும் செலவினர்
வினைவிளங்கு நெடுந்தேர் பூண்ட மாவே. (103)

அருஞ்சொற்பொருள்:

நனந்தலை - அகன்ற இடம். வளைஇ - வளைத்து. நேமி - சக்கரம். வலம்புரி - சங்கு. மா - இலக்குமி. தடம் - பெரிய. மாஅல்- திருமால். எழிலி - மேகம். புன் - துன்பம்.

கடி - காவல். அலரி - மலர். விரிச்சி - நற்சொல். தாம்பு - கயிறு. பசலை - இளமை. அலமரல் - துன்பம். சுவல் - தோள். அசைத்த - கட்டிய. கலுழ் - மனக்கலக்கம். உறைத்தல் - உகுத்தல்.

கான் - காடு. புறவு - முல்லைக்காடு. சேண்நாடு - வெகுதூரம் மணக்கின்ற. புதல் - புதர். எருக்கி - வெட்டி. மாட்டி -வெட்டி. புரிசை - மதில். ஏமம் - காவல். புணரி - கடல். பாடி - பாசறை; படைவீடு.

உவலை - தழை. கவலை - நாற்சந்தி. தேம் - மதம். கவுள் - கன்னம். இன்குளகு - அதிமதுரம். சுவைமுள் - பலகிளைகளையுடைய பரிக்கோல்.

படிவம் - விரதங்கள். கடுப்ப - போன்று. தூணி - நாற்றி - தொங்கவிட்டு. கூடம் - கூடாரம். குத்தி - நட்டு. வாங்கு - வளையும்.

நாப்பண் - நடுவில். கண்டம் - பிரிவாக அமையும் திரைகள். வரி - நிறம்; கையமை. விளக்கம் - பாவை விளக்குகள். நந்துதொறும்- அவியும் போதெல்லாம். மாட்ட - கொளுத்த.

அதில் - மோசி மல்லிகை. படாஅர் - புதர்கள். சிதர்- மழைத் திவலை. மத்திகை - குதிரையையடிக்கும் சவுக்கு. மெய்ப்பை - சட்டை. எழினி - திரைச்சீலை. உரையா நா - ஊமை. படம் - சட்டை.

மண்டு - நெருங்குதல். நசை - விருப்பம். கண்படை பெறாஅது- உறங்காது. எஃகம் - வேல். பிடி - பெண்யானை. வேழம் - ஆண் யானை. உயங்கும் - துன்புறும். ஒற்றி - ஊன்றி. பனிக்கும் - நடுங்கும்.

நிறை - மறை பிறர் அறியாத ஒழுக்கம். தபு - கெடுதல். புலம்பு- தனிமை. மையல் - மன மயக்கம். ஏ - அம்பு. மஞ்ஞை - மயில். முடங்கிறை - வளைந்த இறப்பு. ஆலின - ஒலித்தன.

வயிர் - ஊதுகொம்பு. வளை - சங்கு. ஆர்ப்ப - ஒலிக்க. அயிர- நுண்மணல். காயா - காயாமரம். கொன்றை - கொன்றை மரம். கோடல் - வெண்காந்தள். தோன்றி - தோன்றிச் செடி இரலை மான்- கலைமான். துனை - விரைவு.

6

மதுரைக் காஞ்சி

தலையாலங்கானத்துச் செருவென்ற பாண்டியன் நெடுஞ் செழியனை மாங்குடி மருதனார் பாடியது.

மதுரையில் பாடப்பெற்ற காஞ்சி என விரியும். காஞ்சித் திணை பொது நிலையில் **நிலையாமை** பற்றிக் கூறி அதனால் நிலைபேறுடைய செயல்களைச் செய்க என்று கூறுவது. அது பெருந்திணைக்குப் புறனாக அமைவது.

“நிலையாமையை வற்புறுத்த வந்தவர் வாழ்வின் உயர்ந்த குறிக்கோள்களைச் சுட்டி வாழுமாறு தம்முடைய தலைவனை வாழ்த்துகின்றார். அந்நாளைய அரசர் வாழ்வையும், நகர நிலைமையையும் படம்பிடித்து இந்தப் புலவர் காட்டி, இத்தனை செல்வத்தோடும், உயர்ந்த குறிக்கோளோடும் சனகனைப் போல வாழ்வதனை வற்புறுத்துவது ஒரு புதுமையே ஆகும்.” (*தெ.பொ.மீ. களஞ்சியம் - 5, சங்கத் தமிழ், ப.45*) என மொழிவர் பேராசிரியர் **தெ.பொ.மீனாட்சிசுந்தரனார்**.

அகன்ற உலகம்

ஓங்குதிரை வியன்பரப்பின்
ஒலிமுந்நீர் வரம்புஆக,
தேன்தூங்கும் உயர்சிமைய
மலைநாறிய வியன்ஞாலத்து . . .

பாண்டியர் பரம்பரை

பொய்அறியா வாய்மொழியால்
புகழ்நிறைந்த நல்மாந்தரொடு
நல்ஊழி அடிப்படர,
பல்வெள்ளம் மீக்கூற,
உலகம் ஆண்ட உயர்ந்தோர் மருக!...

பாண்டியர் போர்க் களம்

படையோர்க்கு முருகுஅயர,
அமர்கடக்கும் வியன்தானை
தென்னவன் பெயரிய துன்னருந் துப்பின்
தொல்முது கடவுள் பின்னர் மேய
வரைத்தாழ் அருவிப் பொருப்பின் பொருந!...

நிலந்தரு திருவிற் பாண்டியன் சிறப்பு

நிலம்தந்த பேர்உதவி
பொலந்தார் மார்பின் நெடியோன் உம்பல்!

இடி போன்றவன்

மரம்தின்னூஉ வரை உதிர்க்கும்
நரைஉருமின் ஏறு அனையை!...

மன்னர்க்கு மன்னன்

தென்குமரி வடபெருங்கல்
குணகுடகடலா எல்லைத்
தொன்றுமொழிந்து தொழில்கேட்ப
வெற்றமொடு வெறுத்து ஒழுகிய
கொற்றவர்தம் கோன் ஆகுவை!...

நெல்லூரைக் கொண்டவன்

துறைமுற்றிய துளங்குஇருக்கைத்
தென்கடல் குண்டுஅகழிச்
சீர்சான்ற உயர்நெல்லின்
ஊர்கொண்ட உயர்கொற்றவ!...
பல்குட்டுவர் வெல்கோவே!

முதுவெள்ளிலை ஊரும் தலையாலங்கானத்துப் போரும்

ஒலிஓவாக் கலியாணர்
முதுவெள்ளிலை மீக்கூறும் ...

கால்என்னக் கடிதுஉராஅய்
நாடுகெட எரிபரப்பி
ஆலங்கானத்து அஞ்சுவர இறுத்து
அரசுபட அமர் உழக்கி
முரசுகொண்டு களம்வேட்ட
அடுதிறல் உயர்புகழ் வேந்தே! ...

போர்த் தலைவனே !

நற்கொற்கையோர் நசைப்பொருந!...
தென்பரதவர் போர்ஏறே!...
யாண்டுபல கழிய வேண்டுபுலத்து இறுத்து
மேம்பட மரீஇய வெல்போர்க் குருசில்!...

நின் பகைவர் தேசம் பாழாயின !

வாழா மையின் வழிதவக் கெட்டு
பாழாயினநின் பகைவர் தேஎம்...

வழிவழிச் சிறக்க நின் வலம்படு கொற்றம்

குடமுதல் தோன்றிய தொன்றுதொழு பிறையின்
வழிவழிச் சிறக்கநின் வலம்படு கொற்றம்!
குணமுதல் தோன்றிய ஆர்இருள் மதியின்
தேய்வன கெடுக, நின் தெவ்வர் ஆக்கம்...

உன் புகழ் என்றும் நிலைபெறுவதாக !

உயர்நிலை உலகம் அமிழ்தொடு பெறினும்
பொய்சேண் நீங்கிய வாய்நட் பினையே...
அன்னாய்! நின்னொடு முன்னிலை எவனோ?
கொன்ஒன்று கிளக்குவல் அடுபோர் அண்ணல்!
கேட்டிசின் வாழி! கெடுகநின் அவலம்!
கெடாது நிலைஇயர்நின் சேண்விளங்கு நல்லிசை!

நிலையாமையை உணர்த்தல்

தவாப்பெருக்கத்து அறாயாணர்
அழித்து ஆனாக் கொழுந்திற்றி
இழித்து ஆனாப் பலசொன்றி
உண்டுஆனாக் கூர்நறவின்
தின்றுஆனா இனைவகல்...
நரம்பின் முரலும் நயம்வரு முரற்சி
விறலியர் வறுங்கைக் குறுந்தொடி செறிப்பப்
பாணர் உவப்பக் களிறுபல தரீஇ
கலந்தோர் உவப்ப எயில்பல கடைஇ
மறங்கலங்கத் தலைச்சென்று
வாள்உழந்து அதன்தாள் வாழ்த்தி
நாள் ஈண்டிய நல்அகவர்க்குத்

தேரொடு மாசிதறி...

விழுமிய பெரியோர் சுற்ற மாகக்
கள்ளின் இரும்பைக் கலம்செல உண்டு
பணிந்தோர் தேஎம் தம்வழி நடப்பப்
பணியார் தேஎம் பணித்துத்திறை கொண்மார்
பருந்து பறக்கல்லாப் பார்வற் பாசறைப்
படுகண் முரசம் காலை இயம்ப
வெடிபடக் கடந்து வேண்டுபுலத்து இறுத்த
பணைகெழு பெருந்திறல் பல்வேல் மன்னர்
கரைபொருது இரங்கும் கனைஇரு முந்நீர்
திரையிடு மணலினும் பலரே; உரைசெல
மலர்தலை உலகம் ஆண்டு கழிந்தோரே!

மருத நில வளம் – கழனி – வயல்கள்

அதனால், குணகடல் கொண்டு குடகடல் முற்றி
இரவும் எல்லையும் விளிவுஇடன் அறியாது

அவலும் மிசையும் நீர்த்திரள்பு ஈண்டி...
சிதரற் பெரும்பெயல் சிறத்தலின் தாங்காது

குணகடற்கு இவர்தரும் குரூஉப்புனல் உந்தி
நிவந்துசெல் நீத்தம் குளம்கொளச் சாற்றிக்
களிறுமாய்க்கும் கதிர்க்கழனி;

இலஞ்சியும் பொய்கையும்

ஒளிறு இலஞ்சி; அடைநிவந்த
முள்தாள் சுடர்த்தாமரை ...
வண்டுஇறை கொண்ட கமழ்பூம் பொய்கை

மருத நிலத்து ஓசைகள்

கம்புட் சேவல் இன்துயில் இரிய,
வள்ளை நீக்கி வயமீன் முகந்து
கொள்ளை சாற்றிய கொடுமடி வலைஞர்
வேழப் பழனத்து நூழி லாட்டுக்
கரும்பின் எந்திரம் கட்பின் ஓதை
அள்ளல் தங்கிய பகடுஉறு விழுமம்

கள்ஆர் களமர் பெயர்க்கும் ஆர்ப்பே
ஒலிந்த பகன்றை விளைந்த கழனி

வன்கை விளைஞர் அரிபறை இன்குரல்
தளிமழை பொழியும் தண்பரங் குன்றில்
கலிகொள் சும்மை; ஒலிகொள் ஆயம்...

மீன் சீவும் பாண்சேரியொடு
மருதம் சான்ற தண்பனை சுற்றி, ஒருசார்

முல்லை நில வளம்

சிறுதினை கொய்ய கவ்வை கறுப்பக்
கருங்கால் வரகின் இருங்குரல் புலர
ஆழ்ந்த குழும்பில் திருமணி கிளர
எழுந்த கடற்றில் நன்பொன் கொழிப்ப...
முல்லை சான்ற புறவுஅணிந்து ஒருசார்

குறிஞ்சி நில வளம்

நறுங்காழ் கொன்று கோட்டின் வித்திய
குறுங்கதிர்த் தோரை நெடுங்கால் ஐயவி
ஐவன வெண்ணெலொடு அரிங்கொள்பு நீடி
இஞ்சி மஞ்சள் பைங்கறி பிறவும்
பல்வேறு தாரமொடு கல்லகத்து ஈண்டி,

குறிஞ்சி நில ஓசைகள்

தினைவிளை காரல் களிகடி பூசல் ...
ஆமா கடியும் கானவர் பூசல்,
சேணோன் அகழ்ந்த மடிவாய்ப் பயம்பின்
வீழ்முகக் கேழல் அட்ட பூசல்,
கருங்கால் வேங்கை இருஞ்சினைப் பொங்கர்
நறும்பூக் கொய்யும் பூசல், இருங்கேழ்
ஏறுஅடு வயப்புலி பூசலொடு, அனைத்தும்
இலங்குவெள் அருவியொடு சிலம்பகத்து இரட்ட
கடுங்கால் குறிஞ்சி சான்ற வெற்பணிந்து
அருங்கடி மாமலை தழீஇ, ஒருசார்...

பாலை நிலத்தின் தன்மை

நிழல்உரு இழந்த வேனில் குன்றத்து
பாலை சான்ற சுரஞ்சேர்ந்து, ஒருசார்.

நெய்தல் நில வளம்

முழங்குகடல் தந்த விளங்குகதிர் முத்தம்
அரம்போழ்ந்து அறுத்த கண்நேர் இலங்குவளை
பரதர் தந்த பல்வேறு கூலம்
இருங்கழிச் செறுவின் தீம்புளி வெள்உப்புப்
பரந்தோங்கு வரைப்பின் வன்கைத் திமிலர்...

விழுமிய நாவாய் பெருநீர் ஓச்சுநர்
நனந்தலைத் தேஎத்து நன்கலன் உய்ம்மார்
புணர்ந்துடன் கொணர்ந்த புரவியொடு அனைத்தும்
வைகல் தோறும் வழிவழிச் சிறப்ப
நெய்தல் சான்ற வளம்பல பயின்றாங்கு
ஐம்பால் திணையும் கவினி அமைவர...

வையை ஆறும் பாணர் இருக்கையும்

பாடல் சான்ற நல்நாட்டு நடுவண்...
இயங்குபுனல் கொழித்த வெண்தலைக் குவவுமணல்
கான்பொழில் தழீஇய அடைகரை தோறும்,
தாதுசூழ் கோங்கின் பூமலர் தாஅய்,
கோதையின் ஒழுகும் விரிநீர் நல்வரல்
அவிர்அறல் வையைத் துறைதுறை தோறும்
பல்வேறு பூத்திரள் தண்டலை சுற்றி
அழுந்துபட் டிருந்த பெரும்பாண் இருக்கையும்...

அகழி

பல்மாறு ஓட்டிப் பெயர்புறம் பெற்று
மண்ணுற வாழ்ந்த மணிநீர்க் கிடங்கின்

மதிலும் வாயிலும்

விண்ணுற ஓங்கிய பல்படைப் புரிசை
தொல்வலி நிலைஇய அணங்குடை நெடுநிலை
நெய்படக் கரிந்த திண்போர்க் கதவின்
மழையாடு மலையின் நிவந்த மாடமொடு
வையை அன்ன வழக்குடை வாயில்...

கடைத்தெரு

யாறுகிடந் தன்ன அகல்நெடுந் தெருவில்
பல்வேறு குழாஅத்து இசையெழுந்து ஒலிப்ப...
ஓவுக்கண் டன்ன இருபெரு நியமத்து

அங்காடித் தெருவில் அசையும் கொடிகள்

சாறு அயர்ந்து எடுத்த உருவப் பல்கொடி
வேறுபல் பெயர ஆர்எயில் கொளக்கொள
நாள்தோறு எடுத்த நலம்பெறு புனைகொடி...
பல்வேறு குழூஉக்கொடி பதாகை நிலைஇ
பெருவரை மருங்கின் அருவியின் நுடங்க...

நால்வகைப் படைகள் – யானை

நெடுஞ்சுழிப் பட்ட நாவாய் போல...
கந்துநீத்து உழிதரும் கடாஅ யானையும்...

தேர்

கால்எனக் கடுக்கும் கவின்பெறு தேரும்...

குதிரை

கொடிபடு சுவல விடுமயிர்ப் புரவியும்...

மறவர்

வேழத் தன்ன வெருவரு செலவின்
கள்ஆர் களமர் இருஞ்செரு மயக்கமும்
அரியவும் பெரியவும் வருவன பெயர்தலின்

பல்வேறு பொருள்கள் விற்போர்

தீம்புழல் வல்சிக் கழற்கால உழவர்
பூந்தலை முழவின் நோன்தலை கடுப்ப
பிடகைப் பெய்த கமழ்நறும் பூவினர்
பலவகை விரித்த எதிர்பூங் கோதையர்
பலர்தொகுபு இடித்த தாதுஉகு சுண்ணத்தர்...

பல்வேறு பண்ணியம் தழீஇத் திரிவிலைஞர்
மலைபுரை மாடத்துக் கொழுநிழல் இருத்தர...

மனைதோறும் மலர் விற்கும் மகளிர்

பெரும்பின் னிட்ட வால்நரைக் கூந்தலர்
நன்னர், நலத்தர், தொன்முது பெண்டிர்...
புடையமை பொலிந்த வகையமை செப்பில்
காமர் உருவின் தாம்வேண்டு பண்ணியம்
கமழ்நறும் பூவொடு மனைமனை மறுக.

பகல் கடைகளின் பேரொலி

மழைகொளக் குறையாது புனல்புக மிகாது
கரைபொருது இரங்கும் முந்நீர் போலக்
கொளக்கொளக் குறையாது தரத்தர மிகாது
கழுநீர் கொண்ட எழுநாள் அந்தி
ஆடுதுவன்று விழவின் நாடு ஆர்த்தன்றே
மாடம் பிறங்கிய மரிபுகழ்க் கூடல்
நாள்அங்காடி நனந்தலைக் கம்பலை...

அந்திக் காலப் பூசை

மழுவாள் நெடியோன் தலைவன் ஆக...
அந்தி விழவின் தூரியம் கறங்க...

பௌத்தப் பள்ளி

காமர் கவினிய பேரிளம் பெண்டிர்
பூவினர் புகையினர் தொழுவனர் பழிச்சிச்
சிறந்து புறங்காக்கும் கடவுள் பள்ளியும்...

அந்தணர் பள்ளி

அறநெறி பிழையா அன்புடை நெஞ்சின்
பெரியோர் மேஎய் இனிதின் உறையும்
குன்றுகுயின் றன்ன அந்தணர் பள்ளியும்...

அமண் பள்ளி

கயம்கண் டன்ன வயங்குடை நகரத்துச்
செம்புஇயன் றன்ன செஞ்சுவர் புனைந்து
நோக்குவிசை தவிர்ப்ப மேக்குயர்ந்து ஓங்கி
இறும்பூது சான்ற நறும்பூஞ் சேக்கையும்
குன்றுபல குழீஇப் பொலிவன தோன்ற

அறங்கூறு அவையம்

அச்சமும் அவலமும் ஆர்வமும் நீக்கிச்
செற்றமும் உவகையும் செய்யாது காத்து
ஞெமன்கோல் அன்ன செம்மைத்து ஆகிச்
சிறந்த கொள்கை அறங்கூறு அவையமும்...

காவிரிப் பட்டம் பெற்றோர்

அன்பும் அறனும் ஒழியாது காத்து
பழிஒரீஇ உயர்ந்து பாய்புகழ் நிறைந்த
செம்மை சான்ற காவிரி மாக்களும்...

வணிகர் தெரு

மலையவும் நிலத்தவும் நீரவும் பிறவும்
பல்வேறு திருமணி முத்தமொடு பொன்கொண்டு
சிறந்த தேஎத்துப் பண்ணியம் பகர்நரும்

நாற்பெருங் குழுவினர்

மழைஒழுக்கு அறாஅப் பிழையா விளையுள்
பழையன் மோகூர் அவையகம் விளங்க
நான்மொழிக் கோசர் தோன்றி யன்ன
தாமேஎந் தோன்றிய நாற்பெருங் குழுவும்...

பல்வேறு தொழில் செய்வாரும் வணிகரும்

பூவும் புகையும் ஆயும் மாக்களும்
எவ்வகைச் செய்தியும் உவமம் காட்டி
நுண்ணிதின் உணர்ந்த நுழைந்த நோக்கின்
கண்ணுள் வினைஞரும் பிறரும் கூடித்
தெண்திசை அவிர்அறல் கடுப்ப ஒண்பல்
குறியவும் நெடியவும் மடிதரூஉ விரித்துச்
சிறியரும் பெரியரும் கம்மியர் குழீஇ
நால்வேறு தெருவினும் கால்உற நிற்றர...

அந்திக் கடைகளின் ஆரவாரம்

பல்வேறு புள்ளின் இசைஎழுந் தற்றே
அல்அங்காடி அழிதரு கம்பலை...

மாலைக் காலம்

நாண்முதிர் மதியம் தோன்றி நிலாவிரிபு
பகல்உரு உற்ற இரவுவர நயந்தோர்
காதல் இன்துணை புணர்மார் ஆயிதழ்த்
தண்ணுறுங் கழுநீர் துணைப்ப இழைபுனையூஉ
நல்நெடுங் கூந்தல் நறுவிரை குடைய
நரந்தம் அரைப்ப நறுஞ்சாந்து மறுக
மென்னூற் கலிங்கட் கமழ்புகை மடுப்பப்

பெண்மகிழ் வுற்ற பிணைநோக்கு மகளிர்
நெடுஞ்சுடர் விளக்கம் கொளீஇ...
வீழ்துணை தழீஇ வியல்விசும்பு கமழ...

மகவு ஈன்ற மகளிர் நீராடல்

கணவர் உவப்ப, புதல்வர்ப் பயந்து
பணைத்து ஏந்து இளமுலை அமுதம் ஊறப்
புலவுப்புனிறு தீர்ந்து பொலிந்த சுற்றமொடு
வளமனை மகளிர் குளநீர் அயர...

கடுஞ்சூல் மகளிர் கடவுளை வழிபடல்

ஒண்சுடர் விளக்கம் முந்துற மடையொடு
நல்மா மயிலின் மெல்மெல இயலிக்
கடுஞ்சூல் மகளிர் பேணிக் கைதொழுது
பெருந்தோட் சாலினி மடுப்ப ஒருசார்,

வெறியாட்டும் குரவைக் கூத்தும்

அருங்கடி வேலன் முருகொடு வளைஇ
அரிக்கூடு இன்னியம் கறங்கநேர் நிறுத்துக்
கார்மலர்க் குறிஞ்சி சூடிக் கடம்பின்
சீர்மிகு நெடுவேள் பேணித் தழூஉப் பிணையூஉ
மன்றுதொறும் நின்ற குரவை...
சேரிவிழவின் ஆர்ப்புஎழுந் தாங்கு
முந்தை யாமம் சென்ற பின்றை

இடையாமம்

பணிலம் கலிஅவிந்து அடங்கக் காழ்சாய்த்து
நொடைநவில் நெடுங்கடை அடைத்து மடமதர்
ஒள்ளிழை மகளிர் பள்ளி அயர
நல்வரி இறாஅல் புரையும் மெல்லடை

அயிர்உருப்பு உற்ற ஆடமை விசயம்
கவவொடு பிடித்த வகைஅமை மோதகம்
தீஞ்சேற்றுக் கூவியர் தூங்குவனர் உறங்க
விழவின் ஆடும் வயிரியர் மடிய
பாடுஆன்று அவிந்த பனிக்கடல் புரைய

பாயல் வளர்வோர் கண்இனிது மடுப்ப
பானாள் கொண்ட கங்குல் இடையது...

ஊர்க் காவலரின் திறமை

வயக்களிறு பார்க்கும் வயப்புலி போலத்
துஞ்சாக் கண்ணர், அஞ்சாக் கொள்கையர்...

ஊர்காப் பாளர் ஊக்கருங் கணையினர்...

அச்சம் அறியாது ஏமம் ஆகிய
மற்றை யாமம் பகல்உறக் கழிப்பி...

வைகறையில் வேதம் ஓதுதல்

தாதுஉண் தும்பி போது முரன்றாங்கு
ஓதல் அந்தணர் வேதம் பாட....

காலை நிகழ்ச்சிகள்

சூதர் வாழ்த்த மாகதர் நுவல
வேதா ளிகரொடு நாழிகை இசைப்ப
இமிழ்முரசு இரங்க ஏறுமாறு சிலைப்பப்
பொறிமயிர் வாரணம் வைகறை இயம்ப...

மதுரை நகரின் வளமும் பெருமையும்

மைபடு பெருந்தோள் மழவர் ஓட்டி
இடைப்புலத்து ஒழிந்த ஏந்துகோட்டு யானை
பகைப்புலம் கவர்ந்த பாய்பரிப் புரவி
வேல்கோல் ஆக ஆள் செல நூறி...

நாள்தர வந்த விழுக்கலம் அனைத்தும்
கங்கையம் பேரியாறு கடல்படர்ந் தாஅங்கு
அளந்துகடை அறியா வளம்கெழு தாரமொடு
புத்தேள் உலகம் கவினிக் காண்வர
மிக்குப்புகழ் எய்திய பெரும்பெயர் மதுரை...

பாண்டியன் தோற்றம்

திண்காழ் ஆரம் நீவிக் கதிர்விடும்
ஒண்காழ் ஆரம் கவைஇய மார்பின்
வரிக்கடைப் பிரசம் மூசுவன மொய்ப்ப
எருத்தம் தாழ்ந்த விரவுப்பூந் தெரியல்
பொலஞ்செயப் பொலிந்த நலம்பெறு விளக்கம்

வலிகெழு தடக்கைத் தொடியொடு சுடர்வரச்
சோறுஅமை வுற்ற நீருடைக் கலிங்கம்

உடை அணி பொலியக் குறைவுஇன்று கவைஇ,
வல்லோன் தைஇய வரிப்புனை பாவை
முருகுஇயன் நன்ன உருவினை ஆகி...

பாணர் முதலியோர்க்கு வழங்குதல்

பாணர் வருக! பாட்டியர் வருக!
யாணர்ப் புலவரொடு வயிரியர் வருக!என
இருங்கிளை புரக்கும் இரவலர்க்கு எல்லாம்
கொடுஞ்சி நெடுந்தேர் களிற்றொடும் வீசி...

பரந்து தோன்றா வியன்நகரால்
பல்சாலை முதுகுடுமியின்
நல்வேள்வித் துறைபோகிய

மெய்ப்பொருள் உணர்க!

தொல்ஆணை நல்லாசிரியர்
புணர்கூட்டு உண்ட புகழ்சால் சிறப்பின்
நிலந்தரு திருவின் நெடியோன் போல
வியப்பும் சால்பும் செம்மை சான்றோர்
பலர்வாய்ப் புகர்அறு சிறப்பின் தோன்றி,

கடமை

அரியதந்து குடி அகற்றி
பெரியகற்று இசைவிளக்கி
முந்நீர் நாப்பண் ஞாயிறு போலவும்
பன்மீன் நடுவண் திங்கள் போலவும்
பூத்த சுற்றமொடு பொலிந்துஇனிது விளங்கிப்
பொய்யா நல்லிசை நிறுத்த புனைதார்ப்
பெரும்பெயர் மாறன் தலைவ னாகக்
கடந்தடு வாய்வாள் இளம்பல் கோசர்
இயல்நெறி மரபின்நின் வாய்மொழி கேட்ப...

மன்னனை வாழ்த்துதல்

பொற்புவிளங்கு புகழ்அவை நின்புகழ்ந்து ஏத்த
இலங்குஇழை மகளிர் பொலங்கலத்து ஏந்திய
மணங்கமழ் தேறல் மடுப்ப, நாளும்
மகிழ்ந்து இனிது உறைமதி பெரும!
வரைந்துநீ பெற்ற நல்ஊழி யையே! (782)

அருஞ்சொற்பொருள்:

திரை - அலை. வியன் - அகன்ற. முந்நீர் - கடல். வரம்பு - எல்லை. தேன் - தேன் கூடுகள். தூங்கும் - தொங்கும். சிமையம் - உச்சி. நாறிய - தோன்றிய. ஞாலம் - உலகம்.

ஊழி - ஊழிக் காலங்கள். வெள்ளம் - பேரெண்; மிகுதியான எண். மருக - மரபில் தோன்றியவனே.

முருகு - அழகு; இங்கு வேள்வி. அமர் - போர். துன்னுதல்- நெருங்குதல்.

பொலம் - பொன்.

வெறுத்து - செறிந்து.

ஓவா - குறையாத. கலி - ஆரவாரம். யாணர் - புதுவருவாய். இறுத்து - தங்கி.

நசை - விருப்பம். ஏறு - சிங்கம். இறுத்து - தங்கி. குருசில் - தலைவன். குடம் - மேற்கு. வலம் - வெற்றி.

குண - கிழக்கு. ஆர் இருள் மதி - அமாவாசை. தெவ்வர்- பகைவர். உயர்நிலை உலகம் - மேலுலகம். வாய் - உண்மை. ஏணி- எல்லை. கொன் - மிகுதி. கிளக்குவல் - சொல்வேன். அவலம் - துன்பம்; மயக்கம். நிலைஇயர் - நிலைபெறுவதாக.

தவா - குறையாத; கெடாத. அறா - அற்றுப்போகாத. யாணர்- புதுவருவாய்; அழித்து - இழித்து. வெறுக்கை - செல்வம். நகர் - அரண்மனை. முரற்சி - பாடல். விறலியர்- எண்வகைச் சுவை காட்டி ஆடும் மகளிர். கடைஇ - செலுத்தி. தாள் - முயற்சி. அகவல் - அகவுதல். விழுமிய பெரியோர் - தானைத் தலைவர். பைக்கலம் - பச்சைக் குப்பி. பார்வல் - அரண். இறுத்தல் - தங்குதல். உரை - புகழ்.

குண - கிழக்கு. குட - மேற்கு. விளிவு இடன் - முடிவிடம். அவல்- பள்ளம். மிசை - மேடு. ஈண்டி - நெருங்கி. கவலை- கிழங்கு வகை. கழை - மூங்கில். ஏறு - இடி. ஞெமிர்ந்து - நிமிர்ந்த. உந்தி - ஆற்றிடைக்குறை. நீத்தம் - நீர். கழனி - வயல்.

இலஞ்சி - நீர்நிலை. அடை - இலை. நிவந்த - உயர்ந்த. இறை- தங்குதல்.

கம்புள் - சம்பங்கோழி. இரிய - நீங்க. வள்ளை - கொடி. வயமீன் - வலிமையான பெரிய மீன். வேழம் -புல்வகை. பழனம் - வயல். நூழிலாட்டு - கொன்று குவித்தல். கட்பின் - களை எடுத்தல். ஓதை - ஓசை. அள்ளல் - சேறு. சகதி - களமர் - உழவர். கழனி - வயல். தளி - துளி. கலி- திருவிழா. சும்மை - ஓசை;ஆரவாரம். தண்பணை - மருத நிலம்.

தினை - பயிர்வகை. கவ்வை - எள்ளின பச்சைக்காய். வரகு - பயிர்வகை. குழும்பு - குழி. கிளர - ஒளிர. கடறு - வளர்ந்த காடு. புறவு - காடு.

நறுங்காழ் - மணமுடைய அகில் சந்தனம். கோடு - மேடு. தோரை - மூங்கில். ஐயவி - வெண் சிறு கடுகு. அரில்கொள்பு - ஒன்றுடன் ஒன்று மாறுபடுதல். கறி - மிளகு. தாரம் - பண்டங்கள்.

சாரல் - பக்க மலை. கடி - விரட்டுதல். ஆமா - காட்டுப்பசு. சேணோன் - மலையின் மேல் பகுதி. பயம்பு - பள்ளம்; குழி. கேழல்- பன்றி, அட்ட - கொன்ற. பொங்கர் - மரக்கொம்பு; கிளை கேழ் - பன்றி. சிலம்பகம் - மலை. வெற்பு - பக்கமலை. மாமலை - பெரிய மலை.

கண் - இடம். கூலம் - பண்டம்; பொருள்கள். செறு- உப்பு வயல். தீம்புளி - சுவையான பொறித்த புளி. திமிலர்- படகு ஓட்டுநர். துணியல் - துண்டங்கள். நாவாய் - பெரிய மரக்கலம். பெருநீர்- கடல். ஓச்சுநர் - ஓட்டுநர். உய்ம்மார்- செலுத்துதற்கு. புரவி - குதிரை. வைகல் - நாள். கவினி - அழகு.

அறல் - கருமணல். தண்டலை - சோலை. அழுந்துபடல்- தலைமுறை தலைமுறையாக வாழ்தல். மணிநீர்க்கிடங்கு - அகழி.

புரிசை - மதில். தொல்வலி - தொன்மையான வலிமை. அணங்கு - வீரத் தெய்வமாகிய கொற்றவை. நிவந்த - உயர்ந்த.

குழாஅம் - கூட்டம். மா - பெருமை. பெரிய கால்- காற்று. பணை - முரசு. நுவல - கூற. கயம் - குளம். இயம்- இசைக்கருவி. கலி- செருக்கு. கம்மை - ஆரவாரம். ஓவு - ஓவியம். நியமம் - அங்காடி. கடைத்தெரு. இருபெரு நியமம்- நாளங்காடி; அல்லங்காடி.

சாறு - திருவிழா. உருவம் - அழகு. எயில் - அரண். புலவு - புலால் நாற்றம். தோல் - யானை. மிடை தோல்- அணியாய் நின்ற யானை. விறல் - வெற்றி. நவில் - சொல்லல். குழூஉ - குழுக்கள். பதாகை - பெரிய கொடி; பாண்டியன் கொடி.

நாவாய் - பெரிய மரக்கலம். உழிதரும் - சுழலும். கடாஅ-மதம்.

வேழம் - யானை. வெருவருதல் - அஞ்சுதல். செலவு - நடை. களமர் - போர்வீரர். இரும் - பெரிய. செரு - போர்.

புழல் - உட்துளை. வல்சி - உணவு. கழல் - வீரக்கழல். நோன் தலை - வலிமையான மேல்பகுதி. கடுப்ப - ஒப்ப. பிடகை - பூந்தட்டு. தொகுபு - சேர்ந்து. தழீஇ - தழுவிக் கொண்டு.

கம்பலை - பேராரவாரம்; பேரொலி.

மழு - நெருப்பு. நெடியோன் - சிவன்.

காமர் - விருப்பம். கவினிய - மேவிய. பழிச்சுதல் - போற்றிப் புகழ்தல். கடவுட் பள்ளி - பௌத்தப் பள்ளி.

இறும்பூது - வியப்பு. சேக்கை - உறைவிடம். குழீஇ - குழுமி; சேர்ந்து.

செற்றம் - சினம். ஞெமன்கோல் - துலாக்கோல்.

ஓரீஇ - நீக்கி; பாய் - பரந்த; பரவிய. செம்மை - சான்றாண்மைப் பண்பன்.

பண்ணியம் - பண்டங்கள்;பொருள்கள்.

பழையன் - குறுநில மன்னன். மோகூர் - அவன் தலைநகர். நாற்பெருங் குழு - புரோகிதர். சேனாபதியர். தூதர், ஒற்றர். காவிதி மாக்கள் - அமைச்சர்.

கலிங்கம் - ஆடை. வம்பு - கச்சு. கண்ணுள் வினைஞர்- ஓவியர் செய்யும் தொழிலைக் காண்போர். அறல் - கருமணல்.

செருக்காளர் - களித்தோர். தழங்குதல் - முழங்குதல். சூதர்- நின்று ஏத்துவோர். மாகதர் - இருந்து ஏத்துவோர். வேதாளிகர்- வரிக்கூத்துள்பட்ட வேதாளிக் கூத்தினை ஆடுவோர். நாழிகை - நாழிகைக் கணக்கர். ஏறு - ஆண் விலங்குகள். வாரணம் - கோழி.

தொல்லாணை நல்லாசிரியர் - வினையின் நீங்கிய விளங்கிய அறிவினையுடையோர். புணர் கூட்டு - மெய்யறிவின் தெளிவு. புகர்- குற்றம்.

அரிய - அரிய பொருள்கள். அகற்றி - பெருக்கி; அகலச் செய்து. பெரிய கற்று - மெய்ப்பொருள் கற்று. இசை - புகழ். முந்நீர் - கடல். நாப்பண் - நடுவில். மாறன் - மோகூர்ப் பழையன் மாறன்.

அவை - சபை. ஊழி - கால அளவு.

7

நெடுநல்வாடை

பாண்டியன் நெடுஞ்செழியனை மதுரைக் கணக்காயனார் மகனார் நக்கீரனார் பாடியது.

நெடுநல்வாடை = **நீண்ட நல்ல வாடைக் காற்று** என்பது பொருள். தலைவனைப் பிரிந்த தலைவிக்கு **நீண்ட** வாடையாக அமைந்தது; பிரிந்திருந்த தலைவன் போர்க்களத்தில் பகைவரை வெல்வதையே நோக்கமாகக் கொண்டிருந்ததால் அவனுக்கு அது **நல்ல** வாடையாக அமைந்தது. ஒவ்வொரு திசையிலிருந்து வருகின்ற காற்றுக்கு ஒவ்வொரு பெயர் கொடுத்தனர் தமிழர். குடக்கிலிருந்து (மேற்கு) வருவது **கோடை**; குணக்கிலிருந்து (கிழக்கு) வருவது **கொண்டல்**; தெற்கிலிருந்து வருவது **தென்றல்**; வடக்கிலிருந்து வருவது **வாடை**

இப்பாடல் அகப்பாடல், சுட்டி ஒருவர் பெயர் கொளப் பெறாமையால். **'வேம்பு தலையாத்த நோன்காழ் எஃகம்'** என்று பாடலில் வரும் ஒரு குறிப்பைச் சுட்டிக் காட்டி இப்பாடல் பாண்டியனைக் குறிக்கும் என்று கூறிப் புறப்பாடல் எனக் குறிப்பிடுகிறார் **நச்சினார்க்கினியர்**. எந்தப் பாண்டியன் என்பது நூலில் இல்லை. எனவே இதனைப் புறப்பாடல் என்று கூறுவது பொருந்தாது.

மழை பெய்தது

வையகம் பனிப்ப வலன்ஏர்பு வளைஇ
பொய்யா வானம் புதுப்பெயல் பொழிந்தென

கோவலர் குளிரால் நடுங்கினர்

ஆர்கலி முனைஇய கொடுங்கோல் கோவலர்
ஏறுடை இனநிரை வேறுபுலம் பரப்பிப்
புலம்பெயர் புலம்பொடு கலங்கிக் கோடல்
நீடுஇதழ்க் கண்ணி நீரலைக் கலாவ
மெய்க்கொள் பெரும்பனி நலியப் பலருடன்
கைக்கொள் கொள்ளியர் கவுள்புடையூஉ நடுங்க,

விலங்கும் பறவையும்

மாமேயல் மறப்ப மந்தி கூர
பறவை படிவன வீழக் கறவை
கன்றுகோள் ஒழியக் கடிய வீசிக்
குன்றுகுளிர்ப் பன்ன கூதிர்ப் பானாள்...

பெயல்உலந்து எழுந்த பொங்கல் வெண்மழை
அகல்இரு விசும்பில் துவலை கற்ப...

வலிமை மிக்க காவலர்

மாடம் ஓங்கிய மல்லல் மூதூர்
ஆறுகிடந் தன்ன அகல்நெடுந் தெருவில்...
முடலை யாக்கை முழுவலி மாக்கள்...
இருகோட்டு அறுவையர் வேண்டுவயின் திரிதர...

மகளிரின் மாலைக் கால வழிபாடு

மடவரல் மகளிர் பிடகைப் பெய்த
செவ்வி அரும்பின் பைங்கால் பித்திகத்து
அவ்விதழ் அவிழ்பதம் கமழப் பொழுதறிந்து
இரும்புசெய் விளக்கின் ஈர்ந்திரிக் கொளீஇ
நெல்லும் மலரும் தூஉய்க் கைதொழுது
மல்லல் ஆவணம் மாலை அயர...

குளிர் காய்தல்

கல்லென் துவலை தூவலின் யாவரும்
தொகுவாய்க் கன்னல் தண்ணீர் உண்ணார்;
பகுவாய்த் தடவில் செந்நெருப் பு ஆர...

கூதிர் காலம்

காதலர்ப் பிரிந்தோர் புலம்ப; பெயல்கனைந்து
கூதிர் நின் றன்றால்...

அரண்மனை முன்றில்

வென்றுஎழு கொடியொடு வேழம் சென்றுபுகக்
குன்றுகுயின் றன்ன ஓங்குநிலை வாயில்...
நளிமலைச் சிலம்பில் சிலம்பும் கோயில்

ஆடவர் அணுகா அந்தப்புரம்

பீடுகெழு சிறப்பின் பெருந்தகை அல்லது
ஆடவர் குறுகா அருங்கடி வரைப்பின்...

அரசியின் அறை

உருவப் பல்பூ ஒருகொடி வளைஇ
கருவொடு பெயரிய சாண்புஇன் நல்இல்

அரசி படுத்திருக்கும் வட்டக்கட்டில்

தசநான்கு எய்திய பணைமருள் நோன்தாள்
இகல்மீக் கூறும் ஏந்துஎழில் வரிநுதல்...

தூங்குஇயல் மகளிர் வீங்குமலை கடுப்ப
புடைதிரண் டிருந்த குடத்த இடைதிரண்டு
உள்ளி நோன்முதல் பொருத்தி அடிஅமைத்து
பேர்அளவு எய்திய பெரும்பெயர்ப் பாண்டில்,

கட்டில் அலங்காரம்

மடைமாண் நுண்இழை பொலியத் தொடைமாண்டு
முத்துடைச் சாலேகம் நாற்றி, குத்துறுத்து,
புலிப்பொறிக் கொண்ட பூங்கேழ்த் தட்டத்துத்
தகடுகண் புதையக் கொளீஇத் துகள்தீர்ந்து,
ஊட்டுறு பல்மயிர் விரைஇ வயமான்
வேட்டம் பொறித்து வியன்கண் கானத்து
முல்லைப் பல்போது உறழப் பூநிரைத்து
மெல்லிதின் விரிந்த சேக்கை...

தலைவனைப் பிரிந்த தலைவி நிலை

ஆரம் தாங்கிய அலர்முலை ஆகத்து
பின்னமை நெடுவீழ் தாழத் துணைதுறந்து
நன்னுதல் உலறிய சில்மெல் ஓதி
நெடுநீர் வார்குழை களைந்தெனக் குறுங்கண்
வாயுறை அழுத்திய வறிதுவீழ் காதின்
பொலந்தொடி தின்ற மயிர்வார் முன்கை
வலம்புரி வளையொடு கடிகைநூல் யாத்து
வாளைப் பகுவாய் கடுப்ப வணக்குறுத்துச்
செவ்விரல் கொளீஇய செங்கேழ் விளக்கத்துப்
பூந்துகில் மரீஇய ஏந்துகோட்டு அல்குல்
அம்மாசு ஊர்ந்த அவிர்நூல் கலிங்கமொடு
புனையா ஓவியம் கடுப்ப...

தோழியர் அடி வருடல்

மெல்லியல் மகளிர் நல்லடி வருட

செவிலியரின் தேற்றவுரைகள்

நரைவிரா வுற்ற நறுமென் கூந்தல்
செம்முகச் செவிலியர் கைம்மிகக் குழீஇ
குறியவும் நெடியவும் உரைபல பயிற்றி
'இன்னே வருகுவர் இன்துணையோர்'என
உகத்தவை மொழியவும்,

தலைவியின் துன்பம்

ஒல்லாள், மிகக்கலுழ்ந்து...
விண்ஊர்பு திரிதரும் வீங்குசெயல் மண்டிலத்து
முரண்மிகு சிறப்பின் செல்வனொடு நிலைஇய
உரோகிணி நினைவனள் நோக்கி நெடிதுஉயிரா
மாஇதழ் ஏந்திய மலிந்துவீழ் அரிப்பணி
செவ்விரல் கடைக்கண் சேர்த்திச் சிலதெறியாப்
புலம்பொடு வதியும் நலங்கிளர் அரிவைக்கு,

கொற்றவையை வேண்டல்

இன்னா அரும்படர் தீர விறல்தந்து
இன்னே முடிகதில் அம்ம!

போர்க் களம் – விழுப்புண் வீரர்

... ...

மின்அவிர்
ஓடையொடு பொலிந்த வினைநவில் யானை
நீள்திரள் தடக்கை நிலமிசைப் புரள
களிறுகளம் படுத்த பெருஞ்செய் ஆடவர்
ஒளிறுவாள் விழுப்புண் காணிய புறம்போந்து,

வாடைக் காற்று

வடந்தைத் தண்வளி எறிதொறும் நுடங்கித்
தெற்குஏர்பு இறைஞ்சிய தலைய நன்பல்
பாண்டில் விளக்கில் பரூஉச்சுடர் அழல

விழுப் புண் காணல்

வேம்புதலை யாத்த நோன்காழ் எஃகமொடு
முன்னோன் முறைமுறை காட்டப் பின்னர்
மணிபுறத்து இட்ட மாத்தாள் பிடியொடு
பருமம் களையாப் பாய்பரிக் கலிமா

இருந்தேற்றுத் தெருவின் எறிதுளி விதிர்ப்ப...

பாசறையில் வேந்தன் நிலை

நள்ளென் யாமத்தும் பள்ளி கொள்ளான்
சிலரொடு திரிதரும் வேந்தன்
பலரொடு முரணிய பாசறைத் தொழிலே. (188)

அருஞ்சொற் பொருள்

ஆர்கலி - வெள்ளம். முனைஇய - வெறுத்த. கொடும்- வளைந்த; கொடுமையான. கோவலர் - முல்லை நில மக்கள். ஏறு - ஆண். இனநிலை - கால்நடை. புலம்பு - தனிமை. கோடல் - காந்தள். கண்ணி - தலைமாலை. கலாவ - கலங்க. பனி - குளிர். கவுள் - கன்னம். புடையூஉ - பறைகொட்டி; புடைத்து.

மா - விலங்கு. மந்தி - குரங்கு. கூர - வருந்த. படிவன- தங்குவன. கறவை - பசுக்கள். கூதிர் - குளிர் காலம். பானாள்- (பால்+நாள்) பாதி நாள் - இரவில் பாதி; நடுச்சாமம்.

பொங்கல் - மேலெழுதல். மல்லல் - வளம். முடலை - முறுக்கேறிய. மாந்தி - குடித்து. அறவை - ஆடை. பிடகை - பூந்தட்டு. பித்திகம் - பிச்சி. கமழ - மணக்க. கொளீஇ - கொளுத்தி. ஆவணம் - கடைத்தெரு. துவலை - தூவல்; தூறல். தொகுவாய்- குவிந்த வாய். கன்னல் - நீர்க்குடம். தடவு - கும்மட்டி; இந்தளம்.

புலம்ப - வருந்த. கனைந்து - செறிந்து. வேழம் - யானை. குன்று- மலை. சிலம்பு - பக்கமலை. சிலம்பும்- ஒலிக்கும்; ஆரவாரிக்கும். கோயில் - அரண்மனை. பீடு - பெருமை. பெருந்தகை - பாண்டிய மன்னன். கடி - காவல். வரைப்பு - உள்கட்டு, எல்லையுடையது.

தசம் நான்கு - நாற்பது. பணை - முரசு. இகல் - போர். வரி- நெற்றியிலிருக்கும் வரியும், புள்ளிகளும். நுதல் - நெற்றி. நாகம்- யானை. எயிறு - தந்தம். குயின்ற - செய்த. ஈர்இலை- இரண்டு இலை. உள்ளி - வெள்ளுள்ளி; வெள்ளைப் பூண்டு. பாண்டில் - கட்டில்.

மடை - மூட்டுவாய். தொடை மாண்டு - தொடுத்தலில் சிறந்து. சாலேகம் - பலகணி. நாற்றி - தொங்கவிட்டு. குத்துறுத்து- குத்துதலைச் செய்து. பூம் - பொலிவு. கேழ் - நிறம். கொளீஇ- கோத்து. துகள் - குற்றம். ஊட்டுறு - நிறத்தையூட்டிய. வயமான்- அரிமா; சிங்கம். கண் - இடம். சேக்கை - படுக்கை.

ஆரம் - முத்துமாலை. ஆகம் - மார்பு. ஓதி - கூந்தல். வலம்புரி-சங்கு. கடிகை - காப்பு. கொளீஇய - செருகிய. கைம்மிக - ஆற்றாமை மிக. உகந்தவை - மனம் விரும்பும் வண்ணம்.

ஆடுதலையாக - மேட ராசி முதலாக. மண்டிலம் - ஞாயிறு. செல்வன் - திங்கள், சந்திரன். உரோகிணி - சந்திரன் மனைவி. அரிப்பணி - அரித்து வீழும் கண்ணீர். புலம்பு - தனிமை.

படர் - துன்பம். விறல் - வெற்றி. தில் - விழைவு; விருப்பம். ஓடை - முக படாம்; பட்டம். வினைநவில் - போர்ப் பயிற்சி பெற்ற. தடக்கை - துதிக்கை

யாத்த - கட்டிய. காழ் - காம்பு. எஃகம் - வேல். முன்னோன்-படைத்தலைவன். பருமம் - பக்கரை, குதிரைச் சேணம். இருஞ்சேறு-கரிய சகதி. விதிர்ப்ப - சிதற; தெறிக்க.

8

குறிஞ்சிப் பாட்டு

ஆரிய அரசன் பிரகத்தனைத் தமிழ் அறிவித்தற்குக் கபிலர் பாடிய பாட்டு இது.

தமிழ் அறிவித்தல் என்பது **தமிழ்ப் பண்பாட்டை அறிவித்தல்** என்பது பொருள்.

குறிஞ்சி நில வளத்தையும், குறிஞ்சி நில மலர்களையும், குறிஞ்சி நில ஒழுக்கத்தையும் கூறும் பாட்டு குறிஞ்சிப் பாட்டு. இப்பாட்டில் **99 வகையான தமிழ்நாட்டு மலர்களைக்** குறிப்பிடுகிறார் கபிலர்.

"களவொழுக்கத்தின் உயரிய குறிக்கோளையும், அதற்குச் சுற்றுப்புறச் சூழலாக அமைந்த குறிஞ்சி நிலம், இரவு, கூதிர்க் காலம் என்ற இவற்றின் இயற்கை அழகினையும் எடுத்துக் கூறுவதோடு பிறர் மனத்தினை அறிந்து, அதற்கேற்பப் பேசும் கலை தலைசிறந்து விளங்குகின்ற நிலையில் இப்பாட்டு அமைந்திருக்கின்ற வியப்பினை நாம் பாராட்டாமல் இருப்பதற்கில்லை" (தெ.பொ.மீ. களஞ்சியம்-5, சங்கத் தமிழ், ப.54) எனப் போற்றி உரைப்பர் பேராசிரியர் **தெ.பொ. மீனாட்சி சுந்தரனார்**.

திணை - குறிஞ்சி

துறை - தோழி அறத்தொடு நிற்றல்

தோழி செவிலித் தாயிடம் பேசுதல்

அன்னாய், வாழி! வேண்டு, அன்னை! ஒள் நுதல்
ஒலிமென் கூந்தல்என் தோழி மேனி
விறல்இழை நெகிழ்த்த வீவுஅரும் கடுநோய்
அகலுள் ஆங்கண் அறியுநர் வினாயும்
பரவியும் தொழுதும் விரவுமலர் தூயும்
வேறுபல் உருவின் கடவுள் பேணி
நறையும் விரையும் ஓச்சியும் அலவுற்று
எய்யா மையலை நீயும் வருந்துதி!...

தோழியின் சொல் வன்மை

உள்கரந்து உறையும் உய்யா அரும்படர்
செப்பல் வன்மையின் செறித்துயான் கடவலின்,

தலைவி கூறல் – அரிய செயல்

முத்தினும் மணியினும் பொன்னினும் அத்துணை
நேர்வரும் குரைய கலம்கெடின் புணரும்;
சால்பும் வியப்பும் இயல்பும் குன்றின்,
மாசறக் கழீஇ வயங்குபுகழ் நிறுத்தல்
ஆசறு காட்சி ஐயர்க்கும் அந்நிலை
எளிய என்னார் தொல்மருங்கு அறிஞர்;

தலைவி தேம்பல்

மாதரும் மடனும் ஓராங்குத் தணப்ப
நெடுந்தேர் எந்தை அருங்கடி நீவி
இருவேம் ஆய்ந்த மன்றல் இதுஎன
நாம்அறி வுறாலின் பழியும் உண்டோ?
'ஆற்றின் வாரார் ஆயினும் ஆற்ற
ஏனைஉல கத்தும் இயைவதால் நமக்'என
மான்அமர் நோக்கம் கலங்கிக் கையற்று
ஆனாச் சிறுமையள் இவளும் தேம்பும்.

தோழியின் நிலை

இகழ்மீக் கடவும் இருபெரு வேந்தர்
வினையிடை நின்ற சான்றோர் போல
இருபேர் அச்சமொடு யானும் ஆற்றலேன்...

தோழி கூற்று

எமியேம் துணிந்த ஏமம்சால் அருவினை
நிகழ்ந்த வண்ணம் நீநனி உணரச்
செப்பல் ஆன்றிசின் சினவா தீமோ...!

தினைப்புனக் காவலுக்குச் செல்லல்

'நல்கோள் சிறுதினைப் படுபுள் ஓப்பி
எல்பட வருதியர்' எனநீ விடுத்தலின்

கிளியை ஓட்டுதல்

கலிகெழு மரமிசைச் சேணோன் இழைத்த
புலிஅஞ்சு இதணம் ஏறி அவண

சாரல் சூரல் தகைபெற வலந்த
தழலும் தட்டையும் குளிறும் பிறவும்
கிளிகழ மரபின் ஊழ்ஊழ் வாங்கி
உரவுக்கதிர் தெறூஉம் உருப்பவர் அமயத்து...

மழை பெய்தல்

அகல்இரு வானத்து வீசுவளி கலாவலின்
முரசுஅதிர்ந் தன்ன இன்குரல் ஏற்றொடு
நிரைசெலல் நிவப்பின் கொண்மூ மயங்கி...
மின்மயங்கு கருவிய கல்மிசைப் பொழிந்ததென,

சுனையில் நீராடல்

அண்ணல் நெடுங்கோட்டு இழிதரு தெள்நீர்
அவிர்துகில் புரையும் அவ்வெள் அருவி
தவிர்வுஇல் வேட்கையேம் தண்டாது ஆடி...

பூக்களைப் பறித்துப் பாறையில் குவித்தல்

... ...

வள்இதழ்,
ஒண்செங் காந்தள், ஆம்பல், அனிச்சம்,
தண்கயக் குவளை, குறிஞ்சி, வெட்சி,
செங்கொடு வேரி, தேமா, மணிச்சிகை,
உரிதுநாறு அவிழ்தொத்து உந்தூழ், கூவிளம்,
எரிபுரை எறுழம், சுள்ளி, கூவிரம்,
வடவனம், வாகை, வான்பூங் குடசம்,
எருவை, செருவிளை, மணிப்பூங் கருவிளை,
பயினி, வானி, பல்இணர்க் குரவம்,
பசும்பிடி, வகுளம், பல்இணர்க் காயா,
விரிமலர் ஆவிரை, வேரல், சூரல்,
குரீஇப் பூளை, குறுநறுங் கண்ணி,
குருகிலை, மருதம், விரிபூங் கோங்கம்,
போங்கம், திலகம், தேங்கமழ் பாதிரி,
செருந்தி, அதிரல், பெருந்தண் சண்பகம்,
கரந்தை, குளவி, கடிகமழ் கலிமா,
தில்லை, பாலை, கல்இவர் முல்லை,
குல்லை, பிடவம், சிறுமா ரோடம்,
வாழை, வள்ளி, நீள்நறு நெய்தல்,
தாழை, தளவம், முள்தாள் தாமரை,
ஞாழல், மௌவல், நறுந்தண் கொகுடி,
சேடல், செம்மல், சிறுசெங் குரலி,

கோடல், கைதை, கொங்குமுதிர் நறுவழை,
காஞ்சி, மணிக்குலைக் கள்கமழ் நெய்தல்,
பாங்கர், மராஅம், பல்பூந் தணக்கம்,
ஈங்கை, இலவம், தூங்குஇணர்க் கொன்றை,
அடும்பு, அமர்ஆத்தி, நெடுங்கொடி அவரை,
பகன்றை, பலாசம், பல்பூம் பிண்டி,
வஞ்சி, பித்திகம், சிந்து வாரம்,
தும்பை, துழாஅய், சுடர்ப்பூந் தோன்றி
நந்தி, நறவம், நறும்புன் னாகம்,
பாரம், பீரம், மைங்குருக் கத்தி,
ஆரம், காழ்வை, கடிஇரும் புன்னை,
நரந்தம், நாகம், நள்ளிருள் நாறி,
மாஇருங் குருந்தும், வேங்கையும், பிறவும்,
அரக்கு விரித்தன்ன பருஏர்அம் புழகுடன்,
மால், அங்கு, உடைய மலிவனம் மறுகி,
வான்கண் கழீஇய அகல் அறைக் குவைஇ...

தழையாடை உடுத்து மலர்களை அணிந்து கொள்ளல்

பைவிரி அல்குல் கொய்தழை தைஇப்
பல்வேறு உருவின் வனப்புஅமை கோதைஎம்
மெல்லிரும் உச்சிக் கவின்பெறக் கட்டி
எரிஅவிர் உருவின் அம்குழைச் செயலைத்
தாதுபடு தண்ணிழல் இருந்தன மாக...

தலைவன் தோற்றம்

மணிநிறம் கொண்ட மாஇருங் குஞ்சியின்
மலையவும் நிலத்தவும் சினையவும் சுனையவும்
வண்ண வண்ணத்த மலர்ஆய்பு விரைஇய
தண்ணறுந் தொடையல் வெண்போழ்க் கண்ணி
நலம்பெறு சென்னி நாம்உற மிலைச்சி,
பைங்கால் பித்திகத்து ஆய்இதழ் அலரி
அம்தொடை ஒருகாழ் வளைஇச் செந்தீ
ஒண்பூம் பிண்டி ஒருகாது செரீஇ
அம்தளிர்க் குவவுமொய்ம்பு அலைப்பச் சாந்தருந்தி
மைந்துஇறை கொண்ட மலர்ந்துஏந்து அகலத்து
தொன்றுபடு நறுந்தார் பூணொடு பொலிய

தலைவன் வருகை

... ... தடக்கையின்
வண்ண வரிவில் ஏந்தி அம்புதெரிந்து

நுண்வினைக் கச்சைத் தயக்குஅறக் கட்டி
இயல்அணிப் பொலிந்த ஈகை வான்கழல்
துயல்வருந் தோறும் திருந்தடிக் கலாவ...

நாய்கள் வளைத்துக் கொள்ளல்

உரவுச்சினம் செருக்கித் துன்னுதொறும் வெகுளும்
முளைவாள் எயிற்ற வள்உகிர் ஞமலி
திளையாக் கண்ண வளைகுபு நெரிதர...

தலைவன் பேசுதல்

மாறுபொருது ஓட்டிய புகல்வின் வேறுபுலத்து
ஆகாண் விடையின் அணிபெற வந்து,எம்
அலமரல் ஆயிடை வெரூஉதல் அஞ்சி
மெல்லிய இனிய மேவரக் கிளந்து,எம்
ஐம்பால் ஆய்கவின் ஏத்தி, 'ஒண்தொடி
அசைமென் சாயல் அவ்வாங்கு உந்தி
மடமதர் மழைக்கண் இளையீர்! இறந்த
கெடுதியும் உடையேன்' என்றனன்.

தலைவன் நாய்களை அடக்குதல்

... ... அதன்எதிர்
சொல்லேம் ஆதலின் அல்லாந்து 'கலங்கிக்
கெடுதியும் விடீஇர் ஆயின், எம்மொடு
சொல்லலும் பழியோ மெல்லிய லீர்?'என...
தாறுஅடு களிற்றின் வீறுபெற ஓச்சி
கல்லென் சுற்றக் கடுங்குரல் அவித்துஎம்
சொல்லற் பாணி நின்றன னாக...

கானவர் செயல்

கணைவிடு புடையூக் கானங் கல்லென
மடிவிடு வீளையர் வெடிபடுத்து எதிரக்
கார்ப்பெயல் உருமின் பிளிறிச் சீர்த்தக
இரும்பிணர்த் தடக்கை இருநிலம் சேர்த்திச்
சினந்திகழ் கடாஅம் செருக்கி மரம்கொல்பு
மையல் வேழம் மடங்கலின் எதிர்தர,
உய்வுஇடம் அறியேம் ஆகி, ஒய்யென
திருந்துகோல் எல்வளை தெழிப்ப நாணுமறந்து
விதுப்புறு மனத்தேம் விரைந்துஅவற் பொருந்திச்
சூர்உறு மஞ்ஞையின் நடுங்க,

தலைவன் யானையை விரட்டல்

... ... வார்கோல்
உடுஉறும் பகழி வாங்கிக் கடுவிசை
அண்ணல் யானை மணிமுகத்து அழுத்தலின்
புண்உமிழ் குருதி முகம்பாய்ந்து இழிதரப்
புள்ளி வரிநுதல் சிதைய நில்லாது
அயர்ந்துபுறங் கொடுத்த பின்னர்

தலைவியைத் தேற்றல்

... ... நெடுவேள்
'அஞ்சில் ஓதி! அசையல்; யாவதும்
அஞ்சல் ஓம்பு; நின் அணிநலம் நுகர்கு'என
மாசுஅறு சுடர்நுதல் நீவிநீடு நினைந்து
என்முகம் நோக்கி நக்கனன்...

தலைவன் தலைவியிடம் இல்லற வாழ்வு பற்றிக் கூறல்

... ... குன்றுகெழு நாடன்,
எம் விழைதரு பெருவிறல்
உள்ளத் தன்மை உள்ளினன் கொண்டு
சாறுஅயர்ந் தன்ன மிடாஅச் சொன்றி
வருநர்க்கு வரையா வளநகர் பொற்ப
மலரத் திறந்த வாயில் பலர்உண
பைந்நிணம் ஒழுகிய நெய்ம்மலி அடிசில்
வசையில் வான்திணைப் புரையோர் கடும்பொடு
விருந்துஉண்டு எஞ்சிய மிச்சில் பெருந்தகை
நின்னோடு உண்டலும் புரைவது என்றுஆங்கு
அறம்புணை ஆகத் தேற்றி,

ஆணையிட்டு உறுதி கொள்ளல்

... ... பிறங்குமலை
மீமிசைக் கடவுள் வாழ்த்திக் கைதொழுது
ஏமுறு வஞ்சினம் வாய்மையின் தேற்றி,
அம்தீம் தெள்நீர் குடித்தலின் நெஞ்சமர்ந்து
அருவிடர் அமைந்த களிறுதரு புணர்ச்சி
வான்வரி உறையுள் வயங்கியோர் அவாவும்
பூமலி சோலை அப்பகல் கழிப்பி...

தலைவன் மணப்பேன் எனக் கூறிச் செல்லல்

துனைஇய மாலை துன்னுதல் காணூஉ
'நேர்இறை முன்கை பற்றி, நுமர்தர

நாடுஅறி நன்மணம் அயர்கம், சில்நாள்;
கலங்கல் ஓம்புமின், இலங்கு இழையீர்!'என
ஈர நல்மொழி தீரக் கூறி
துணைபுணர் ஏற்றின் எம்மொடு வந்து
துஞ்சா முழவின் மூதூர் வாயில்
உண்துறை நிறுத்துப் பெயர்ந்தனன்.

தலைவன் பண்பு

... ... அதற்கொண்டு
அன்றை அன்ன விருப்போடு என்றும்
இரவலர் மாலையனே வருதோறும்
காலவர் கடுகினும் கதநாய் குரைப்பினும்
நீதுயில் எழினும் நிலவு வெளிப்படினும்
வேய்புரை மென்தோள் இன்துயில் என்றும்
பெறாஅன் பெயரினும் முனியல் உறாஅன்
இளமையின் இகந்தன்றும் இலனே; வளமையின்
தன்நிலை தீர்ந்தன்றும் இலனே;

தலைவியின் துன்பம்

... ... கொன்ஊர்
மாய வரவின் இயல்புநினைஇத் தேற்றி
நீர்எறி மலரின் சாஅய் இதழ் சோரா
ஈரிய கலுழும்இவள் பெருமதர் மழைக்கண்
ஆகத்து அரிப்பணி உறைப்ப நாளும்
வலைப்படு மஞ்ஞையின் நலம்செலச் சாஅய்
நினைத்தொறும் கலுழுமால் இவளே.

தலைவன் வரும் வழித் துன்பங்கள்

... ... கங்குல்
உருமும், சூரும், இரைதேர் அரவமும்,
ஒடுங்குஇருங் குட்டத்து அருஞ்சுழி வழங்கும்
கொடுந்தாள் முதலையும், இடங்கரும், கராமும்
நூழிலும், இழுக்கும், ஊழ்அடி முட்டமும்
பழுவும், பாந்தளும் உளப்படப் பிறவும்
வழுவின் வழாஅ விழுமம் அவர்
குழுமலை விடரகம் உடையவால் எனவே. (261)

அருஞ்சொற் பொருள்:

உள் - நெஞ்சு. செறித்து - நெருக்கி. கடவல் - செலுத்துதல். நேர்வரும் - தோன்றுகின்ற. புணரும் - செம்மைப்படும். வியப்பு - பெருமை. இயல்பு - ஒழுக்கம். மாசு - குற்றம். வயங்கு - விளங்குதல்.

ஆசு - மயக்கம்.

மாதர் - காதல்; விருப்பம். மடன் - தலைவியின் பண்பு. ஓராங்கு- ஒருசேர தணப்ப - கெட. கடி - காவல். நீவி - நீங்கி. ஆய்ந்த- தேர்ந்த அறிவுறால் - அறிவுறுத்தல். ஆறு - வழி. ஆற்றல் - பொறுத்தல். ஏனை உலகம் - மறுமை. சிறுமையள் - நோயுடையாள். தேம்பும் வருந்தும்.

இகல் - பகைமை. போர்கடவும் - செல்லும். எமியேம்- யாங்கள். ஏமம் - காவல். அருவினை - அரிய செயல்; களவு மணம். புள் - பறவை. எல் - ஒளி; ஞாயிறு.

கலி - ஆரவாரம்; ஓசை. சேணோன் - பரண் கட்டுவோன். இதணம் - பரண். சாரல் - பக்கமலை. சூரல் - பிரம்பு. வலந்த - பின்னின. தழல் - கையால் சுற்றும்போது ஓசை ஏற்படும் கருவி. தட்டை - மூங்கிலைப் பிளந்து அடித்து ஓசை எழுப்பும் கருவி. குளிறு - மூங்கிலை வீணை போல் தட்டித் தெரித்து ஓசை எழுப்பும் கருவி. கருவிபிற- கவண். ஊழ்ஊழ் - முறை முறையாக. உரவு - வலிமை. தெறுஉம்- சுடும். உருப்பு- வெப்பம். அமயம் - சமயம்; பொழுது.

கலாவலின் - கூடுகையால். ஏறு - இடி. நிவப்பின் - எழுச்சி. கொண்மூ - மேகம். சேஎய் - முருகன். ஒன்னார் - பகைவர். எஃகு- வேல். கல் - மலை.

அண்ணல் - தலைவன். கோடு - மலை. இழிதரு - வீழும். அவிர் - வெண்மை விளங்கும். தவிர்புஇல் - நீங்காத. தண்டாது - குறையாது.

மணிச்சிகை செம்மணி. உந்தூழ் - பெருமூங்கில். கூவிளம்- வில்வம். சுள்ளி - மராமரம். குடசம் - வெட்பாலை. எருவை- பஞ் சாய்க் கோரை. செரு விளை - வெண்காக்கணம். வகுளம்- மகிழம். வேரல் - சிறுமூங்கில். கண்ணி - குன்றி. குருகிலை- முருக்கிலை. போங்கம் - மஞ்சாடி. திலகம் - மஞ்சாடி மரம். அதிரல் - புனலி; காட்டு மல்லிகை. மோசி - மல்லிகை. குளவி - காட்டுமல்லிகை. குல்லை - கஞ்சங்குல்லை. சிறு மாரோடம் - செங்கருங்காலி. தாழை- தென்னம்பாளை. தளவம் - செம்முல்லை. ஞாழல் - புலிநகக் கொன்றை. கொகுடி- முல்லையின் ஒருவகை. சேடல் - பவளக்கால் மல்லிகை. கைதை- தாழம்பூ, வாழை - சுரபுன்னை. மராஅம் - வெண்கடம்பு. ஈங்கை - கண்டம். பலாசம் - செம்முருக்கு. பிண்டி- அசோகு. பித்திகம் - பிச்சி. சிந்துவாரம் - கருநொச்சி. துழாய் - துளசி. நந்தி - நந்தியாவட்டை. பாரம் - பருத்தி. ஆரம் - சந்தனம்; காழ்வை. அகில் நரந்தம் - நாரத்தை.

தைஇ - உடுத்தி. முச்சி - கூந்தல். செயலை - அசோக மரம். குஞ்சி - ஆடவர் கூந்தல். நாம் - அச்சம்.

பை - பசுமை. பித்திகம் - பிச்சி. அலரி - பூ. தொடை- மாலையை. பிண்டி - அசோகு. குவவு - திரண்ட. மொய்ம்பு- தோள். மைந்து - வலிமை. இறை - தாங்குதல். அகலம் - மார்பு.

பொறி - இலக்கணம். கோடு இறை - முன்கை. தடம்- பெரிய. வரி - கட்டப்பெற்ற. தயக்கு - அசைவு. ஈகை - பொன். துயல் - பெயர்தல். கலாவ - அசைய.

துன்னுதல் - நெருங்குதல். துப்பு - வலிமை; ஆற்றல். முளை - மூங்கில் முளை. ஞமலி - நாய். திளையா - இமைக்காத.

அல்லாந்து - ஏமாந்து. நைவளம் - நட்ட ராகம். பழுநிய- பழுத்த. நிரைந்த பாலை - பாலையாழ். மாதர் - காதல். வண்டு- பெண்வண்டு. சுரும்பு - ஆண் வண்டு. இறுத்த - தங்கிய. அலரி- மலர். பூ தாசினை - தழைத்த கொம்பு. அவித்து - அடக்கி.

கார்ப்பெயல் - கார்கால மழை. உரும் - இடி; யானை பிளிறும். பிணர் - சருக்கரை. கடாஅம் - மதம். மையம் - மயக்கம். மடங்கல்- கூற்றுவன். கோல் - திரட்சி. எல் - ஒளி. தெழிப்ப - ஒலிக்க. விதுப்புறு - நடுக்கமுற்ற. சூர் - தெய்வம். உடு - நாணைக் கொள்ளும் பொருட்டு அம்பில் அமைந்த இடம். இழிதர - வழிய. அயர்ந்து - தன்னை மறந்து. அடும் - இடிக்கும். அசையல் - தடுமாறாதே.

மீமிசை - மேல். கடவுள் - முருகன். ஏம் - இன்பம். வஞ் சினம் - சூளுரை. விடர் - மலை. களிறு தரு புணர்ச்சி- யானை காரணமாக தலைவன் தலைவி இணைவு. வயங்கியோர்- தேவர்கள்.

நுமர் - நும்மவர். அயர்கம் - நிகழ்த்துவோம். ஈரம் - அருள். ஏறு - விடை; காளை.

மாலையன் - தன்மையன். கடுகுதல் - விரைதல். கதம்- சினம். வேய் - மூங்கில். முனியல் - வெறுத்தல். இசுத்தல் - கடத்தல். வளமை- பண்பு வளம். கொன் - அச்சம். மாய வரவு - இரவுக் குறிவரவு. தேற்றி - தெளிந்து. கலுழுதல் - வருந்துதல். சாஅய் - சாய்ந்து.

அளை - குகை. உழுவை - புலி. யாளி - ஆளி. உளியம்- கரடி புழல்கோடு - உள்துளையுடைய கொம்பு. புகல்வி - ஏறு. உரும் - இடி. சூர் - வருத்தும். தெய்வம் அரவம் - பாம்பு. கராம் - முதலையின் வகைகள். நூழில் - கொன்று குவித்தல். இழுக்கு - வழுக்குநிலம். ஊழ் - முறை. முட்டம் - முட்டுமிடம். பழு - பேய். பாந்தள் - மலைப்பாம்பு. விழுமம்- துன்பம். விடரகம் - மலை உட்பகுதிகள்.

9

பட்டினப் பாலை

சோழன் கரிகால் பெருவளத்தானைக் கடியலூர் உருத்திரங் கண்ணனார் பாடியது.

திணை - பாலை

துறை - செலவு அழுங்குதல் (தலைவியைப் பிரிந்து செல்லு தலைக் கைவிடுதல்).

இது அகத்துறைப் பாடல்.

காவிரியின் சிறப்பு

வசைஇல்புகழ் வயங்குவெண்மீன்
திசைதிரிந்து தெற்கு ஏகினும்
தற்பாடிய தளியுணவின்
புள்தேம்பப் புயல்மாறி
வான்பொய்ப்பினும் தான்பொய்யா
மலைத்தலைய கடல்காவிரி
புனல்பரந்து பொன்கொழிக்கும்...

மருத நில வளம்

காய்ச்செந்நெல் கதிர்அருந்து
மோட்டு எருமை முழுக்குழவி
கூட்டுநிழல் துயில்வதியும்
கோள்தெங்கின் குலைவாழைக்
காய்க்கமுகின் கமழ்மஞ்சள்
இனமாவின் இணர்ப்பெண்ணை
முதற்சேம்பின் முளைஇஞ்சி

சோழ நாட்டின் சிறப்பு

அகல்நகர் வியல்முற்றத்து
சுடர்நுதல் மடநோக்கின்
நேரிழை மகளிர் உணங்குஉணாக் கவரும்
கோழி எறிந்த கொடுங்கால் கனங்குழை
பொற்கால் புதல்வர் புரவிஇன்று உருட்டும்

முக்கால் சிறுதேர் முன்வழி விலக்கும்
விலங்குபகை அல்லது கலங்குபகை அறியாக்
கொழும்பல்குடிச் செழும்பாக்கத்துக்
குறும்பல்லூர் நெடுஞ்சோணாட்டு...

அறம் நிலைபெறுகின்ற அட்டில் சாலைகள்

அறம்நிலைஇய அகன்அட்டில்
சோறுவாக்கிய கொழுங்கஞ்சி
யாறுபோலப் பரந்து ஒழுகி
ஏறுபொரச் சேறாகித்
தேர்ஓடத் துகள்கெழுமி
நீறுஆடிய களிறுபோல
வேறுபட்ட வினைஓவத்து
வெண்கோல் மாகஊட்டும்...

மறவர் செய்கை

கருந்தொழில் கலிமாக்கள்...
நீல்நிற விசும்பின் வலன்ஏர்பு திரிதரும்
நாள்மீன் விராஅய கோள்மீன் போல
மலர்தலை மன்றத்துப் பலர்உடன் குழீஇக்
கையினும் கலத்தினும் மெய்யுறத் தீண்டிப்
பெருஞ்சினத்தால் புறக்கொடாஅது
இரும்செருவின் இகல்மொய்ம்பினோர்
கல்லெறியும் கவண்வெரீஇப்
புள்இரியும் புகர்ப் போந்தை...

பரதவர் இருக்கை

குறுங்கூரைக் குடிநாப்பண்
நிலவடைந்த இருள்போல
வலைஉணங்கும் மணல்முன்றில்

பரதவர் வழிபாடும் மகிழ்வும்

வீழ்த்தாழைத் தாள்தாழ்ந்த,
வெண்கூதாளத்துத் தண்பூங் கோதையர்
சினைச்சுறவின் கோடுநட்டு
மனைச்சேர்த்திய வல்அணங்கினால்
மடல்தாழை மலர்மலைந்தும்
பிணர்ப்பெண்ணைப் பிழிமாந்தியும்

புன்தலை இரும்பரதவர்
பைந்தழைமா மகளிரொடு
பாய்இரும் பனிக்கடல் வேட்டம் செல்லாது
உவவுமடிந்து உண்டு ஆடியும்;

பகற்கால நிகழ்ச்சிகள்

புலவுமணல் பூங்கானல்
மாமலை அணைந்த கொண்மூப் போலவும்
தாய்முலை தழுவிய குழவி போலவும்...
அகலாக் காதலொடு பகல் விளையாடிப்
பெறற்குஅரும் தொல்சீர்த் துறக்கம் ஏய்க்கும்
பொய்யா மரபின் பூமலி பெருந்துறை.

காவிரிப் பூம்பட்டினத்து இரவுக் கால நிகழ்ச்சிகள்

துணைப்புணர்ந்த மடமங்கையர்
பட்டுநீக்கித் துகில் உடுத்தும்
மட்டுநீக்கி மது மகிழ்ந்தும்...
வெண்ணிலவின் பயன்துய்த்தும்
கண்அடைஇய கடைக்கங்குலான்...

சுங்க வரி பெறுதல்

நல்இறைவன் பொருள்காக்கும்
தொல்இசைத் தொழில்மாக்கள்...
வைகல்தொறும் அசைவின்றி
உல்குசெயல் குறைபடாது,

பண்டகசாலை முன்றில்

வான்முகந்தநீர் மலைப்பொழியவும்
மலைப்பொழிந்தநீர் கடல்பரப்பவும்
மாரிபெய்யும் பருவம்போல
நீரினின்றும் நிலத்துஏற்றவும்
நிலத்தினின்று நீர்ப்பரப்பவும்
அளந்தறியாப் பலபண்டம்
வரம்பு அறியாமை வந்துஈண்டி
அருங்கடிப் பெருங்காப்பின்
வலியுடை வல்அணங்கினோன்
புலிபொறித்துப் புறம்போக்கி
மதிநிறைந்த மலிபண்டம்

பொதிமூடைப் போர்ஏறி
மழைஆடு சிமைய மால்வரைக் கவாஅன்...
செறிதொடி முன்கை கூப்பிச் செவ்வேள்
வெறியாடு மகளிரொடு செறியத் தாஅய்க்
குழல் அகவ யாழ்முரல
முழவு அதிர முரசுஇயம்ப,
விழவுஅறா வியல்ஆவணத்து

பலவகைக் கொடிகளின் காட்சி

மையறு சிறப்பின் தெய்வம் சேர்த்திய
மலர்அணி வாயில் பலர்தொழு கொடியும்...
மேல்ஊன்றிய துகிற்கொடியும்;
பல்கேள்வித் துறைபோகிய
தொல்லாணை நல்லாசிரியர்
உறழ்குறித்து எடுத்த உருகெழு கொடியும்...
மிசைக் கூம்பின் நசைக்கொடியும்...
நறவுநொடைக் கொடியோடு
பல்வேறு உருவின் பதாகை நீழல்,

பல்பொருள் வளங்கள்

செல்கதிர் நுழையாச் செழுநகர் வரைப்பின்...
நீரின் வந்த நிமிர்பரிப் புரவியும்,
காலின் வந்த கருங்கறி மூடையும்,
வடமலைப் பிறந்த மணியும் பொன்னும்,
குடமலைப் பிறந்த ஆரமும் அகிலும்,
தென்கடல் முத்தும் குணகடல் துகிரும்,
கங்கை வாரியும் காவிரிப் பயனும்,
ஈழத்து உணவும் காழகத்து ஆக்கமும்,
அரியவும் பெரியவும் நெரிய ஈண்டி,
வளம்தலை மயங்கிய நனந்தலை மறுகின்...

குடிமக்கள் மாண்பும் உழவர் சிறப்பும்

வலைஞர் மூன்றில் மீன்பிறழவும்
விலைஞர் குரம்பை மாஈண்டவும்
கொலை கடிந்தும், களவு நீக்கியும்
அமரர்ப் பேணியும் ஆவுதி அருத்தியும்
நல்ஆனொடு பகடு ஓம்பியும்
நான்மறையோர் புகழ்பரப்பியும்

பண்ணியம் அட்டியும் பசும்பதம் கொடுத்தும்
புண்ணியம் முட்டாத் தண்ணிழல் வாழ்க்கை
கொடுமேழி நசை உழவர்

வணிகர் வாழ்க்கை முறை

நெடுநுகத்துப் பகல்போல
நடுவுநின்ற நல்நெஞ்சினோர்,
வடுஅஞ்சி வாய்மொழித்து
தமவும் பிறவும் ஒப்ப நாடிக்
கொள்வதூஉம் மிகைகொளாது
கொடுப்பதூஉம் குறைகொடாது
பல்பண்டம் பகர்ந்து வீசுப
தொல்கொண்டித் துவன்று இருக்கை.

சிறப்பினையுடைய காவிரிப்பூம்பட்டினம்

பல்ஆயமொடு பதிபழகி
வேறுவேறு உயர்ந்த முதுவாய் ஒக்கல்
சாறுஅயர் மூதூர் சென்றுநொக்கு ஆங்கு
மொழிபல பெருகிய பழிதீர் தேஎத்துப்
புலம்பெயர் மாக்கள் கலந்துஇனிது உறையும்
முட்டாச் சிறப்பின் பட்டினம் பெறினும்

தலைவன் நெஞ்சிற்குக் கூறியது

வார்இரும் கூந்தல் வயங்குஇழை ஒழிய
வாரேன் வாழிய நெஞ்சே!

திருமாவளவன் அரசுரிமை பெற்ற வகை

... ... கூர்உகிர்க்
கொடுவரிக் குருளை கூட்டுள் வளர்ந்தாங்கு
பிறர்பிணி யகத்து இருந்து பீடுகாழ்முற்றி
அருங்கரை கவியக் குத்திக் குழிகொன்று
பெருங்கை யானை பிடிபுக் காங்கு
நுண்ணிதின் உணர நாடி நண்ணார்
செறிவுடைத் திண்காப்பு ஏறி வாள்கழித்து
உருகெழு தாயம் ஊழின் எய்தி...
முனைகெடச் சென்று முன்சமம் முருக்கித்
தலைதவச் சென்று தண்பணை எடுப்பி...

நினைத்ததை முடிப்பவன்

அருங்கடி வரைப்பின் ஊர்கவின் அழிய
பெரும்பாழ் செய்தும் அமையான் மருங்கு அற
மலைஅகழ்க் குவனே; கடல்தூர்க் குவனே;
வான்வீழ்க் குவனே; வளிமாற்று வன்எனத்
தான்முன்னிய துறைபோகலின்...

வெற்றிச் செயல்கள்

வடவர் வாடக் குடவர் கூம்பத்
தென்னவன் திறங்கெடச் சீறி...
இருங்கோவேள் மருங்குசாய,

நாட்டைப் பண்படுத்தல்

காடுகொன்று நாடு ஆக்கி
குளந்தொட்டு வளம்பெருக்கிப்
பிறங்குநிலை மாடத்து உறந்தை போக்கிக்
கோயிலொடு குடிநிறீஇ
வாயிலொடு புழைஅமைத்து
ஞாயில்தொறும் புதைநிறீஇ
பொருவேம் எனப் பெயர்கொடுத்து
ஒருவேம் எனப் புறக்கொடாது
திருநிலைஇய பெருமன் எயில்
மின்ஒளி எறிப்ப...

இன்பச் சிறப்பு

அரிமா அன்ன அணங்குடைத் துப்பின்
திருமா வளவன், தெவ்வர்க்கு ஓக்கிய
வேலினும் வெய்ய, கானம்; அவன்
கோலினும் தண்ணிய, தடமென் தோளே! (301)

அருஞ்சொற் பொருள்:

வசை - குற்றம். வயங்கு - விளங்குகின்ற. வெண்மீன் - வெள்ளி விண்மீன். தளி - மழைத்துளி. புள் - வானம்பாடி. தேம்ப - வருந்த. புயல் - மேகம்; மழை.

கூடு - நெற்கூடு. கோள் - குலை. இணர் - கொத்து. பெண்ணை - பனை. நகர் - மனை; இல்லம்; வீடு. உணங்கு- உலரும். உணா -

உணவு. கொடுங்கால் - வளைந்த சுற்று. முக்கால் - மூன்று உருளை. விலக்கும் - தடுக்கும். பாக்கம் - கடற்கரை ஊர்கள்.

திரு - செல்வம். அட்டில் - சமையல் கூடங்கள். கெழுமி- பொருந்தி. நீறு - வெண்ணீறு. ஓவம் - ஓவியம். கோயில் - அரண்மனை.

கருந்தொழில் - போர்த்தொழில். கலி - செருக்கு. இறவு- இறால் மீன். புழுக்கு - அவித்து. வறள் - வறட்சி. அடும்பு - அடும்பங்கொடி. மலைதல் - சூடுதல். மலர்தலை - இடம் அகன்ற. இகல் - போர். மொய்ம்பு - வலிமை. இரியும் - ஓடும். புகர் - புள்ளி. போந்தை - பனை.

நடுகல் - வீரக்கல். தூண்டில் - மீன்பிடி கருவி. நாப்பண்- மத்தியில்.

வீழ் - விழுது. வெண்கூதாளம் - வெண்தாளிச் செடி. கோடு - கொம்பு. வல்அணங்கு - வருணன். பிணர் - சருச்சரை. பெண்ணை- பனை. பிழி - கள். மாந்துதல் - குடித்தல். புன்- மென்மை. இரும்- கரிய. பை - பசுமை. மா - கரிய. பாய்- பரந்த. பனி - குளிர்ச்சி. வேட்டம் - மீன் வேட்டை. உவவு- நிறைமதி. மடிதல் - தொழில் செய்யாதிருத்தல்.

புலவு - புலால் நாற்றம். கானல் - கடற்கரைச் சோலை. கொண்மூ - மேகம். தேறுநீர் - தெளிந்த நீர். புணரி - கடல். மலி- மிகுதி. ஓதம் - அலைப் பெருக்கு. கூடல் - கலக்குமிடம். மாசு- அழுக்கு. அலவன் - நண்டு. உழக்குதல் - கலக்குதல். துறக்கம்- சொர்க்கம். ஏய்க்கும் - ஒக்கும்.

துகில் - மெய்மையான ஆடை. மட்டு - கள். மது -காம பானம். கடைக்கங்குல் - கடையாமம். வான் - மேகம். மாரிக்காலம்- கார்காலம். வரம்பு - எல்லை. ஈண்டி - நெருங்கி. புலி பொறித்து- புலி இலச்சினையைப் பொறித்து. மழை- மேகம். வருடை - வருடை மான். ஞமலி - நாய். ஏற்றை - ஆண். உகளும் - தாவிக் குதிக்கும்.

தாஅய் - பரந்து; பரவி. அறா - இடையறாது. வியல் - அகன்ற. ஆவணம் - கடைத்தெரு.

மை - குற்றம். மலர் அணி வாயில் - திருக்கோயில். உறழ் - வாது; தர்க்கம். உரு - அச்சம். மிசைக் கூம்பு - கூம்பு மிசை. நறவு- கள். நொடை - விலை. பதாகை - கொடி.

பரி - விரைவு. புரவி - குதிரை. கறி - மிளகு. மணி - மாணிக்கம். ஆரம் - சந்தனம். குட - மேற்கு. குண - கிழக்கு. துகிர் - பவளம். வாரி - வருவாய். பொருள் பயன் - விளைந்த பொருள்.

குரம்பை - குடில். மா - விலங்குகள். ஈண்டல் - திரள்தல். ஆவுதி - வேள்வி. பகடு - எருது. பண்ணியம் - பணியாரம். பசும்பதம் - சமைக்கப்படாத பொருள்கள். புண்ணியம் - அறம். கோடு மேழி - வளைந்த ஏர். நசை - விருப்பம்.

பகல் - நடு. வடு - குடிப்பழி. வாய் - வாய்மை. உண்மை பகர்ந்து - வெளிப்படையாகக் கூறி. தொல் - தொன்மை. கொண்டி - கொண்ட பொருள். துவன்று - நெருங்கிய. இருக்கை - இருப்பிடங்கள்.

ஆயம் - கூட்டம். பதி - ஊர். முதுவாய் - அறிவு வாய்த்த. ஒக்கல் - சுற்றம். சாறு - திருவிழா. புலம்பெயர் மாக்கள் - இடம் பெயர்ந்த பிற நாட்டினர் முட்டா - குறையாத.

வார் - நீண்ட. இரும் - கரிய. இழை - அணி; ஆபரணம்.

உகிர் - நகம். கொடுவரி - புலி. குருளை - குட்டி. பீடு - பெருமை. காழ் - வயிரம். கவிய - இடிந்து விழ. காப்பு - காவல். வாள்கழித்து - போரிட்டு. உரு - அச்சம். தாயம் - அரசுரிமை. ஊழின் - முறைமையாக.

முனை - தூசிப்படை. முன்சமம் - கன்னிப்போர். முருக்கி - வென்று. தண்பணை - குளிர்ச்சி பொருந்திய மருத நிலம்.

கடி - காவல். வரைப்பு - மதில். கவின் - அழகு. மருங்கு அற - முழுவதும் இல்லையாக. அகழ்த்தல் - தோண்டுதல். தூர்த்தல் - நிரப்புதல். முன்னிய - நினைத்த. துறைபோகல் - செய்து முடித்தல்.

கூம்ப - மன எழுச்சி குறைய. அரிமா - சிங்கம். அணங்கு - வருத்தும் தெய்வம்.

தெவ்வர் - பகைவர். ஓக்கிய - ஓச்சிய. வெய்ய - கொடியன். கானம் - காடு. கோல் - செங்கோல். தண்ணிய - குளிர்ச்சியான. தடம் - பெரிய.

10
மலைபடு கடாம்

இரணிய முட்டத்துப் பெருங்குன்றூர் பெருங்கௌசிகனார் பல்குன்றக் கோட்டத்துச் செங்கண் மாத்துவேள் நன்னன் சேய் நன்னனைப் பாடியது.

'கடாம்' என்ற சொல் **யானை மதத்தால் ஏற்படும் நீர்ப்பெருக்கு** என்று பொருள்படும். யானை மதம் பிடிக்கும் போது மிகுதியாகப் பிளிறும். இங்கு யானை போன்றது மலை. யானை மதம் பிடித்துப் பிளிறுகின்ற ஓசை போன்று இம்மலையில் எழுகின்ற ஓசைகள் அமைகின்றன. இப்பாடலைக் கூத்தராற்றுப் படை என்றும் அழைப்பதுண்டு.

இசைக் கருவிகள்

திருமழை தலைஇய இருள்நிற விசும்பின்
விண்ணதிர் இமிழ்இசை கடுப்பப் பண்அமைத்துத்
திண்வார் விசித்த முழவொடு ஆகுளி...
நொடிதரு பாணிய பதலையும் பிறவும்,

வழியின் தன்மை

கார்கோட் பலவின் காய்த்துணர் கடுப்ப
நேர்சீர் சுருக்கிக் காய கலப்பையிர்
கடுக்கலித்து எழுந்த கண்ணகன் சிலம்பில்
படுத்துவைத் தன்ன பாறை மருங்கின்...
இடிச்சுர நிவப்பின் இயவுக்கொண்டு ஒழுகி,

பேரி யாழின் இயல்பு

நுணங்குஅரம் நுவறிய நுண்நீர் மாமைக்
களங்கனி அன்ன கதழ்ந்துகிளர் உருவின்,
வணர்ந்துஏந்து மருப்பின் வள்ளுயிர்ப் பேரியாழ்,

பாணரும் விறலியரும்

அமைவரப் பண்ணி அருள்நெறி திரியாது
இசைபெறு திருவின் வேத்தவை ஏற்பத்

துறைபல முற்றிய பைதீர் பாணரொடு...
கணங்கொள் தோகையின் கதுப்புஇகுத்து அசைஇ
விலங்குமலைத்து அமர்ந்த சேயரி நாட்டத்து
இலங்குவளை விறலியர்.

கூத்தர் தலைவன்

... ... நின்புறம் சுற்றக்
கயம்புக் கன்ன பயம்படு தண்ணிழல்
புனல்கால் கழீஇய மணல்வார் புறவில்
புலம்புவிட்டு இருந்த புளிறுஇல் காட்சிக்
கலம்பெறு கண்ணுளர் ஒக்கல் தலைவ!

யாம் பரிசில் பெற்றுவந்தோம்!

தூமலர் துவன்றிய கரைபொரு நிவப்பின்
மீமிசை நல்யாறு கடல்படர்ந் தாஅங்கு
யாம்அவண் நின்றும் வருதும்;

நன்னன் சேய் நன்னன் பெருமை

... ... நீயிரும் ...
வில்நவில் தடக்கை மேவரும் பெரும்பூண்
நன்னன்சேய் நன்னன் படர்ந்த கொள்கையொடு
உள்ளினர் சேறின் ஆயின் பொழுதுஎதிர்ந்த
புள்ளினர் மன்ற, என்தாக் குறுதலின்...

அவன் சுற்றத்தின் தன்மை

நல்லோர் குழீஇய நாநவில் அவையத்து
வல்லா ராயினும் புறம்மறைத்துச் சென்றோரைச்
சொல்லிக் காட்டிச் சோர்வின்றி விளக்கி
நல்லிதின் இயக்கும்அவன் சுற்றத்து ஒழுக்கமும்

இறைவன் இயல்பு

நீரகம் பனிக்கும் அஞ்சுவரு கடுந்திறல்
பேரிசை நவிரம் மேஎய் உறையும்
காரி உண்டிக் கடவுளது இயற்கையும்

ஞாயிறு அன்ன சிறப்பு

ஞாயிறு அன்னஅவன் வசையில் சிறப்பும்.

அவன் பரம்பரை

... ... புலவோர்க்குக்
கொடைக்கடன் இறுத்தஅவன் தொல்லோர் வரவும்,

அவன் பழைமையான ஊர்

உரைசெல வெறுத்தஅவன் மூதூர் மாலையும்
கேள்! இனி

அவன் நாட்டு நிலம்

வேளை நீ முன்னிய திசையே
மிகுவளம் பழுநிய யாணர் வைப்பின்...
இட்ட எல்லாம் பெட்டாங்கு விளையப்
பெயலொடு வைகிய வியன்கண் இரும்புனத்து,

முசுண்டை, எள், தினை, அவரை, வரகு

அகல்இரு விசும்பின் ஆஅல் போல
வாலிதின் விரிந்த புன்கொடி முசுண்டை...
நெய்கொள ஒழுகின பல்கவர் ஈர்எண்...
கொய்பதம் உற்றன குலவுக்குரல் ஏனல்...
குளிர்புரை கொடுங்காய் கொண்டன அவரை;
வாதிகை அன்ன கவைக்கதிர் இறைஞ்சி
இரும்புகவர் உற்றன பெரும்புன வரகே...

நெல்லும் கரும்பும்

வாலிதின் விளைந்தன ஐவனம் வெண்ணெல்...
குறைஅறை வாரா நிவப்பின் அறையுற்று
ஆலைக்கு அலமரும் தீங்கழைக் கரும்பே...

இஞ்சியும், கவலைக் கிழங்கும்

செய்யாப் பாவை வளர்ந்துகவின் முற்றிக்
காயங் கொண்டன இஞ்சி...
விழுமிதின் வீழ்ந்தன, கொழுங்கொடிக் கவலை...

வாழை, மூங்கில், நாவல் பழங்கள்

துறுகல் சுற்றிய சோலை வாழை;
... ... அகல்அறைக்
காலம் அன்றியும் மரம்பயன் கொடுத்தலின்
காலின் உதிர்ந்தன கருங்கனி நாவல்;

உயவை, கூவை, தேமா, ஆசினிப் பலா

மாறுகொள ஒழுகின ஊறுநீர் உயவை;
நூறொடு குழீஇயின கூவை;சேறு சிறந்து
உண்ணுநர் தடுத்தன தேமா;
புண்ணரிந்து
அரலை உக்கன நெடுந்தாள் ஆசினி...
முரஞ்சுகொண்டு இறைஞ்சின அலங்குசினைப் பலவே...

சிறுகுடியில் பெறும் உணவு

மணஇல் கமழும் மாலைச் சாரல்...
தூவொடு மலிந்த காய கானவர்
செழும்பல் யாணர்ச் சிறுகுடிப் படினே
இரும்பேர் ஒக்கலொடு பதம்மிகப் பெறுகுவிர்;

பாக்கத்தில் உள்ளோர் விருந்தோம்பல் பண்பு

சிலம்புஅடைந் திருந்த பாக்கம் எய்தி...
பரூஉக்குறை பொழிந்த நெய்க்கண் வேவையொடு
குரூஉக்கண் இறடிப் பொம்மல் பெறுகுவிர்...

குறமகள் ஆக்கிய உணவு

வருவிசை தவிர்த்த கடமான் கொழுங்குறை...
இன்புளிக் கலந்து மாமோ ராகக்
கழைவளர் நெல்லின் அரிஉலை ஊழ்த்து
வழைஅமை சாரல் கமழத் துழைஇ
நறுமலர் அணிந்த நாறுஇரு முச்சிக்
குறமகள் ஆக்கிய வால்அவிழ் வல்சி
அகம்மலி உவகை ஆர்வமொடு அளைஇ
மகமுறை தடுப்ப மனைதொறும் பெறுகுவிர்...

பன்றிக் கற்பொறி

விளைபுனம் நிழத்தலின் கேழல் அஞ்சிப்
புழைதொறும் மாட்டிய இருங்கல் அரும்பொறி
உடைய ஆறே, நள்ளிருள் அலரி
விரிந்த விடியல் வைகினிர் கழிமின்...

கவண் உமிழ் கடுங்கல்

பகல்நிலை தளர்க்கும் கவண்உமிழ் கடுங்கல்...
வரும்விசை தவிராது மரம்மறையாக் கழிமின்

யானைகளை விழுங்கும் முதலைகள்

உரவுக்களிறு கரக்கும் இடங்கர் ஒடுங்கி...
அகழ்இழிந் தன்ன கான்யாற்று நடவை...
துருவின்அன்ன புன்தலை மகாரோடு
ஒருவிர் ஒருவிர் ஓம்பினிர் கழிமின்...

நவிர மலைக் கடவுள்

பராவுஅரு மரபின் கடவுள் காணின்,
தொழாநிர் கழியின் அல்லது வறிது
நும்இயம் தொடுதல் ஓம்புமின் மயங்குதுளி
மாரி தலையும்அவன் மல்லல் வெற்பே...

கூர்ந்து நோக்கின் வழி தப்பும்

கலவ மஞ்ஞை கட்சியில் தளரினும்...
நெடுங்கழைக் கொம்பர் கடுவன் உகளினும்...
சூர்புகல் அடுக்கத்துப் பிரசம் காணினும்
ஞெரேரென நோக்கல் ஓம்புமின் உரித்தன்று
நிரைசெலல் மெல்லடி நெறிமாற படுகுவிர்...

வழியில் உணவும் உறையுளும்

புள்கை போகிய புன்தலை மகாரோடு
அற்குஇடை கழிதல் ஓம்பி ஆற்றநும்
இல்புக் கன்ன கல்லளை வதிமின்...

குறவரும் மயங்கும் குன்றம்

குறவரும் மருளும் குன்றத்துப் படினே
அதன்கண் பாறைத் துவன்றிக் கல்லென
இயங்கல் ஓம்பிநும் இயங்கள் தொடுமின்...

பலவகை மலை ஓசைகள்

... ... அடுக்கத்து
அலர்தாய வரிநிழல் அசையினர் இருப்பின்
பலதிறம் பெயர்பவை கேட்குவிர் மாதோ...

யானையை வளைக்கும் ஆரவாரம்

இலங்குஏந்து மருப்பின் இனம்பிரி ஒருத்தல்
விலங்கல் மீமிசைப் பணவைக் கானவர்
புலம்புக்கு உண்ணும் புரிவளைப் பூசல்...

பல்வேறு ஓசைகள்

தலைநாள் பூத்த பொன்னிணர் வேங்கை
மலைமார் இடூஉம் ஏமப் பூசல்,
கன்றுஅரைப் பட்ட கயந்தலை மடப்பிடி
வலிக்குவரம் பாகிய கணவன் ஓம்பலின்
ஒண்கேழ் வயப்புலி பாய்ந்தெனக் கிளையொடு
நெடுவரை இயம்பும் இடியுமிழ் தழங்குகுரல்,
கைக்கோள் மறந்த கருவிரல் மந்தி
அருவிடர் வீழ்ந்ததன் கல்லாப் பார்ப்பிற்கு
முறிமேய் யாக்கைக் கிளையொடு துவன்றிச்
சிறுமை உற்ற களையாய் பூசல்

கானவர் மகிழ்ச்சி ஆரவாரம்

கலைகை யற்ற காண்பின் நெடுவரை
நிலைபெய்து இட்ட மால்புநெறி ஆகப்
பெரும்பயன் தொகுத்த தேங்கொள் கொள்ளை
அருங்குறும்பு எறிந்த கானவர் உவகை,

குரவைக் கூத்து ஓசையும், ஆற்றின் இசையும்

திருந்துவேல் அண்ணற்கு விருந்துஇறை சான்ம்என
நறவுநாட் செய்த குறவர்தம் பெண்டிரொடு
மான்தோல் சிறுபறை கறங்கக் கல்லென
வான்தோய் மீமிசை அயரும் குரவை;
நல்எழில் நெடுந்தேர் இயவுவந் தன்ன
கல்யாறு ஒலிக்கும் விடர்முழங்கு இரங்கிசை;

யானைப் பாகர் ஓசையும், கிளி விரட்டும் மகளிர் ஓசையும்

நெடுஞ்சுழிப் பட்ட கடுங்கண் வேழத்து
உரவுச்சினந் தணித்துப் பெருவெளில் பிணிமார்
விரவுமொழி பயிற்றும் பாகர் ஓதை,
ஒலிகழைத் தட்டை புடையுநர் புனந்தொறும்
கிளிகடி மகளிர் விளிபடு பூசல்...

கடாஓசை, கரும்பு ஒடி ஓசை முதலான பல்வேறு ஓசைகள்

நல்லேறு பொரூஉம் கல்லென் கம்பலை,
காந்தள் துடுப்பின் கமழ்மடல் ஓச்சி
வண்கோட் பலவின் சுளைவினை தீம்பழம்
உண்டுபடு மிச்சில் காழ்பயன் கொள்மார்

கன்றுகடாஅ உறுக்கும் மகாஅர் ஓதை;
மழைகண் டன்ன ஆலைதொறும் ஞெரேரென
கழைகண் உடைக்கும் கரும்பின் ஏத்தமும்;
தினைகுறு மகளிர் இசைபடு வள்ளையும்;
சேம்பும் மஞ்சளும் ஓம்பினர் காப்போர்
பன்றிப் பறையும், குன்றகச் சிலம்பும்;

மலைபடு கடாம்

என்றுஇவ் அனைத்தும் இயைந்துஒருங்கு ஈண்டி
அவலவும் மிசையவும் துவன்றிப் பலஉடன்
அலகைத் தவிர்த்த எண்ணருந் திறத்த
மலைபடு கடாஅம் மாதிரத்து இயம்ப,
தெய்வம் தொழுது செல்மின்...
நறுங்கார் அடுக்கத்துக் குறிஞ்சி பாடிக்
கைதொழூஉப் பரவிப் பழிச்சினிர் கழிமின்.

கருவிகள் நனையாதவாறு குகைகளில் தங்குங்கள்

... ... கார்மழைத் தொழுதி
தூஉய் அன்ன துவலை துவற்றலின்...
காஅய்க் கொண்ட நும்இயம் தொய்படாமல்
கூவல் அன்ன விடரகம் புகுமின்...

இசைக் கருவிகளைப் பாதுகாக்க

முன்னோன் வாங்கிய கடுவிசைக் கணைக்கோல்
இன்னிசை நல்யாழ்ப் பத்தரும் விசிபிணி
மண்ஆர் முழவின் கண்ணும் ஓம்பிக்
கைபிணி விடாஅது பையக் கழிமின்...

நடுகல் வழிபாடும், அடையாளப் புல் முடிதலும்

நல்வழிக் கொடுத்த நாணுடை மறவர்
செல்லா நல்லிசைப் பெயரொடு நட்ட
கல்ஏசு கவலை எண்ணுமிகப் பலவே;
இன்புறு முரற்கைநும் பாட்டுவிருப் பாகத்
தொன்றுஒழுகு மரபின்நும் மருப்புஇருத்துத் துனைமின்
பண்டுநற்கு அறியாப் புலம்பெயர் புதுவிர்
சந்துநீவிப் புல்முடிந்து இடுமின்...

மான் விளிக்கும் முல்லை நிலம்

புலியுற வெறுத்ததன் வீழ்பிணை உள்ளி
கலைநின்று விளிக்கும் கானம்...
வேறுபுலம் படர்ந்த ஏறுடை இனத்த
வளைஆன் தீம்பால் மிளைசூழ் கோவலர்...

பாற்சோறு பெறுவீர்

பகர்விரவு நெல்லின் பலஅரி அன்ன
தகர்விரவு துருவை வெள்ளையொடு விரைஇக்
கல்லென் கடத்திடைக் கடலின் இரைக்கும்
பல்யாட்டு இனநிரை எல்லினிர் புகினே
பாலும் மிதவையும் பண்ணாது பெறுகுவிர்...

வேடர் கூட்டம்

கொடுவில் கூளியர் கூவை காணின்
படியோர்த் தேய்த்த பணிவுஇல் ஆண்மைக்
கொடியோள் கணவன் படர்ந்திடும் எனினே
தடியும் கிழங்கும் தண்டினர் தரீஇ
ஓம்புநர் அல்லது உடற்றுநர் இல்லை;
ஆங்குவியம் கொண்மின்; அதுஅதன் பண்பே;

அவரை விதைப் புளிங்கூழ்

செவ்வீ வேங்கைப் பூவின் அன்ன
வேய்கொள் அரிசி மிதவை சொரிந்த
சுவல்விளை நெல்லின் அவரையம் புளிங்கூழ்
அற்குஇடை உழந்தநும் வருத்தம் வீட
அகலுள் ஆங்கண் கழிமிடைந்து இயற்றிய
புல்வேய் குரம்பைக் குடிதொறும் பெறுகுவிர்...

மருத நில நாடு

புல்லரைக் காஞ்சிப் புனல்பொரு புதவின்...
நன்பல உடைத்து அவன் தண்பணை நாடே;

பழையர் மகளிர் தரும் பண்புடைய விருந்து

கண்புமலி பழனம் கமழத் துழைஇ
வலையோர் தந்த இருஞ்சுவல் வாளை
நிலையோர் இட்ட நெடுநாண் தூண்டில்
பிடிக்கை அன்ன செங்கண் வராஅல்

துடிக்கண் அன்ன குறையொடு விரைஇப்
பகன்றைக் கண்ணிப் பழையர் மகளிர்...
வளஞ்செய் வினைஞர் வல்சி நல்கத்
துளங்குதசும்பு வாக்கிய பசும்பொதித் தேறல்
இளங்கதிர் ஞாயிற்றுக் களங்கள்தொறும் பெறுகுவிர்...

நன்னன் மூதூர்ச் சிறப்பு

நிதியம் துஞ்சும் நிவந்துஓங்கு வரைப்பின்
பதிஎழல் அறியாப் பழங்குடி கெழீஇ
வியல்இடம் பெறாஅ விழுப்பெரு நியமத்து
யாறுஎனக் கிடந்த தெருவின் சாறுஎன
இகழுநர் வெரூஉம் கவலை மறுகின்
கடலெனக் காரென ஒலிக்கும் சும்மையொடு
மலையென மழையென மாடம் ஓங்கித்
துனிதீர் காதலின் இனிதமர்ந்து உறையும்
பனிவார் காவின் பல்வண்டு இமிரும்
நனிசேய்த் தன்றுஅவன் பழவிறல் மூதூர்...

நன்னனது அரண்வாயில்

கருங்கடை எஃகம் சாத்திய புதவின்
அருங்கடி வாயில் அயிராது புகுமின்...

நன்னனை நெருங்கும் முறை

மருதம் பண்ணிய கருங்கோட்டுச் சீறியாழ்
நரம்புமீது இறவாது உடம்புணர்ந்து ஒன்றிக்
கடவது அறிந்த இன்குரல் விறலியர்
தொன்றுமுதிர் மரபின் தம்இயல்பு வழாஅது
அருந்திறல் கடவுள் பழிச்சிய பின்றை

நன்னனைப் புகழும் முறை

விருந்தின் பாணி கழிப்பி, 'நீள்மொழிக்
குன்றா நல்லிசைச் சென்றோர் உம்பல்
இன்றுஇவண் செல்லாது உலகமொடு நிற்ப
இடைத்தெரிந்து உணரும் பெரியோர் மாய்ந்தெனக்
கொடைக்கடன் இறுத்த செம்மலோய்'என
வென்றிப் பல்புகழ் விறலோடு ஏத்தி
சென்றது நொடியவும் விடாஅன்...

விருந்தோம்பும் பண்பு

உவந்த உள்ளமோடு அமர்ந்துஇனிது நோக்கி
இழைமருங்கு அறியா நுழைநூல் கலிங்கம்
எள்ளறு சிறப்பின் வெள்ளரைக் கொளீஇ
முடுவல் தந்த பைந்நிணத் தடியொடு
நெடுவெண் நெல்லின் அரிசி முட்டாது
தலைநாள் அன்ன புகலொடு வழிசிறந்து
பலநாள் நிற்பினும் பெறுகுவிர்.

நன்னனின் கொடைச் சிறப்பு

... ...

நில்லாது
செல்வேம் தில்ல, எம் தொல்பதிப் பெயர்ந்து' என
மெல்லெனக் கூறி விடுப்பின், நும்முள்
தலைவன் தாமரை மலைய, விறலியர்
சீர்கெழு சிறப்பின் விளங்குஇழை அணிய,
நீர்இயக் கன்ன நிரைசெலல் நெடுந்தேர்,
வாரிக் கொள்ளா வரைமருள் வேழம்,
கறங்குமணி துவைக்கும் ஏறுடைப் பெருநிரை,
பொலம்படைப் பொலிந்த கொய்சுவல் புரவி,
நிலம்தினக் கிடந்த நிதியமொடு அனைத்தும்...
மழைசுரந் தன்ன ஈகை நல்கித்
தலைநாள் விடுக்கும் பரிசில் மலைநீர்
வென்றுஎழு கொடியில் தோன்றும்
குன்றுசூழ் இருக்கை நாடுகிழ வோனே.

அருஞ்சொற் பொருள்:

தலைஇய - பெய்த. இமிழ்தல் - முழங்குதல். கடுப்ப - போன்ற. நொடி - கை நொடிக்கும் மாத்திரைப் பொழுது. பதலை - ஒருகண் மாக்கிணை.

கார் - கார் காலம். கோள் - கொள்ளுதல். துணர் - கொத்து. கடுப்ப- போன்ற. நேர்சீர் - சமம். காய - காவின. கலம் - இசைக்கருவிகள். பையிர் - பையயுடையீர். கடு - கடுக்காய் மரம். கலித்தல் - செழித்து வளர்தல். கண்ணகன் - இடம் அகன்ற. சிலம்பு - பக்கமலை இடிச்சுரம் - கல்லை இடித்துச் செய்த. நிவப்பு - உயர்ச்சி. இயவு - வழி. ஒழுகி - நடந்து. நுவறிய- அராவிய. வள்உயிர் - பெரிய ஓசை.

வேத்தவை - அரச சபை. துறை - இசைத்துறைகள். பை - பசுமை. தோகை - மயில். கதுப்பு - கூந்தல். இகுத்து- தாழ்த்து. அசைஇ - அசைத்து. விலங்கு - மான். விறல் - சத்துவம்.

புலம்பு - வழிவருத்தம். புனிறு - ஈன்றணிமை. கலன் - அணிகலன்கள். கண்ணுளர் - பார்ப்போர். ஒக்கல் - சுற்றம்.

துவன்றிய - நிறைந்த. பொருதல் - இடித்தல். நிவப்பு - உயர்ச்சி. மீமிசை - மிகுந்த உயர்வு. நவில் - பயின்ற.

வல்லார் - வன்மையில்லாதார். புறம் மறைத்து - அவர் இயலாமையை மறைத்து.

நீரகம் - கடல் சூழ்ந்த உலகம். பனிக்கும் - நடுங்கும். நவிரம் - ஒரு மலை. மேஎய் - மேவி. காரி - நஞ்சு.

வசை - குற்றம். புலவோர் - அறிவுடையோர். கொடைக்கடன்- கொடுத்தலைக் கடமையாகக் கொள்ளல். தொல்லோர் - மரபினோர்.

உரை - புகழ். வெறுத்த - செறிவான. மாலை - தன்மை.

வேள் - நன்னன். திசை - திக்கு. பழுநிய - பழுத்த. முற்றிய. யாணர் - புது வருவாய். வைப்பு - ஊர். வசிவு - பிளந்து. பெட்டாங்கு- விரும்பிய வண்ணம். வைகிய - தங்கிய. இரும்புனம் - பெரிய கொல்லை.

வாலிதின் - வெண்மையாக.

கௌவை - எள்ளின் இளங்காய். கவர் - கிளைகள். ஈர் - ஈரம். எண் - எள்.

குலவுக்குரல் - இணைந்த கதிர். ஏனல் - தினை. குளிர்- அரிவாள். கொடுங்காய் - வளைந்த காய். வாதி - தருக்கம் பேசுவோன். இறைஞ்சி - வளைந்த. இரும்பு - அரிவாள்.

வாலிது - நன்றாக. ஐவனம் - நெல்வகை.

பாவை - பாவை போன்ற இஞ்சிக் கிழங்கு. கால் - காற்று.

உயவை - கொடி. நூறு - நீறு. மா சேறு - மாம்பழச் சாறு. தேமா - மாவில் சிறந்தது. அலங்கு - அசையும்.

யாணர் - புது வருவாய். இரும்- மிகுதி. ஒக்கல் - சுற்றம். பதம் - உணவு. சிலம்பு - மலை. பாக்கம்- பக்கத்தில் உள்ளது. பரூஉக்குறை - பருத்த தசைத் துண்டு. வேவை- வேகவைத்தது. குரு - நிறம். இறடி- தினை. பொம்மல் - சோறு.

கொழுங்குறை - கொழுவிய தசை. கழை - மூங்கில். வாழை- சுரபுனை மரம். முச்சி - மயிர்முடி. வால் அவிழ் வல்சி - வெண்மையான சோறு. அளைஇ - கலந்து.

நிழத்தல் - அழித்தல். புழை - புகும் வழி. ஆறு - வழி. அலரி- ஞாயிறு. வைகுதல் - தங்குதல்.

இறும்பு - குறுங்காடு. துவன்றிய - நெருங்கிய. உமிழ்தல்- இடையறாது செலுத்துதல். கடுங்கல் - கொடிய கல்.

உரவு - வலிமை. கரக்கும் - விழுங்கும். இடங்கர் - முதலையுள் ஒரு வகை. அகழ் - அகழி. கான்யாறு - காட்டாறு. நடவை - நடக்கும் வழி. துரு - செம்மறியாடு. புன்தலை - மென்மையான தலை. மகார் - பிள்ளைகள்.

குண்டு - ஆழம். கயம் - குளம். வழும்பு - வழுவழுப்பான. அருப்பம் - அருமை. அணங்கிய - பின்னி வளர்ந்த. வேரல்- சிறுமூங்கில். எருவை - பஞ்சாய்க்கோரை; கொறுக்கச்சி.

பராவு அரு - பரவுதற்க அருமையான. தொழா நிர் - தொழுது நீர். இயம் - இசைக்கருவிகள். தொடுதல் - இயக்குதல். மல்லல் - வளம். வெற்பு - மலை. கலவம் - தோகை. மஞ்ஞை- மயில். கட்சி- காடு. கழை - மூங்கில். உகள்தல் - பாய்ந்து விளையாடுதல். பிரசம்- தேன். ஞெரேரென - கடுகி; கூர்ந்து. நெறி - வழி.

புள் - வளையல். அற்கு - இரவிற்கு. ஆற்ற - வழியிலுள்ள. கல் அளை - முழைஞ்சு. வதிதல் - தங்குதல்.

துவன்றி - நெருங்கி; கூடி. அடுக்கம் - பக்க. மலை அலர் - மலர்கள். தாய - பரவிய. அசையினர் - இளைப்பாறினர். திறம்- வகை.

தலைநாள் - முந்திய நாள். இணர் - கொத்து. வேங்கை- மரம். ஏமப்பூசல் - அச்சம் இல்லாத ஒலி. அரை - வயிறு. தழங்கு - முழங்குகின்ற. மந்தி - பெண் குரங்கு. விடர் - பள்ளம். கல்லா - தாவுதல் அறியாத. பார்ப்பு - குரங்குக் குட்டி. முறி - தளிர். கிளை - சுற்றம். துவன்றி - நெருங்கி. களையா - போக்க முடியாத. பூசல் - ஆரவாரம்.

கலை - ஆண்குரங்கு. மால்பு - கண் ஏணி. தேம் - தேன். குறும்பு - சிற்றரண்.

விருந்து - புதுமை. இறை - திறைப்பொருள். நறவு - கள். கறங்க - ஒலிக்க. குரவை - குரவைக் கூத்து. இயவு - தெரு. விடர் - முழைஞ்சு. இரங்கு - ஒலிக்கும்.

கழி - காட்டாற்றில் ஏற்படும் கழி. வேழம் - யானை. உரவுச்சினம் - வன்மையான கோபம். வெளில் - யானை கட்டும் பெரிய தூண். பிணிமார் - கட்ட. விரவுமொழி - தமிழும் வடமொழியும். கழை - மூங்கில். தட்டை - கிளி விரட்டும் கருவி. புடையுநர் - புடைத்து. விளி - வாயால் விளித்தல்.

கம்பலை - ஆரவாரம். கார் - கரிய மேகம். பழிச்சுதல் - வாழ்த்துதல்.

காஅய் - காவுதல். தொய்படல் - நனைதலால் தொய்தல். கூவல் - கிணறு. விடரகம் - முழைஞ்சு. முரற்கை - தாளம். மருப்பு - யாழின் கோடு. இங்கு - யாழ. இகுத்து -வாசித்து. துனைமின் - விரைந்து செல்லுங்கள். சந்து - பல வழிகள் கூடும் இடம். நீவி - துடைத்து.

வீழ் - விரும்பும். பிணை - இணை. உள்ளி - நினைந்து. கலை- ஆண் மான். வளை - சங்கு. மிளை - காவல். வளையோர் - பெண்டிர். பலம் - பயன். புலம்பு - வருத்தம்.

பகர் - பகர்ந்து விற்றல். அரி - அரிசி. தகர் - ஆண்யாடு. கடர் துருவை - செம்மறியாடு. வெள்ளை - வெள்ளாடு. கடம் - காடு. எல் - இரவு. மிதவை - பாற்சோறு.

கூளியர் - வேடர். கூவை - கூட்டம். படியோர் - படியாதார். கொடியோள் - கொடி போன்றவள். தடி - ஊன். தண்டினர் - தண்டித்து; வற்புறுத்தி உடற்றுநர் - வருத்துவோர். வியம் - ஏவல்.

வேய் - மூங்கில். மிதவை - சோறு. சுவல் - மேட்டுநிலம். அற்கு - இரவிற்கு. உழத்தல் - துன்புறல்- அகலுள் - ஊருள். குரம்பை - குடில்.

கண்பு - சம்பங்கோரைப் புல். பழனம் - வயல். பிடிக்கை- பெண்யானையின் தும்பிக்கை. வராஅல் - வரால் மீன். துடி- உடுக்கைப் பறை. குறை - இறைச்சித் துண்டு. பகன்றை - குறிஞ்சி மலர். பழையர் - கள் விற்போர்.

வரைப்பு - மதில். வியல் - அகன்ற. நியமம் - அங்காடித் தெரு. சாறு - திருவிழா. இகழுநர் - பகைவர். வெரூஉம் - அஞ்சும். கவலை- கிளை. சும்மை - ஆரவாரம். துனி - வெறுப்பு. பனி - குளிர்ச்சி. கா - சோலை. விறல் - வெற்றி.

கடை - காம்பு. எஃகம் - வேல். புதவு - கதவு. கடி - காவல். அயிராது - ஐயுறாமல்

இறவாது - கடவாது. கடவது - செய்வது. பழிச்சிய - வாழ்த்திய.

விருந்து - புதுமை. கழிப்பி - இசைந்து பாடி நீள்மொழி-வாய்மை. இசை - புகழ். உம்பல் - யானை. இடை - வழி. விறல்-வெற்றி. நொடியவும் - சொல்லவும்.

இழை - நூலிழை. கலிங்கம் - ஆடை. எள்ளல் - இகழ்தல். கொளீஇ - கொளச்செய்து. முடுவல் - பெண்நாய். நிணம் - கொழுப்பு. தடி - இறைச்சித் துண்டு. புகல் - விருப்பம்.

மலைய - அணிய. இயக்கு - செல்வது. வாரிக் கொள்ளா-யானை பிடிக்குமிடத்தில் பிடிக்கப் பெறாத. வரை - மலை. வேழம்-யானை. துவைக்கும் - ஆரவாரிக்கும். கவல் - பிடரிமயிர்.

பின்னிணைப்பு – 1

இத்தொகை நூலில் இடம்பெற்றுள்ள சங்கச் சான்றோர்களின் பெயர்ப் பட்டியல்

1. அஞ்சியத்தை மகள் நாகையார்
2. அணிலாடு முன்றிலார்
3. அம்மூவனார்
4. அரிசில்கிழார்
5. அள்ளூர் நன்முல்லையார்
6. ஆரியப்படை கடந்த நெடுஞ்செழியன்
7. ஆலங்குடி வங்கனார்
8. இடைக்கழி நாட்டு நல்லூர் நத்தத்தனார்
9. இடைக்காடனார்
10. இறையனார்
11. உகாய்க்குடிகிழார்
12. உலோச்சனார்
13. உறையூர் ஏணிச்சேரி முடமோசியார்
14. ஊன் பொதி பசுங்குடையார்
15. எயினந்தை மகனார் இளங்கீரனார்
16. ஒக்கூர் மாசாத்தியார்
17. ஓதலாந்தையார்
18. ஓரம்போகியார்
19. ஔவையார்
20. கடலுள் மாய்ந்த இளம்பெருவழுதி
21. கடியலூர் உருத்திரங்கண்ணனார்
22. கடுந்தோட் கரவீரன்
23. கடுவன் இளவெயினனார்
24. கணியன் பூங்குன்றனார்
25. கபிலர்
26. கயமனார்
27. காக்கைபாடினியார் நச்செள்ளையார்
28. காப்பியாற்றுக் காப்பியனார்

29. காவற்பெண்டு
30. குடவாயில் கீரத்தனார்
31. குமட்டூர்க் கண்ணனார்
32. குறுங்குடி மருதனார்
33. கூடலூர்கிழார்
34. கொள்ளம்பக்கனார்
35. கோப்பெருஞ்சோழன்
36. கோவூர்கிழார்
37. செல்லூர்க் கோசிகன் கண்ணனார்
38. சோழன் நல்லுருத்திரன்
39. தங்கால் முடக்கொற்றனார்
40. திப்புத் தோளார்
41. தேய்புரிப் பழங்கயிற்றினார்
42. தேவகுலத்தார்
43. தொடித்தலை விழுத்தண்டினார்
44. நக்கீரர்
45. நப்பூதனார்
46. நரிவெரூஉத்தலையார்
47. நரைமுடி நெட்டையார்
48. நல்லந்துவனார்
49. நல்லாவூர்கிழார்
50. பக்குடுக்கை நன்கணியார்
51. படுமரத்து மோசிகீரனார்
52. பதுமனார்
53. பரணர்
54. பாண்டியன் அறிவுடைநம்பி
55. பாண்டியன் தலையாலங்கானத்துச் செருவென்ற நெடுஞ் செழியன்
56. பாண்டியன் தேவி கோப்பெரும் பெண்டு
57. பாரி மகளிர்
58. பாலைக் கௌதமனார்
59. பாலை பாடிய பெருங்கடுங்கோ
60. பிசிராந்தையார்

61. பிரமசாரி
62. பெருங்குன்றூர் கிழார்
63. பெருங்கௌசிகனார்
64. பெருஞ்சித்திரனார்
65. பேயனார்
66. பொன்முடியார்
67. போதனார்
68. போந்தைப் பசலையார்
69. மதுரைக் கணக்காயனார் மகனார் நக்கீரனார்
70. மதுரைக் கள்ளிற் கடையத்தார் பெண்ணாகனார்
71. மதுரை மருதன் இள நாகனார்
72. மாங்குடி மருதனார்
73. மிளைக்கந்தன்
74. மிளைகிழான் நல்வேட்டனார்
75. முடத்தாமக் கண்ணியார்
76. மோதாசனார்
77. வெள்ளிவீதியார்

பின்னிணைப்பு – 2

செய்யுள் முதற்குறிப்பு அகராதி

அகவன் மகளே	62
அகன்ஞாலம் விளக்கும்	129
அண்ணாந்து ஏந்திய	72
அணிற் பல்லன்ன	65
அணிநிலை பொறாஅது	
அணைமருள் இன்துயில்	109
அத்த நீள்இடை	54
அரிகால் மாறிய	79
அரிதுஆய அறன்எய்தி	107
அருஞ்சுரம் இறந்த	98
அரும்பொருள் வேட்கையின்	110
அருளும் அன்பும்	61
அளிதோ தானே	98
அளிநிலை பொறாஅது	88
அற்றைத் திங்கள்	137
அறாஅ யாணர்	193
அன்னாய் வாழிவேண்டு அன்னை	45 – 49
அன்னாய் வாழி வேண்டு அன்னை ஒன்றுதல்	250
அன்னாய் வாழி வேண்டு நின்மகள்	91
அன்னை அறியினும்	95
ஆடுஅமைக் குயின்ற	93
இடிக்கும் கேளிர்	65
இதுஎன் பாவைக்கு	52
இரவலர் புரவலை	139
இருந்த வேந்தன்	103
இரும்பனை வெண்தோடு	133
இரும்பிழி மகாஅர்	96
இம்மை உலகத்து	92
இம்மைச் செய்தது	138

இலங்கு ஒளி மருப்பின்	111
இவ்வே பீலி அணிந்து	136
இவன் இலண்	69
இவள்தன் காமம்	81
இழையர் குழையர்	160
இளையோர் சூடார்	149
இனிநினைந்து இரக்கம்	149
ஈதலும் துய்த்தலும்	66
ஈன்று புறந்தருதல்	152
உண்டால் அம்ம	140
உலகத் தோரே	158
உலகம் உவப்ப	185
உயிர்போற் றலையே	164
உற்றுழி உதவியும்	141
உவர்விளை உப்பின்	104
உழுந்துதலைப் பெய்த	94
ஊர்க்கால் நிவந்த	119
எறித்தரு கதிர்தாங்கி	106
என்றும் உள்ளினள்	50
ஒண்சுடர்ப் பாண்டிற்	55
ஓங்குதிரை வியன்பரப்பின்	229
ஓரில் நெய்தல்	145
கடவுட் தற்சுனை	73
கண்அகன் இருவிசும்பில்	124
கயமலர் உண்கண்ணாய்	112
கருங்கண் தாக்கலை	66
களிறு கடை இய	162
கழனி மாஅத்து	60
காதலர் உழையர்	64
காமர் கடும்புனல்	113
காலே பரிதப்பினவே	64
கானலும் கழறாது	98
குன்றும் மலையும்	146

கெடுக சிந்தை	151
கேட்டல் மாத்திரை	147
கேளிர் வாழியோ	70
கொங்குதேர் வாழ்க்கை	59
கோழிலை வாழை	86
சிலரும் பலரும்	77
சிற்றில் நற்றூண்	135
சிறியகள் பெறினே	148
சிறுவெள்ளால் குருகே	74
சினனே காமம்	156
சுடர்த்தொடிக் கோமகள்	82
சுடர்த்தொடீஇ கேளாய்	118
செங்களம் படக்கொன்று	58
செய்குவம் கொல்லோ	147
செல்வார் அல்லர்	64
செவ்விய முயலி	53
ஞாயிறு பட்ட	67
தற்புரந்து எடுத்த	102
தன்அமர் ஆயமொடு	53
திருமழை தலைஇய	267
துனிதீர் கூட்டமொடு	79
தெண்கடல் வளாகம்	143
தோளும் அழியும்	84
நகுதக் கனரே	134
நசைபெரிது உடையர்	63
நயந்த காதலி	56
நள்ளென்று அன்றே	60
நனந்தலை உலகம்	224
நனைமுதிர் ஞாழல்	70
நன்னலம் தொலைய	67
நாகத் தன்ன பாகார்	152
நாடா கொன்றோ	142
நாள்தொறும் கலிழும்	52

நிலத்தினும் பெரிதே	59
நிலவே நீல்நிற	83
நிலம்நீர் வளிவிசும்பு	155
நின்ற சொல்லர்	71
நின்நயந்து உறைநர்க்கும்	140
நினைத்தொறும் கலிழும்	51
நீ கண்டனையோ	66
நீர் நசைக்கு ஊக்கிய	53
நெடுங்கழை நிவந்த	83
நோம்என் நெஞ்சே	69
படைப்புப் பல படைத்து	142
பல்ஊழ் நினைப்பினும்	51
பல்சான் நீரே	145
பல்சான்நீரே பல்சான்நீரே!	150
பாடுகம் வாவாழி	115
பாணர் முல்லை	56
பாயிரும் பனிக்கடல்	173
பிரசம் கலந்த	74
புணர்ந்த காதலியின்	55
புதல்வர் கவைஇனன்	57
புதல்வற் கவைஇய	55
புள்ளும் மாவும்	67
புறம்தாழ்வு இருண்ட	81
பைங்காய் நல்இடம்	75
பொன்வார்ந் தன்ன	213
மடத்தகை மாமயில்	138
மணிகண் டன்ன	80
மலிபெயல் கலித்த	90
மள்ளர் கொழேன்	50
மறிஇடைப் படுத்த	54
மன்றுபாடு அவிந்து	97
மாஅ யோயே	169
மாதர் உண்கண்	56

மாலோன் அன்ன	73
மாமலர் முண்டகம்	130
மாலை முன்றில்	57
மீன்வயின் நிற்ப	165
முடவுமுதிர் பலவின்	101
முல்லை வைந்நுனை	87
முளிதயிர் பிசைந்த	68
மெல்லிணர்க் கொன்றையும்	126
மைபடு சென்னி	122
மையற விளங்கிய	120
யாங்கு ஆகுடலோ	77
யாண்டு பலவாக	143
யாதும் ஊரே	144
யாவும் ஞாயும்	63
வசையில் புகழ்	259
வலம்படு வாய்வாள்	136
வள்ளியை என்றலின்	161
வழிபடு வோரை	132
வண்டுபடத் ததைந்த	61
வான்இகுபு சொரிந்த	76
வான்நுதல் அரிவை	55
வான்இகுபு தொலிந்த	
வாழிஆதன் வாழிஅவினி	36 - 40
விரிகதிர் மதியமொடு	177
விளையாடு ஆயமொடு	78
வினையே ஆடவர்க்கு	68
வீங்குவிசைப் பிணித்த	100
வெயில் உருப்புற்ற	206
வெள்ளாங்குருகின் பிள்ளை	40 - 44
வேம்பின் பைங்காய்	69
வேரல் வேலி	60
வையகம் பனிப்ப	244